काली-काला

संकल्पना, संशोधन व लेखन

जयराज साळगावकर

सकाळ प्रकाशन

सकाळ प्रकाशन

Kali-Kala

काली-काला

प्रथम आवृत्ती	:	ऑगस्ट, २०२३
प्रकाशक	:	सकाळ मीडिया प्रा. लि. ५९५, बुधवार पेठ, पुणे-४११ ००२
सहलेखन	:	रेणुका घड्याळपाटील
संपादन	:	ऐश्वर्या कुमठेकर, मिताली तवसाळकर
संपादन साहाय्य	:	राजन सोनार, रेश्मा आंबेकर, किरण शिरसाट
मुखपृष्ठ	:	चारुदत्त पांडे
मांडणी	:	सकाळ प्रकाशन
मुद्रितशोधन	:	यशोधन लोवलेकर, उमा नाबर
मुद्रणस्थळ	:	विकास प्रिंटिंग ॲण्ड कॅरिअर्स प्रा. लि. प्लॉट नं. ३२, एमआयडीसी, सातपूर, नाशिक
ISBN	:	978-81-19311-10-1
संपर्क	:	०२०-२४४० ५६७८ / ८८८८८४९०५० sakalprakashan@esakal.com

***टीप :** या पुस्तकातील देवी-देवतांची लोकचित्रे काल्पनिक आहेत, तसेच उल्लेखिलेल्या लोककथा या ऐकीव स्वरूपात पिढ्यान् पिढ्या संक्रमित होतात. प्राचीन संहितांतील संदर्भ इथे देण्याचा प्रयत्न केला आहे. आज जी कालीमाता आपल्याला दिसते, विशेषत: बंगालमध्ये घराघरात जी कालीमाता पूजिली जाते, ती मूळ कालीपेक्षा किंवा तंत्रविद्येच्या वाङ्मयात वर्णन केलेल्या कालीपेक्षा वेगळी आहे. विशेषत: प्रसिद्ध चैतन्य महाप्रभू यांनी बंगालमध्ये सुरू केलेल्या भक्ती चळवळीमुळे काली तंत्रविद्येच्या पलीकडे गेली. काळ्या कृष्णासोबत कालीदेखील पूजिली जाऊ लागली. एक वेगळा सिद्धान्त मांडणाऱ्या 'तंत्रराज तंत्र' या ग्रंथात तर असे म्हटले गेले आहे, की ''देवी म्हणून पुरुषांना संमोहित करणाऱ्या कालीने नंतर स्त्रियांना संमोहित करण्यासाठी कृष्णाचा म्हणजे पुरुषाचा जन्म घेत पृथ्वीतलावर अवतार घेतला,'' असा एक मतप्रवाह आहे.*

कालो आणि कृष्णाचे

तत्त्वज्ञान हजारो वर्षे जतन करणाऱ्या

भारतीय समाजमनास

अभिवादन करून, सादर समर्पण...

प्रेरणा

'लज्जागौरी' हे कै. डॉ. रा. चिं. ढेरे यांचे बहुमूल्य पुस्तक कै. अच्युत बर्वे यांनी १९७९ मध्ये मला दिले. तेव्हापासून या विषयाचे कुतूहल जागे झाले, ते आजपर्यंत! प्रस्तुत पुस्तक हे त्या कुतूहलातून निर्माण झालेल्या प्रेरणेचे अनुमान आहे. कै. अच्युत बर्वे व कै. डॉ. रा. चिं. ढेरे यांचे मनापासून आभार!

आरंभिक

माणसाला सर्वाधिक भय असते मृत्यूचे. क्रौर्य पाहिल्यावर मनावरचा भयाचा पगडा जातो आणि कदाचित शौर्याकडे वाटचाल होते. कृष्ण आणि काली या देवतारूपांतून हेच पाहता येते, असे लेखकाचे संशोधन आहे. त्याचे स्वागतच केले जाईल, असा मला विश्वास वाटतो.

श्री. जयराज साळगावकर यांचे हे नवे शोधपूर्ण लेखन!

डॉ. अशोक कामत

ज्येष्ठ अभ्यासक व मार्गदर्शक

प्रस्तावना

काली आणि श्रीकृष्ण दोहोंविषयी समाजात श्रद्धाभाव आहे. तो काही हजार वर्षे टिकून आहे. म्हणून त्यात काहीतरी तथ्य आहे असे मान्य करावे लागते.

भारतीय धर्म आणि दर्शन पुरातन आहे. आर्य-अनार्य संघर्ष, पुढे परकीय आक्रमणे, मूळ धर्माचा विसर पडून पुढे आलेली कर्मकांडे, समाजातील भेदाभेद-दुफळी अशा अनेक कारणांनी आपण वैज्ञानिक दृष्टिकोनाकडे न वळता ऱ्हासाकडे वाटचाल करीत राहिलो. ब्रिटिश काळात तर त्यांच्यामुळेच आपल्या देशात समता-बंधुता-वैज्ञानिक मूल्ये आली, असे सतत सांगितले गेले. नव्या पिढीला भारतीय तत्त्वज्ञान, देवीदेवता जुनाट वाटू लागल्या. पुराणकथा दैवतांना अधिकच अविश्वसनीय करू लागल्या. ब्रिटिश काळात तथाकथित आधुनिकता कालीच्या विचाराला मलिन करू लागली. गांधी तत्त्वज्ञानात श्रीकृष्ण-दर्शन बसविण्याचे प्रयत्न झाले. साम्यवादी मंडळींनी मार्क्सच्या तत्त्वज्ञानाची फूटपट्टी भारतात लावून अधिकच गोंधळ निर्माण केले. कालीची नग्नता, योनीरूप देवी, श्रीकृष्णाचा रास अशा बाबींना अभिजन वर्गात मान्यता मिळाली नाही.

...हे सारे ध्यानात घेऊन साळगावकरांनी आपला ग्रंथ सिद्ध केला आहे.

उपभोगवाद आणि भोगवाद

पाश्चात्त्यांकडून आपण जी वस्त्रे घेतली, स्त्री-पुरुष संबंधांबद्दल जी आधुनिकता स्वीकारली, त्यांत भौतिकवादाबरोबर भोगवाद आहे. त्यात तात्कालिक आणि शारीरिक विचार दिसतो. भारतीय दर्शनात लैंगिकता केवळ स्त्री-पुरुष शारीरिक सुखापुरती सीमित नाही. व्यापक अर्थ लावून प्रकृती आणि पुरुष यांचे तत्त्वज्ञान कथन करीत द्वैत-अद्वैत संकल्पनेची मूर्त मांडणी केली गेली आहे. केवळ दोन शरीरांचे नव्हे तर जीवांचे मीलन, इथे सौंदर्यदृष्टीने पाहिले गेले आहे.

इथे नग्नता अश्लील ठरत नाही. शिवशंकर-पार्वती हे अशा मीलनाचे आद्य जोडपे मानले जाते. त्यांचे नाते पूर्णपणे बरोबरीचे आहे, हे इथेच दिसते. इतर संस्कृतींत आढळून

येत नाही. स्त्री दुबळी नाही. प्रचंड शक्तिसंपन्न आहे. पुरुषांपेक्षा काकणभर अधिकच! हे कालीच्या व्यक्तित्वातून लेखकाने स्पष्ट केले आहे.

काली

वीरयोद्धा, काली हे शक्तीचे मूर्तिमान रूप आहे. ती चित्त स्थिर ठेवून शत्रुनाश करते. निसर्गातील अपार शक्ती आणि पारलौकिक शक्ती यांचे भय वाटून आदिमानवांनी त्या विराट, विध्वंसक रूपांची पूजा-आराधना सुरू केली. त्यातून मातृत्वधारिणी स्त्री धर्माच्या केंद्रस्थानी राहिली.

मानव स्थिर जीवनाकडे वळला, शेतीवाडीचे स्थैर्य त्याला लाभले. त्या वेळी पृथ्वीप्रमाणे तो स्त्रीला देवी-माता मानू लागला. कृषिनिगडित कर्मकांडे आणि त्यांचा स्त्रीतत्त्व सर्जनाशी संबंध त्याने जोडला.

ज्या समाजरचनेत स्त्रीला महत्त्वाचे स्थान असते, तिथेच स्त्रीदेवतांना महत्त्व प्राप्त होते. साळगावकरांनी कालीमातेच्या उपासनेकडे वळण्यापूर्वी प्रागैतिहासिक काळापासून अनार्य आणि आर्य संस्कृतींत मातृशक्तीचे गौरवगान कसे केले गेले, कालमानपरिस्थितीनुसार मातृदेवतेचे स्थानही कसे गेले याचा वेध घेतलेला आहे.

तांत्रिक विद्या वेदकाळापूर्वीची असून विश्वाची निर्मिती मानवाप्रमाणेच कामप्रेरणेतून झाली, अशी तिथे धारणा आहे. देहातील सुप्त शक्तींचा विकास करता आला, तर विश्वातील सर्व रहस्ये हस्तगत करता येतील, असे त्यांना वाटते.

विश्वाचे आदितत्त्व स्त्री आहे असे तांत्रिक सांगतात. पिंड-ब्रह्मांड न्यायानुसार शरीरात सात स्त्री केंद्रे आहेत. कुंडलिनी जागृतीने आणि षट्चक्र भेदनाने मानवी देहातील स्त्रीत्व जागृत करून विश्वात्मक स्त्रीतत्त्वाशी लय पावणे हा तांत्रिकाचा उद्देश असतो.

याच दृष्टीने वामाचार म्हणजे स्त्रीशक्तीशी संबंधित कर्मकांडे, पूजाविधी केले जातात, याची प्रमुख देवता काली आहे.

वैदिक संस्कृती आणि काली

जसजसा धर्म बहुजनांपर्यंत पोहोचला, तसतसा बहुजनांच्या देवदेवतांना अभिजनांच्या देव्हाऱ्यातही स्थान मिळाले. त्यात शिव, कृष्ण, दुर्गा, काली इत्यादींचे उल्लेख करता येतील. पण कालीमाता ही तांत्रिक परंपरेत, अघोरी उपासनेत, गावकुसाबाहेरच्या आदिवासी जनांत अधिक लोकमान्य होती. लेखकाने कालीचे हे बहुजनप्रिय रूप सप्रमाण स्पष्ट केले आहे आणि गोरक्षप्रणीत विचारधारेशीही तो धागा कसा सहजपणे जुळला ते सांगितले आहे. विविध पुराणग्रंथांतून उमा-पार्वतीचे रौद्ररूप म्हणून काली कशी प्रकटत राहिली, हेही कथन केले आहे.

कालीच्या अत्यंत उग्र व क्रूर रूपाचे वर्णन करताना लेखकाला अगदी सहजपणे समर्थ रामदास यांचे वचन *खटासी असावे खट, खटनटासी खटनट* आठवते.

बावन्न शक्तिपीठे आणि दशमहाविद्या

भारतात पसरलेल्या ५२ शक्तिपीठांमागील आख्यायिका वानगीदाखल देऊन लेखकाने माहूरची रेणुका, तुळजापूरची भवानी, कोल्हापूरची महालक्ष्मी आणि नाशिकची सप्तश्रृंगी गडावरील देवी ही साडेतीन शक्तिपीठे महाराष्ट्रात आहेत, याची नोंद केली आहे. गावांच्या वेशींचे संरक्षण, अनेक आजार-आपत्ती-आक्रमणांपासून अभय देणारी म्हणून, बहुजन देवीची पूजाअर्चा करतात.

काली, तारा, त्रिपुरसुंदरी, भुवनेश्वरी, छिन्नमस्तका, भैरवी, धूमावती, बगलामुखी, मातंगी, कमला अशा दहा प्रतिमांमध्ये ही देवी आपल्या महाविद्यांसह सामावली आहे. कालीच्या उग्र रूपाचे, वर्णाचे, मुक्त केसांचे, गळ्यातील मुंडमाळेचे वर्णन करून लेखकाने म्हटले आहे, हिंदू किंवा वैदिक धर्मपरंपरेच्या मुख्य प्रवासात सामावून जाणारी ही देवता नाही. पण तिचे आकर्षण भारतभरातील लोकसंस्कृतीत आहे.

आदिमायास्वरूप काली

पुरुषसत्ताक संस्कृतीने जी बंधने घातली, ती कालीने झुगारली. तिने संस्कृतीने मारलेले शिक्केच नाकारले. याबाबतीत लोकवाङ्मयातील कथाकहाण्यांचे सप्रमाण निवेदन करीत लेखक ती देवता एकाच वेळी क्रूर आणि मातृरूपिणीही आहे, असे सांगतो.

जे जे मंगल म्हटले जाते, ते आपल्याला हवे आहेच; मात्र त्यासोबत जे अमंगल म्हटले जाते तेही स्वीकारा, असे काली सांगते.

संस्कृतीच्या गोंडस नावाखाली आपण करीत असलेली दांभिकता कालीच्या नग्न स्वरूपातून ती आपल्याला दाखविते, असेही लेखकाचे म्हणणे दिसते.

कृष्ण

काला-काली किंवा कृष्ण आणि आदिशक्ती कालीमाता यांतील साम्य शोधताना लेखक दोहोंची जनसमाजात टिकून असलेली लोकप्रियता महत्त्वाची मानतो. अद्भुत चमत्काराबरोबर तिथे मानवी गुणधर्म कसे दिसतात, याचाही तो आवर्जून उल्लेख करतो. देशाच्या कानाकोपऱ्यांत कृष्णाची जनमानसावर पक्की पकड आहे. अरब सागरात गोमती नदीच्या मुखाजवळ गाडली गेलेली कृष्णाची द्वारका शोधली गेल्यामुळे कृष्णाच्या अस्तित्वाचे ऐतिहासिक पुरावे मिळाले. कृष्णकाळ द्वापारयुगात, म्हणजे साधारणपणे इ.स.पू. पंधराशे वर्षांपूर्वीचा असल्याचे पुरातत्त्वशास्त्रज्ञ मानतात.

काली आणि कृष्ण यांच्या काळापेक्षा ते जनलोकांमध्ये सतत टिकून आहेत, हे लेखक अधोरेखित करतो. बालमुकुंद अथवा बाळकृष्ण हे कृष्णाचे पहिले रूप. त्याच्या लोभस, खोडकर लीला आणि पराक्रम हे भागवतपुराणात भरभरून पाहता येतात. त्याचे गोकुळातील गोपालक रूपही विलक्षण आकर्षक आहे.

राम आणि कृष्ण हे, ज्यांचे खूप वर्णन केले गेले असे देव. एक आदर्श राजपुरुष, तर दुसरा रानावनात आणि गोधनात, गावकऱ्यांत मिसळणारा. सर्वसामान्यांना आचरता येईल अशी 'मैत्री' त्याने आपल्या वर्तनातून दाखविली. इतर कुठेही देवाचे कृष्णासारखे लहानपण, बालक्रीडा वर्णिलेल्या आढळत नाहीत. कृष्णलीलांच्या वर्णनाने भारतीय साहित्य समृद्ध तर झालेच, पण भारतीय अध्यात्मही रंगभरित झाले आहे.

गोपाळांचा सखासोबती आणि राधेच्या सर्वोच्च प्रेमाचा प्रियकर या दोन कृष्णरूपांचा लेखक सविस्तर परिचय देऊन म्हणतो : तत्त्वज्ञ, कुशल राजनीतिज्ञ, योद्धा कृष्ण हा लय आणि उत्पत्ती यांचे चक्र पूर्ण करतो; तेही भक्तिमार्गाने!

वेणुगोपाल कृष्णाची बासरी हे आनंदी जीवनाचे प्रतीक. जसे येशू ख्रिस्ताचे प्रतीक त्याचा क्रूस, तशी श्रीकृष्णाची त्रिभंग मुद्रा!

भारतात अनेक श्रीकृष्ण मंदिरे विशेष प्रसिद्धी पावलेली आहेत. ही मंदिरे त्या त्या स्थानांची लोकसंस्कृती स्पष्ट करतात. आंध्रातील तिरुपती बालाजी, कर्नाटक उडुपीतील कृष्ण, ओडिशातील जगन्नाथ, द्वारकेचे श्रीकृष्ण मंदिर, केरळातील गुरुवायूर मंदिर, वृंदावनातील आणि मथुरेतील मंदिरे आणि महाराष्ट्रातील पंढरपूरचे श्रीविठ्ठल मंदिर या साऱ्या मंदिरांचा तपशील वेधक शब्दांत लेखक देतो. पुढे तो भगवान कृष्णाच्या सुदर्शन चक्रधारी वीरयोद्धा रूपावर विशेष प्रकाश टाकतो : चक्रपाणी!

धर्मसंस्थापनेसाठी आपण हा अवतार घेतला आहे, असे कृष्ण स्वतःच सांगतो. भारतीय संस्कृतीचा तो महानायक आहे. एकाच जन्मात इतक्या वेगवेगळ्या स्वरूपांचे, व्यक्तिमत्त्वांचे पैलू पाहून आपण थक्क होतो. हे त्याचे 'पूर्णपुरुष' रूप आहे, हे लेखकाने अल्पाक्षर रमणीय रीतीने स्पष्ट केलेले आहे.

महाभारत युद्धाविषयी लेखक म्हणतो : भारतीय संस्कृतीच्या इतिहासात घडलेल्या इतर कोणत्याही युद्धापेक्षा ते वेगळे होते. अधर्म आणि धर्म, अन्याय आणि न्याय यांतील ते युद्ध होते.

श्रीकृष्णाचे महामानवत्व, राजनीतिनिपुणत्व आणि देवत्व यांविषयी अनेक मते नोंदवून लेखक लिहितो : कृष्णाने वैयक्तिक स्वार्थासाठी काहीच केले नाही. परंपरेने मानलेल्या दोषांचे गुणांत परिवर्तन करणारे कृष्णचरित्रासारखे दुसरे उदाहरण इतिहासात नाही. त्याने आपली न्यायविवेचकाची भूमिका प्रामाणिक कर्मयोगाद्वारे निभावली हे

लेखक सुस्पष्ट करतो. 'पृथ्वीवरच्या संपूर्ण पूजनीय व्यक्तिमत्त्वांमध्ये कृष्ण कदाचित एकटाच धर्मपुरुष असावा, ज्याने धर्माचा संपूर्ण अर्थ जाणला आहे' असे आपले मत नोंदवून लेखक भोगाचा स्वीकार करणाऱ्या योगेश्वर कृष्णाचा कर्मभोग, अनासक्ती भोग आणि स्थितप्रज्ञता विशद करतो.

कृष्णाने नियम-मर्यादा घालून दिल्या नाहीत. 'तू कोण आहेस? त्याचे विस्मरण पडू न देता स्वतःचा शोध आपल्या अंतरंगात घे. जग बाहेर नाही. ते तुझ्या आतच आहे,' हे सांगत कृष्ण सहज जीवन जगला. कुठल्याही कर्माने किंवा कर्मफलाने तो कधी अस्वस्थ झाला नाही. त्याने कुठलीच अभिलाषा ठेवली नाही.

...मानव आणि विश्व यांच्यात सचेतन घटनात्मक संबंध आहे असे आज शास्त्रज्ञांनाही वाटते आहे.

लेखनाचे महत्त्व

शाक्त पंथाविषयींची काही अभ्यासपूर्ण पुस्तके विविध भाषांतून उपलब्ध आहेत. डॉ. स. रा. गाडगीळ यांची मराठी पुस्तके उल्लेखनीय ठरतात. आता साळगावकर यांच्या नव्या शोधपूर्ण ग्रंथाने चांगलीच भर पडली आहे.

अलीकडे जगात विज्ञानापेक्षा तंत्रज्ञानावर भर दिला जात आहे. त्यातून दैनंदिन जीवन सुखकर झाले आहे. पाश्चात्त्यांचा भर उपयुक्ततावादावर दिसतो. पण सारे मिळाले तरी मनःशांती नाही, परस्परांवर विश्वासही नाही. इथे नेमकी विज्ञानापलीकडे जाण्याची ही शक्ती भारतीय धर्मसंकल्पना, देवदेवता आपल्याला देऊ शकतात. पिंडी ते ब्रह्मांडी! सर्वांच्या ठिकाणी जीवनतत्त्व चैतन्यरूपात आहे. आपण सर्वांनीच कर्मकांडे बाजूला ठेवून आपल्यातील गाभा शोधायला हवा. हेच कृष्णकथेतून आणि कालीकथेतून कळते, असे लेखकाला म्हणावयाचे आहे. हे सारे अभ्यासकांना अधिक विचार करायला लावणारे ठरेल, नव्या पिढीलाही सांस्कृतिक अभ्यासाकडे वळण्यासाठी प्रेरक ठरेल, असा मला विश्वास वाटतो.

डॉ. अशोक कामत
संस्थापक, गुरुकुल प्रतिष्ठान

अनुक्रमणिका

भाग दुसरा : काला (श्रीकृष्ण)

भाग तिसरा : काली आणि कृष्ण : साम्यस्थळे

पूर्वपीठिका

भारतभूमीत गेली हजारो वर्षे आसेतुहिमाचल आणि आता जगातही लोकप्रिय आणि वंदनीय असलेल्या काली आणि कृष्ण या दोन देवतांचे चरित्र, त्यांची गुणवैशिष्ट्ये आणि इतर देवतांमध्ये असलेले त्यांचे वेगळेपण याचा शोध घेण्याचा हा प्रयत्न आहे. इतर देवतांपेक्षा वेगळे ठरणे हा कृष्ण आणि काली यांच्यातील एक समान दुवा तर आहेच, याबरोबरीने या दोन देवतांमध्ये इतर अनेक साम्यस्थळे आहेत. त्यांचाही वेध या पुस्तकात घेण्याचा प्रयत्न केला आहे. त्यांच्या नावातच पहिले साम्य आहे - दोघेही काळे-सावळे... केवळ नावच नाही, तर रंगरूपही तसेच! काळे-सावळे, ग्राम्य, नैसर्गिक आणि अस्सल भारतीय!

कृष्ण आणि काली या भारतातील दोन दैवतांनी भारतीयांना जीवनाचे - खरे तर जीवनमृत्यूचे चक्र पूर्ण करणाऱ्या तत्त्वज्ञानाचे संपूर्ण स्वरूपात दर्शन घडवले आहे.

श्रीकृष्णाचे चरित्र अगदी जन्मापासून रोमहर्षक कथा आणि प्रसंगांनी भरलेले आहे. महाभारत काळाला आज काही हजार वर्षे होऊन गेली असली, तरीही कृष्ण आजही देशभरातील किंवा भारतामधील लोकांच्या मनात तेवढाच ताजा आहे. तो जणू आजही; किंबहुना कायम वर्तमानात असलेला पूर्णपुरुष आहे. हा सावळा इतका आकर्षक आहे, की कोणीही त्याच्या जादूपासून विलग, अस्पर्श राहू शकत नाही. अत्यंत सुंदर असलेली त्याची सावळी तनू, त्याची बासरी, त्याचे हसू, त्याचे व्यक्तिमत्त्व एखाद्या मायाजालासारखे सर्वांना आपल्याकडे खेचत जाते. त्याच्या सहवासात संपूर्ण आनंदाचा, रसरसलेल्या जीवनाने भरलेल्या आनंदाचा अनुभव प्रत्येकाला येतो. तिथे काहीही कुरूप शिल्लक राहत नाही. जरा-मरण-दुःख-द्वेष-कलह सगळे काही त्या सावळ्याच्या काळ्या सावलीत विरघळून गेले आहे. तिथे केवळ आनंद आणि प्रेम आहे. हे प्रेमही दिव्यत्वाचा स्पर्श असलेले निर्मळ, निरपेक्ष प्रेम आहे. निसर्ग, देव, आत्मिक शक्ती - जो शब्द आपण वापरू त्या सर्वांचे मूळस्वरूप म्हणजे प्रेम! जीवनाचे सार, जीवनाचा अर्थ म्हणजे प्रेम, आणि त्या निर्मळ प्रेमाच्या अनुभूतीतून मिळणारा आनंद म्हणजे

सच्चिदानंद! कृष्णाला पूर्णपुरुष म्हटले जाते. त्याने त्याच्या जीवनातून आयुष्य पूर्णपणे कसे जगावे, हेच माणसाला दाखवले. आयुष्यातील भल्या-बुऱ्या सगळ्या गोष्टींचा त्याने सामना केला. सामान्य, मर्त्य माणसाचे आयुष्य तो असामान्यपणे जगला आणि म्हणूनच देवत्वाला पोहोचला. त्याने श्रीमद्‌भगवद्‌गीता केवळ सांगितली नाही, तर ती तो प्रत्यक्ष जगलाही. त्याचे आयुष्य म्हणजे जीवनाचे संपूर्ण दर्शन!

जिथे कृष्णाने रसरशीत, संपूर्ण आनंदाने भरलेले जीवन आपल्याला दाखवले, तिथे कालीमाता क्रौर्य, भीती, दु:ख आणि मृत्यू या जीवनाच्याच दुसऱ्या सत्याचे संपूर्ण स्वरूप आपल्याला दाखवते. तर कृष्णदेखील कालाच्या (कालोऽस्मि) रूपात आपल्याला क्रौर्य, मृत्यू यांचे दर्शन घडवतो आणि काली मातृदेवता म्हणून सर्जनाचा साक्षात्कार घडवते. दोघांच्या व्यक्तिमत्त्वातील ही दोन्ही अंगे, त्यांना परिपूर्ण स्वरूप देणारी आहेत.

निर्वस्त्र स्वरूपातील कालीमाता जीवनाच्या या अनावृत स्वरूपाचेच जणू प्रतीक आहे. आयुष्याचा संपूर्ण आनंद, दिव्यत्वाने भारलेल्या आनंदाची अनुभूती ज्याने घेतली, त्याला जीवनमृत्यूच्या या काळ्या वास्तवाचीही कल्पना असायला हवी. जितक्या असोशीने आयुष्यातला आनंद स्वीकारला, तितक्या निर्लेपपणे दु:खाचाही स्वीकार व्हायला हवा. जीवन आहे तिथे मृत्यूही आहे, स्वर्गसुख आहे तिथे वेदनाही आहेत. ही दोन्ही आयुष्याची संपूर्ण सत्ये आहेत. या सत्याचे दर्शन आपल्याला घडवणाऱ्या या दोन प्रतीकात्मक देवता मर्त्य जगाला 'आयुष्यरूपी' नाण्याच्या दोन्ही बाजू अत्यंत उत्कटपणे दाखवतात.

आणखी एक विशेष म्हणजे, त्यांना 'देवता' मानले जात असले, तरीही कृष्ण काय किंवा काली काय; हे रूढार्थाने देवतांचे 'रूप' नाही आणि त्यांची कृत्येही तशी नाहीत. जशी मानवी संस्कृतीची स्वत:ची एक 'नैतिकते'ची चौकट असते आणि सहजीवनासाठीची सभ्यता असते, त्यात समाज-संस्कृतीच्या आयामात बसेल अशी नैतिकता किंवा रूढिसंमत वागणे अपेक्षित असते, तसेच हे यमनियम, वर्तनाची पद्धत देवांनाही लागू आहेत. समाजाची घडी नीट बसलेली राहावी म्हणून त्या त्या काळाशी सुसंगत नियम-रूढी, प्रथा, परंपरा माणसाने तयार केल्या आणि त्यावर शास्त्रसंमतीची व धर्मसंमतीची मोहर उमटवली. मात्र, नियमांना अपवाद असतातच, तसे या नियमांच्या चौकटीबाहेरचे वर्तन मानवाकडून प्रत्येक काळात घडत गेले. त्यातूनच या मर्त्य जीवनात विविधता आली, तर कधी समृद्धीही आली.

जी कथा मानवी जीवनाच्या विकासाची, तीच देवतांचीही. प्रत्येक संस्कृती जसजशी प्रगत होत गेली, तसतशी देवीदेवतांची कल्पनाही विकसित होत गेली, नागर होत गेली.

देवतांचे 'रूप' कल्पिताना, नागर मानवाने त्यांनाही 'आखीव-रेखीव' चौकटीत बंदिस्त करण्याचा प्रयत्न केला. अशा संस्कृतीत जन्माला आलेला, अवतरलेला देव कृष्ण मात्र 'बंडखोर' म्हणावा असा होता. 'श्रीकृष्ण', जो मानवी रूपातच या पृथ्वीवर अवतरला आणि वावरला, त्याने देवांकडून अपेक्षित नसतील अशी अनेक कृत्ये आयुष्यभर केली. एकीकडे प्रभू श्रीरामांनी 'मर्यादा पुरुषोत्तम' म्हणून आपला ठसा आपल्या वर्तणुकीतून भारतीय जनमानसावर उमटवला असला, तर दुसरीकडे श्रीकृष्ण मात्र अनंत, अनादी, अमर्याद व्यक्तिमत्त्वाचे, नव्हे, तत्त्वाचेच एक मूर्तिमंत प्रतीक होता, पुरुषोत्तम होता. तो योगी आहे, मात्र जीवनातल्या सर्व आनंदाने रसरसलेल्या भोगांचा निर्लेप मनाने उपभोग घेणारा आणि देणारा भोगीही आहे. तो विश्वरूप आहे; 'मीच परमेश्वर', 'मीच काळ' असे स्वतःच सांगणारा तो एकमेव देव आहे; मात्र त्याच वेळी अत्यंत सर्वसामान्य मानवी जीवनातल्या व्यथा, सुखदुःख, अपरिहार्यता, जे जे काही मानवी आयुष्यात येऊ शकेल, ते सगळे तो संपूर्णपणे जगला आणि सामान्य मानवासारखे मरणही त्याने पत्करले. म्हणूनच तो 'पूर्णपुरुष' ठरला. कदाचित यामुळेच आज सुमारे पाच हजार वर्षांनंतरही भारतीय उपखंडाच्या कानाकोपऱ्यांत श्रीकृष्ण पूजला जातो, विविध स्वरूपांत त्याची भक्ती केली जाते. आयुष्याच्या प्रत्येक पातळीवर 'तो' आपली साथ करतो आहे, अशी खात्री आजही मर्त्य माणसांना असते. त्याच्यावरील श्रद्धेने, भक्तीने त्यांच्या आयुष्यात अपरिमित आनंद भरून जातो. लोकगीतांमध्ये, परंपरांमध्ये, देवळांमध्ये, कर्मकांडांमध्ये तो आपल्याला जेवढा भेटतो, त्यापेक्षा कितीतरी अधिक तो भक्ति-कर्मयोगातून अध्यात्मसाधनेत आपल्याला भासमान होतो. कुठलेही नियम न पाळताही, युगानुयुगे भारतीयांच्या नसानसांत, श्वासात, इथल्या मातीत आणि आसमंतात संपूर्ण सजीवतेने भरून राहिलेल्या या श्रीकृष्णाची ही किमया नक्की आहे तरी काय? लौकिकार्थाने अनेक 'अधर्मकृत्य' केलेल्या श्रीकृष्णानेच दाखवलेल्या धर्मरक्षणाच्या मार्गावरून आजही समाज चालतो आहे. नेमका कृष्णाचा विचार-आचार-धर्म काय आहे? या अद्भुत 'काल्या'च्या या मानवी रूपाचा शोध घेण्याचा हा प्रयत्न आहे.

काळा कृष्ण आणि काली म्हणजे काळ-अनंत, अगाध, अवकाश, मृत्यू आणि हिंसा! कालीचे खड्ग, त्रिशूळ काय किंवा कृष्णाचे सुदर्शन काय; ही हिंसेचीच आयुधे आहेत. जी गोष्ट या 'काल्याची', तीच 'कालीमातेची'. देशाच्या विविध भागात अनेक रूपात कालीमातेची पूजा केली जाते. वेगवेगळ्या प्रदेशांत आजही अगदी आदिम स्वरूपात तिची कर्मकांडे, प्रथा-परंपरा पाळल्या जातात. काही ठिकाणी या कालीमातेचे रूप काळ्या वर्णात आहे तर काही ठिकाणी ती वर्णाने उजळही आहे. तिची नावे व त्या त्या प्रदेशातील तिच्या लोककथा वेगवेगळ्या आहेत. लोकसमुदायानुसार आराधनेच्या

श्रीकृष्णाचे 'सुदर्शन चक्र', कालीमातेचे 'त्रिशूळ व 'खड्ग'

पद्धतीही वेगळ्या आहेत. तरीही या सगळ्यात दोन समान सूत्रे आहेत. वरवर ती विरोधाभासी वाटतात, मात्र ती या एकाच आदिमायेचे वर्णन करणारी आहेत. ती सगळीकडे 'माता' आहे, म्हणजेच सर्जनाचे प्रतीक आहे आणि त्याच वेळी विध्वंसक शक्तीचे प्रतीकही आहे. वैदिक पुराणांतून या आदिशक्तीचे जे वर्णन आहे, ते क्रौर्याची, कुरूपतेची, बीभत्सपणाची परिसीमा गाठणारे, नव्हे, ओलांडणारे आहे. कल्पनातीत आहे! शक्तिस्वरूप म्हणून ते तिचे पूर्णस्वरूप आहे. जीवनाचे अंतिम टोक दर्शवणारे, जीवनाचीच दुसरी बाजू असलेला 'मृत्यू' संपूर्ण निर्वस्त्र , विराट आणि विकराळ स्वरूपात ही आदिमाया आपल्याला दाखवते. ती महायोगिनी आहे. जीवन जेवढे सत्य, तेवढेच, किंबहुना त्यापेक्षा अधिक सत्य आहे मृत्यू आणि तो असाच ओबडधोबड, अक्राळविक्राळ आणि अनावृत स्वरूपात बघायला हवा, त्याचा स्वीकार करायला हवा, हे वास्तव मानवाला ही आदिमाया शिकवते आहे.

क्रौर्याचे मूर्तिमंत प्रतीक असलेली ही देवता 'आदिमाया' म्हणजे माता आहे. सगळीकडे ती मातेच्या स्वरूपातदेखील पूजिली जाते. ती शिवासोबतची शक्ती आहे. विध्वंसक शिवानंतर अपरिहार्यपणे येणारे सर्जनाचे प्रतीक म्हणजे शक्ती आणि जिथे सर्जन आहे, तिथे मातृशक्ती असणारच. तिचे क्रौर्य आहे दुष्टांच्या विध्वंसासाठी! भक्तांच्या, सज्जनतेच्या सुष्ट शक्तीच्या रक्षणासाठी! तिचे सर्जन आहे भक्तांच्या शक्तीसाठी... ही सगळी विश्वरूपी रचना टिकवून ठेवणारी ती महामाया महादेवी आहे. एकीकडे क्रूर, बीभत्स, मृत्यू संपूर्ण अनावृत स्वरूपात दाखवणारी काली आणि दुसरीकडे माता, सर्जनशक्ती असलेली जन्ममृत्यूचे चक्र पूर्ण करणारी. कृष्णासारखीच तिची ही दोन्ही विरोधाभासी वाटणारी रूपे लोकांनी कित्येक वर्षे केवळ स्वीकारलीच नाहीत, तर पूजिली आहेत. काली आणि काला यांच्यातील हे आणखी एक साम्य त्यांना इतर देवांपासून वेगळे ठरवणारे आहे. दोघांचे समान ध्येय हे '*सद्‌रक्षणाय, खलनिग्रहणाय*', म्हणजे सज्जनांचे रक्षण आणि दुर्जनांचा विनाश हे आहे. विष्णू जेव्हा

महिषासुरासारख्या राक्षस-दुर्जनापुढे हात टेकतात, तेव्हा ते शिवाकडे मदतीसाठी धाव घेतात. शिव स्वत:कडे हे विनाश कार्य न घेता ते दुर्गेकडे-कालीकडे सोपवतात. खरे तर शिव ही संहार-विनाशाची देवता मानली जाते, त्यासाठी ते तांडव करून पृथ्वी हादरवून सोडू शकतात वा तिसरा डोळा उघडून जग जाळू शकतात आणि ते ही, कुठल्याही शस्त्राविना! उग्र नेत्र आणि खेचरी मुद्रा धारण करणारी काली हे दुर्जन नाशाचे काम तिच्या खड्ग, त्रिशूळ अशा शस्त्रांनी सहजरीत्या करते आणि सज्जनांचे रक्षण करते.*

सत्तांध, मदांध कौरवांना आपले सगळे सैन्य देऊन टाकून कृष्ण एका हाती रथाचा लगाम आणि दुसऱ्या हाती सुदर्शन चक्र धारण करून, *'अभ्युथानम् अधर्मस्य, तदात्मानम् सृजाम्यहम्'* म्हणून अर्जुनाच्या-पांडवांच्या-सज्जनांच्या रक्षणासाठी कुरुक्षेत्रावर नि:स्वार्थी बुद्धीने उतरतो. भीष्माचार्यांपासून अश्वत्थाम्यापर्यंत विचाराने भ्रष्ट झालेल्या दुर्जनांचा अंत घडवून आणतो.**

आणखी एक साम्य म्हणजे, 'काली' असो अथवा 'काला', या दोघांनीही धर्मरक्षणार्थ हिंसा वर्ज्य मानली नाही. कालीमाता ही तर हिंसेचेच मूर्तिमंत प्रतीक आहे. पार्वतीचे काली हे रूपच मुळी राक्षसांचा नाश करण्यासाठी अवतरले आहे. तेही, देवांनी ज्या वेळी या असुरांपुढे हात टेकले त्या वेळी देवी पार्वतीकडे संरक्षणासाठी धावा केला. देवी पार्वतीलाही जेव्हा असुराला संपवणे जमले नाही, त्यावेळी तिने कामाख्येचे, म्हणजेच दुर्गादेवीचे रूप घेतले. मात्र रक्तबीज हा असुर संपवणे कामाख्या देवीलाही अशक्य ठरले. त्या वेळी कामाख्येने स्वत:च्या कोषातून कालीला उत्पन्न केले, अशी आख्यायिका आहे.

'देवी-माहात्म्या'मध्ये केलेल्या वर्णनानुसार अत्यंत क्रूर, अक्राळविक्राळ अशा या कालीमातेने रक्तबीजाला आणि इतर असुरांना संपविले आणि देवांवरचे संकट टळले. ज्या देवीचा जन्मच क्रौर्य आणि शौर्य गाजवण्यासाठी झाला, ती हिंसेचे आणि मृत्यूचे रूप असणे साहाजिकच आहे.

श्रीकृष्णानेही महाभारतात, धर्मसंस्थापनेसाठी जिथे जिथे आवश्यक आहे तिथे 'हिंसा' हाच धर्म आणि पुरुषार्थ सांगितला आहे. महाभारताचे युद्ध कृष्णाला कदाचित टाळताही आले असते. त्याने ते का टाळले नाही, असा प्रश्न महाभारतातदेखील त्याला विचारला गेला आहे आणि नंतरही अनेक विचारवंत-अभ्यासकांनी यावर भाष्य केले आहे. मात्र, त्या वेळी परिस्थिती अशी होती, की हे युद्ध झाले नसते तर त्यामुळे होणारी हानी अधिक आणि एकूणच समाजस्वास्थ्यावर दूरगामी परिणाम करणारी होती. त्यामुळे धर्मरक्षणार्थ हे युद्ध होणे आवश्यक होते. ते धर्मयुद्धच होते. श्रीमद्‌भगवद्‌गीतेतही

संदर्भ : * देवीमाहात्म्य | ** श्रीमद्‌भगवद्‌गीता

भगवंताने अर्जुनाला जो क्षात्रधर्म सांगितला, त्यातही धर्मरक्षणार्थ हिंसेचे समर्थन केले आहे. व्यक्तिगत लाभहानीचा विचार न करता संपूर्ण समाजाच्या कल्याणासाठी नवी घडी बसवणे आवश्यक असेल त्या वेळी, जुन्या व्यवस्थेचा विध्वंस श्रीकृष्णाने मान्य केला आहे. जर्मन अर्थशास्त्रज्ञ, जोसेफ शुंपीटर याच्या नवतेच्या अर्थशास्त्रात याला 'क्रिएटिव्ह डिस्ट्रक्शन' म्हणजे 'सर्जनशील विध्वंस' असे म्हटले आहे. म्हणजेच या विध्वंसाविना नवनिर्मिती होणे कठीण असते. काली अणि काला यांच्या तत्त्वज्ञानात हिंसेला पर्याय नाही, हे ठळकपणे दिसते. मात्र ही हिंसा '*सद्रक्षणाय*' असली पाहिजे. दुष्टांचा, खलांचा निःपात करणारी असली पाहिजे. कृष्णाने महाभारतात हिंसा केली-करवून घेतली, पण ती सज्जनांच्या भल्यासाठी. कालीने राक्षसांचा निःपात केला तोही शिवाच्या आज्ञेने, विष्णूच्या विनंतीवरून. कालीचा त्रिशूळ, खड्ग काढले तर काली उरत नाही, तसेच कृष्णाचे सुदर्शन नसेल तर त्याच्या कर्तृत्वाला बाधा येते. शस्त्र गरजेचे आहे, सद्रक्षणाय!

यापलीकडेही या दोन देवतांमध्ये अनेक साम्यस्थळे आहेत. त्यांतील एक म्हणजे या दोन्ही देवता अत्यंत 'मानवी' आहेत. देव आणि मानव या दोन्हींमधल्या हे दोघेही अभिजन व्यवस्थेच्या परिघाबाहेरचे आहेत. श्रीकृष्ण गुराखी म्हणून वृंदावनात वाढला. वृंदावनातल्या साध्याभोळ्या, सामान्य लोकांना त्याने अत्युच्च प्रेमाची अनुभूती दिली, त्यांच्यातच ती समरस झाला. काली तर स्मशानातली देवता म्हणूनच ओळखली जाते. गावकुसाबाहेर राहणाऱ्या आदिम टोळ्या, वनवासींची ती देवता, शक्तीचे स्वरूप. तिचे रूप, वर्ण, स्वभाव काहीही 'मुख्य प्रवाहातल्या' अभिजन देवतांमध्ये न सामावणारे. पण भारताच्या आदिम, गावकुसाबाहेरच्या आणि ग्राम्य संस्कृतीत या दोन्ही देवता सहज सामावणाऱ्या होत्या. कदाचित हेही एक कारण असेल, की भारताच्या या समस्त बहुजन वर्गांच्या प्रथा-परंपरांमध्ये आणि लोकसंस्कृतीत या दोन्ही देवतांना अढळ स्थान मिळाले आहे. या 'स्वर्गीय' नाही, तर भारताच्या मातीतल्या देवता ठरल्या आहेत. मातीत जन्मलेल्या, रुजलेल्या आणि आजही त्याच मातीत मूळ धरून असलेल्या या देवता आहेत. अजरामर ठरलेल्या या दोन्ही देवता, भारतीय संस्कृतीशी आणि भूमीशी असलेले त्यांचे नाते, त्यांच्याभोवतीच्या परंपरा आणि कालातीत अस्तित्व यांमागच्या पौराणिक, ऐतिहासिक, वैचारिक, भावनिक आणि मनोवैज्ञानिक श्रद्धाकारणांचा परामर्श घेण्याचा हा प्रयत्न आहे.

– जयराज साळगावकर

अपवादात्मक परिस्थितीत हिंसेला पर्याय नसतो!

त्रिशूळ व खड्गाशिवाय काली आणि

सुदर्शनचक्राविना कृष्ण ही कल्पनासुद्धा वल्गना ठरेल!

भाग १

काली

१

आदिरूपिणी महायोगिनी (त्रिपुरसुंदरी)

काली ही शक्तीचे मूर्तिमंत रूप आहे. ती वीरयोद्धा आहे, पराक्रमी आहे आणि युद्धभूमीवर अजिबात विचलित न होता स्थिरचित्ताने शत्रूचा विनाश करणारी ती योगिनी आहे.

ॐ ध्यायेत्कालीं महामायां त्रिनेत्रां बहुरूपिणीम्।
चतुर्भुजां ललजिह्वां पूर्णचन्द्रनिभाननाम्॥ १ ॥

काली ही महामाया, त्रिनेत्री, अनेक रूपे धारण करणारी, जगत्व्याप्त, चार भुजा असलेली, लवलवणारी जिव्हा असलेली, पूर्ण चंद्रासारखे मुख असलेली महाकाली आहे. तिचे ध्यान करा.

नीलोत्पलदलप्रख्यां शत्रुसङ्घविदारिणीम्।
नरमुण्डं तथा खड्गं कमलं वरदं तथा॥ २ ॥

निळ्या कमळाप्रमाणे निळ्या रंगाची, शत्रूचा विनाश करणारी, नरमुण्ड, खड्ग, कमल आणि वरदमुद्रा धारण करणारी आहे.

बिभ्राणां रक्तवदनां दंष्ट्रालीं घोररूपिणीम्।
अट्टाट्टहासनिरतां सर्वदा च दिगम्बराम्॥ ३ ॥

रक्ताची धार आपल्या मुखात घेणारी, उंच आणि कराल दाढा असलेली, अतिभयंकर रूप असलेली, विकट हास्य असलेली ती संपूर्ण निर्वस्त्र आहे.

प्रत्यक्ष महाकाल म्हणजे शिवशंकरांनी 'कालिका हृदयम्' या स्तोत्रात कालीचे केलेले हे वर्णन आहे. कालीचे संपूर्ण बाह्य स्वरूप, अंतरंग आणि त्यापलीकडे तिच्याभोवतीचे गूढ समजून घेण्यासाठी महाकालाच्या हृदयातली ही कालिका देवी आपल्याला मदत करते.

काली ही शक्तीचे मूर्तिमंत रूप आहे. ती वीरयोद्धा आहे, पराक्रमी आहे आणि युद्धभूमीवर अजिबात विचलित न होता स्थिरचित्ताने शत्रूचा विनाश करणारी ती योगिनी आहे. कालीचे, म्हणजेच आदिमायेचे रूप समजून घ्यायचे असेल, तर आधी आपल्याला भारतभूमीत स्त्रीशक्ती-प्रकृतीच्या उपासनेची सुरुवात कुठून झाली, याकडे बघावे लागेल.

२

आदिम प्रकृती-रूप

मातृसत्ता हा प्राचीन भारतातील गणजीवी समाजरचनेचा एक महत्त्वाचा विशेष आहे. आजही गणजीवी समाजाचे जे अनेक अवशेष लोकजीवनात आढळून येतात, त्यांमध्ये स्त्रीप्रधान व्रतांचे आचरण आणि देवी, जगदंबा, रेणुका या स्त्री-देवतांचे माहात्म्य यांचा संबंध प्राचीन काळात अस्तित्वात असलेल्या मातृसत्ताकाशीच असला पाहिजे हे उघड आहे. ज्या समाजरचनेत स्त्रीला महत्त्वाचे स्थान आहे, त्याच समाजात स्त्री देवतांना महत्त्व प्राप्त होते.

मानवाने संस्कृती निर्माण केली, त्याच काळात पंचमहाभूतांसह तो स्त्रीतत्त्वाची किंवा स्त्रीच्या सर्जनाची उपासनाही करू लागला. ही काहीतरी अद्भुत गोष्ट आहे, अशा श्रद्धेतून मानव सर्जन शक्तीपुढे नतमस्तक झाला.

मानव जसजसा विकसित होत गेला, तसतसा तो टोळी करून राहू लागला. शिकार, कंदमुळे, फळे यांवर जगू लागला. तेव्हापासून निसर्गातील त्याचे सान्निध्य वाढत गेले, तसाच तो निसर्गातील अपार शक्तींशी सामनाही करत होता. निसर्गातील जी जी तत्त्वे त्याच्या आकलनाबाहेर होती, त्या सगळ्याला त्याने पारलौकिक शक्तींशी जोडले. त्यांच्या विराट, विध्वंसक रूपाला घाबरून त्याने, त्यांची पूजा, आराधना केली, जेणेकरून या पराभौतिक शक्ती त्याच्यावर कृपा करतील. या नैसर्गिक शक्तींसोबत आणखी एक कोडे त्याला पडले होते. ते म्हणजे 'स्त्री' आणि तिची सर्जनशीलता, तिला असणारा मासिक सर्जनधर्म आणि गर्भधारणा. या सगळ्या सर्जनाच्या शक्ती त्याच्या आकलनापलीकडच्या होत्या. यामुळे आदिम काळात प्रकृती म्हणून स्त्रीची उपासना होऊ लागली. तेव्हापासून पारलौकिक शक्ती असलेली, मातृत्वधारिणी स्त्री धर्माच्या केंद्रस्थानी राहिली. प्रागैतिहासिक काळातील, अश्मयुगातील ज्या मूर्ती उत्खननात आढळल्या, त्यात स्त्रीच्या मूर्तीतील लैंगिक अवयवांना सर्जनाचे, समृद्धीचे, सुगीचे प्रतीक म्हणून अधिक शृंगारित केलेले आढळले आहे.

अश्मयुगीन कालखंडात सुरुवातीला, जेव्हा मानव शिकारी जीवनाकडून थोड्या स्थिर जीवनाकडे वळला आणि अगदी प्राथमिक स्तरावर शेती करू लागला, त्या वेळी शेतीची जबाबदारीदेखील स्त्रियांचीच होती. स्त्री ही सर्जनशक्ती आहे. तिचे रजःस्वला होणे, तिची गर्भधारणा या तिच्याकडे असलेल्या विशेष सर्जनशील शक्ती आहेत, हे नैसर्गिक आहे. त्यातूनच स्त्रीच्या सर्जनशक्तीला महत्त्व आणि दैवी स्थानही मिळाले. तिच्यातील मातृत्वाची पूजा होऊ लागली. स्त्री ही मानवी सृष्टीच्या केंद्रस्थानी होती, तर पुरुषाचे अस्तित्व त्या वेळी केवळ स्त्रीचा रक्षक, प्रियकर, प्रजननात तिला साथ देणारा सहचर, इतकेच दुय्यम स्वरूपाचे आणि मर्यादित होते. जशी पृथ्वी माता प्रसवा होऊन, बीजधारणा करून आपल्याला अन्न देते, तशीच स्त्रीही गर्भधारणा करू शकते, वंशाचे नवनिर्माण करते, प्रजनन करते या समजातून स्त्रीला माता, देवी म्हणून पूजले गेले. नरेंद्र नाथ भट्टाचार्य यांच्या 'History of Sakta Religion' या पुस्तकात त्यांनी म्हटले आहे : "So intimate appeared to be the relation between the process of birth and generation and those of fertility in general that the two aspects of the same 'mystery' found very similar modes of rituals expression under prehistoric conditions."

(**स्वैर अनुवाद :** स्त्रीची गर्भधारणा आणि प्रसवशक्ती, तसेच पृथ्वीची सर्जनशीलता यांतील संबंध इतका दृढ आणि जिव्हाळ्याचा वाटत असे, ज्यातून, 'पृथ्वीमाता आणि स्त्रीची गर्भधारणा' हे दोन्ही 'गूढ सर्जन' साजरे करण्यासाठी प्रागैतिहासिक काळात एकाच प्रकारचे पूजाविधी, कर्मकांडे केली जात.)

'लोकायत' या पुस्तकातही स. रा. गाडगीळ यांनी कृषिनिगडित कर्मकांडे आणि त्यांचा स्त्री तत्त्व-सर्जनाशी असलेला संबंध विस्ताराने मांडला आहे.

नरेंद्रनाथ भट्टाचार्य लिखित 'हिस्ट्री ऑफ शाक्त रिलिजन' या पुस्तकाचे मुखपृष्ठ

सुमारे ८००० वर्षांपूर्वी (पुणे डेक्कन कॉलेज, खरगपूर येथील इंडियन इन्स्टिट्यूट ऑफ टेक्नॉलॉजी व इतर संस्थांनी २०१६ साली केलेल्या एका नव्या संशोधनातून प्राचीन सिंधू संस्कृती ही ५५०० वर्षांपूर्वीची नसून ८००० वर्षांपूर्वीची असल्याचे निष्कर्ष काढले गेले आहेत. 'नेचर' या विज्ञानसंशोधनविषयक नियतकालिकाच्या एप्रिल २०१६च्या अंकात हे संशोधन प्रसिद्ध झाले आहे.) भारताच्या वायव्य किनाऱ्यावर (आधी हडप्पा व मोहेंजोदडो आणि नंतर भारत-पाकिस्तानमधल्या अनेक शहरांत) सिंधू संस्कृतीचे जे अवशेष सापडले, त्यांतील विविध मुद्रा, मूर्ती, अग्निकुंड, मृतांना पुरण्याची पद्धत यांवरून त्यांच्या धार्मिक परंपरांची माहिती मिळते. या लोकांची उपजीविका प्रामुख्याने शेतीवर असल्याने लोक भूमातेस 'मातृदेवता' मानत असल्याचे दिसून आले आहे. त्यांच्या धार्मिक जीवनात निसर्गशक्तीस महत्त्वाचे स्थान होते. सूर्य, जल, अग्नी, वृक्ष यांची ते पूजा करत. कालिबंगन येथे सापडलेल्या अग्निकुंडावरून ते अग्निपूजा करीत असल्याचे दिसते. लोक मूर्तिपूजक होते, मात्र हडप्पा संस्कृतीत मंदिरे आढळली नाहीत.

राजस्थानमधील कालिबंगन येथील उत्खननात सापडलेले अग्निकुंड

विशेष म्हणजे, याही संस्कृतीत मातृसत्ताक पद्धती होती. इतकेच नाही, तर स्त्रीची आणि तिच्या सर्जनशक्तीची उपासनाही केली जात असे. सिंधू संस्कृतीत सापडलेल्या एका स्त्रीमूर्तीत, स्त्रीच्या योनीप्रदेशातून झाड उगवल्याचे दाखवले आहे. ही मूर्ती योनीचे सर्जनात्मक रूप सिद्ध करणारी तर आहेच, शिवाय 'योनीतून उगवणारे झाड' पृथ्वी आणि स्त्रीची सर्जनशक्ती यांतील एकात्म संबंध दर्शवणारे आहे.

एका अभ्यासकाने म्हटल्याप्रमाणे, "Female deities have often enjoyed the highest place among the Gods. This depends upon the nature of the social organisation and the respect in which women are held."

स्वैर अनुवाद : "मातृसत्ता हा प्राचीन भारतातील गणजीवी समाजरचनेचा एक महत्त्वाचा विशेष आहे. आजही गणजीवी समाजाचे जे अनेक अवशेष लोकजीवनात

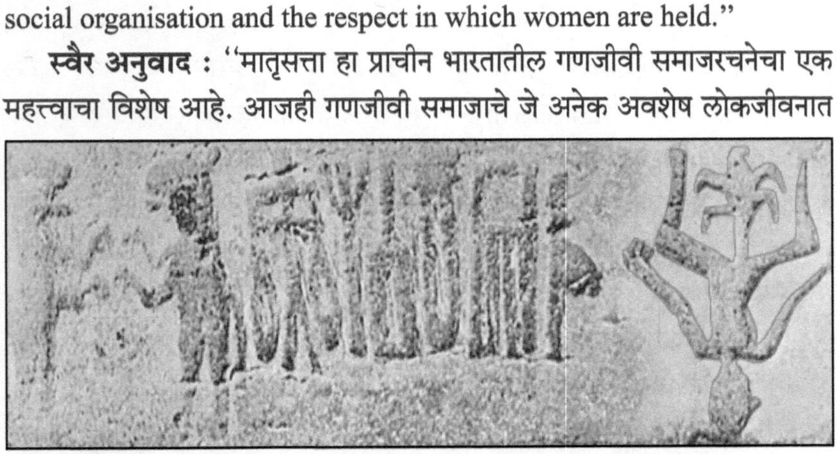

सिंधू संस्कृतीत सापडलेल्या एका स्त्री मूर्तीत, स्त्रीच्या योनीप्रदेशातून झाड उगवल्याचे शिल्प

आढळून येतात, त्यांमध्ये स्त्रीप्रधान व्रतांचे आचरण आणि देवी, जगदंबा, रेणुका या स्त्री-देवतांचे माहात्म्य यांचा संबंध प्राचीन काळात अस्तित्वात असलेल्या मातृसत्ताकाशीच असला पाहिजे हे उघड आहे. ज्या समाजरचनेत स्त्रीला महत्त्वाचे स्थान आहे, त्याच समाजात स्त्री देवतांना महत्त्व प्राप्त होते. भारतातील आजच्या पुरुषप्रधान संस्कृतीतही स्त्री देवतांचे माहात्म्य अत्यंत चिवटपणे टिकून राहिले आहे. त्याअर्थी एके काळी येथे स्त्रीप्रधान मातृसत्ताक गणपती-गौरी आणि प्राचीन भारतातील गणजीवी समाजव्यवस्था अस्तित्वात असली पाहिजे, असे म्हणावयास हरकत नाही. आता हा केवळ अनुभवाचा प्रश्न राहिलेला नाही. सिंधू संस्कृतीच्या उत्खननाने हे अनुमान आता सर्वमान्य झाले आहे.''

भारतातील देवी संप्रदायात स्त्रीचे अतिशय माहात्म्य आहे. महाराष्ट्रातील देवीच्या उपासना पद्धतीचे अवलोकन केल्यास हे स्त्रीमाहात्म्य सहज ध्यानात येऊ शकेल. कर्नाटक, आंध्र, तामिळनाडू या भागातील देवी माहात्म्य आजही तेथील लोकांच्या पूजाविधीमध्ये दिसून येते. शेतीचे सुफलीकरण, पाऊस पाडणे, रोगांचे निवारण करणे इत्यादी कामे या देवतांकडे असतात. या देवतांच्या स्त्री उपासक (पुजारिणी/योगिनी) आपल्या मंत्रसामर्थ्याने या गोष्टी घडवून आणतात, अशी भाविकांची श्रद्धा असते.

३

लोकायत आणि सांख्यांचे देहात्म तत्त्वज्ञान

केवळ भारतीय उपखंडातच नाही, तर अनेक संस्कृतींत, विशेषत: कृषिप्रधान संस्कृतीत स्त्री आणि भूमाता यांचे पूजन करण्याची प्रथा आपल्याला दिसते. स्त्रीच्या आणि भूमीच्या सुफलनातला एकात्म संबंध इतका दृढ होता, की जसा स्त्रीच्या रज:स्वला होण्याचा उत्सव होत असे. अगदी तसाच उत्सव भूमीलाही 'स्त्री' रूप मानून तिच्या रजोदर्शनाचाही होत असे.

साम्यवादी, मार्क्सवादी विचारवंतांनी वैदिक आणि तांत्रिक उपासना पद्धतीचे वेगळे अन्वयार्थ लावले आहेत. जसे आपण प्रस्तुत ग्रंथात पूर्वी पाहिले, की सिंधू संस्कृतीच्या काळात म्हणजेच वैदिकपूर्व काळात भारतात स्त्री-शक्तीची उपासना केली जात होती. कारण स्त्री आणि भूमी दोन्हीही सर्जन करणाऱ्या होत्या. मात्र, वैदिक काळात, पशुपालक आर्यांच्या काळात पुरुषप्रधान संस्कृतीला महत्त्व आले. त्यात स्त्रीपूजक आस्था मागे पडल्या. याच काळात, आधी इहलोकवादी, जडत्वादी असलेली संस्कृती मागे पडून, आत्मतत्त्व, चैतन्य वेगळे आणि शरीर वेगळे, मोक्ष, आत्म्याची मुक्ती आणि त्याचा इहलोकातील पापपुण्याशी असलेला संबंध अशा सगळ्या संकल्पना मूळ धरू लागल्या. पुढे याच सगळ्या संकल्पना मुख्य प्रवाहात रुजल्या. वैदिक काळापासून ते आजतागायत आत्मतत्त्ववादी आणि इहलोकवादी असे दोन मतप्रवाह आहेत आणि त्यात प्रस्थापितांनी आत्मतत्त्व विचार उचलून धरत, जडवादी विचाराला दुय्यम, हीन लेखले आहे. त्याचा अपप्रचार केला गेला, असा दावा मार्क्सवादी अभ्यासकांनी केला आहे.

मार्क्सवादी अभ्यासक, प्राध्यापक स. रा. गाडगीळ यांनी, त्यांच्या *'भारतात आद्य मानवी समाजातील यातुश्रद्धा आणि याच श्रद्धांची ऱ्हासकालीन भारतात तंत्रसाधनेत झालेली परिणती'* या प्रबंधातही मांडणी केली आहे. या प्रबंधासाठी त्यांनी बंगालमधील साम्यवादी अभ्यासक विचारवंत देवीप्रसाद चट्टोपाध्याय यांच्या 'लोकायत' या ग्रंथाचा अभ्यास केला. या ग्रंथाने त्यांना अगदी भारून टाकले आणि त्यांनी नंतर या ग्रंथावर आधारित, 'लोकायत' नावाचाच वेगळा ग्रंथ मराठीत लिहिला. भारतीय तत्त्वज्ञानाचा ऐतिहासिक भौतिकवादी दृष्टिकोनातून उलगडा करण्याचा प्रयत्न देवीप्रसाद यांनी केला आहे. मात्र तसे करताना त्यांनी प्राचीन जडवाद आणि आजचा जडवाद समान असल्याची मांडणी केली नाही. अर्वाचीन भौतिकवादी तत्त्वज्ञान विज्ञानाच्या विकासानंतर आले. पण इथे त्यांना अपेक्षित असलेला भौतिकवाद हा पूर्वीच्या समाजातील व्यापक विचारधारा म्हणून आहे. देववाद आणि जडवाद यांची विभाजक रेषा म्हणून देवीप्रसादांनी आद्य मानवी समाजातील यातुप्रधान श्रद्धेचा विचार केला आहे.

'यातु' म्हणजे अमुक प्रकारचे फळ मिळावे यासाठी केलेली सामुदायिक प्रार्थना. आदिमानवाने याच सामुदायिक प्रार्थनांचा वापर केलेला दिसतो, तेव्हा एका अर्थाने यातुप्रधान श्रद्धा हीच आद्य धर्मकल्पनाही असावी. देववादीदेखील इहलोकाचाच विचार करतात. मात्र या इहलोकाचे कल्याण करणारी कुणीतरी सर्वनियंत्रक शक्ती-परमेश्वर आहे आणि आपल्या इहलौकिक गरजा पूर्ण करून घेण्यासाठी या परमेश्वराची

आराधना करावी लागते, हा त्यातला मूळ विचार. त्यातच पुढे मोक्ष आणि मुक्ती, आत्मा-चैतन्यतत्त्व आले. जडवादी म्हणजेच, देहात्मवाद्यांचा विचार म्हणजे चेतना आणि जाणीव हे जडाचेच विकास आहेत असा आहे. हे प्राचीन भौतिकवादी सगळी निर्मिती स्त्रीमुळे होते असे मानतात, म्हणून ते धरित्रीला स्त्री मानतात, स्त्री तत्त्वाला प्राधान्य देतात. याच जाणिवा भ्रष्ट स्वरूपात तांत्रिकांमध्ये आणि पुढे अत्यंत सूक्ष्म स्वरूपात सांख्यांमध्ये उतरलेल्या दिसतात.

मात्र यातुप्रधान श्रद्धा यापेक्षा वेगळी आहे. कोणाच्या दयेवर किंवा कोणाला प्रसन्न करण्यासाठी नव्हे, तर अमुक एक विधी केला तर अमुक प्रकारचे फळ प्राप्त होते अशी यातुप्रधान श्रद्धा आहे. जसे की प्राचीन काळी पाऊस पडण्यासाठी यज्ञ किंवा निसर्गाच्या इतर आक्रमणांचा धोका टाळण्यासाठी केले जाणारे विधी. हे शुक्लयातु विधी असत. म्हणजे सामूहिक पद्धतीने, मानवकल्याणासाठी केले जाणारे विधी. कदाचित गोकुळात श्रीकृष्णाने इंद्राची पूजा न करता, गोवर्धन पर्वतालाच महत्त्व देण्याचा जो सल्ला गोपालकांना दिला, ते अशाच यातुप्रधान श्रद्धेचे रूप असले पाहिजे. यातूनच, भौतिकवादी कल्पना निर्माण झाल्या. चार्वाक दर्शन म्हणजे केवळ सुखवाद्यांचे, भोगवाद्यांचे दर्शन नव्हे. सुखवादी किंवा भोगवादी होणे केवळ वरिष्ठ वर्गालाच परवडण्याजोगे असते. ज्यांच्या प्राथमिक गरजाही अद्याप सुरक्षित झाल्या नाहीत, त्यांची आद्य गरज भोगवादी

मुसळधार पावसापासून गावकऱ्यांचा बचाव करण्याकरिता गोवर्धन पर्वत आपल्या करंगळीवर उचलून धरणाऱ्या श्रीकृष्णाचे रूप

होण्याची आणि स्वैराचाराची नसते. अशा सर्वसामान्य गरजांचा विचार प्राचीन भौतिकवादात केलेला आहे. याच यातुविद्येत, पुढे शुक्लयातु विद्येचा शिरकाव झाला, ज्यात इतरांचे अहित होण्यासाठी केलेले अघोरी प्रकार, काळी जादू आणि इतर तंत्रविद्येचा समावेश आहे. त्यामुळेच यातुशक्ति ही असुरी किंवा मायावी शक्ती म्हणून ओळखली जाऊ लागली. तांत्रिकाच्या उपासनेची ही पद्धत असल्याने, साहजिकच तंत्रविद्या अभिजन वर्गात किंवा मुख्य धर्मप्रवाहात लोकप्रिय होऊ शकली नाही.

स. रा. गाडगीळ लिखित 'लोकायत' या पुस्तकाचे मुखपृष्ठ

प्राचीन भारतीय तत्त्वचिंतनातही इतर मानवसमूहाप्रमाणे इहलोकवादी आचारविचार अस्तित्वात होते. प्राकृत जनांमधील भोगवादी विचारदेखील वैदिक धर्मात एके काळी मध्यवर्ती स्वरूपाचे होते. प्राचीन वैदिक वाङ्मयात अनेक ठिकाणी इहलोकवादी विचारांचे अस्तित्व जाणवते, असा दावा स. रा. गाडगीळ यांनी आपल्या 'लोकायत' या पुस्तकात केला आहे.

वैदिक आर्य संस्कृतीच्या विचार-कक्षेबाहेरचे जे लोकायतिक अथवा प्राकृत जन होते, त्यांचे संपूर्ण जीवनच इहलोकवादावर अधिष्ठित होते. वैदिक आर्यांची ती 'दैवी संपत्ती' आणि ग्राम्य प्राकृत जनांची ती 'आसुरी संपत्ती' या नावांनी या भिन्न परंपरा ओळखल्या जातात. गेल्या तीनचार हजार वर्षांतील भारताच्या भौतिक जीवनाचा आणि त्या सर्व काळातील भारतीय जीवन कोणत्या सामाजिक-आर्थिक अवस्थांमधून जात होते, याचा तपशीलवार विचार देवीप्रसादांनी आपल्या मूळ ग्रंथात मांडला आहे.

प्राचीन भारतातील इहलोकवाद 'लोकायत' नावानेच प्रामुख्याने ओळखला जातो. बृहस्पति हा या मतांचा आद्य प्रवर्तक म्हणून या मताला 'बार्हस्पत्यमत' असेही म्हटले जाते. चार्वाकाने आत्मा, पुनर्जन्म, परलोक इत्यादी कल्पना असिद्ध ठरवून इहलोकवादाचे तार्किक समर्थन केल्याने या विचाराला 'चार्वाक दर्शन' असेही नाव प्राप्त

झाले. पण चार्वाकांनी त्याची तार्किक मांडणी करण्यापूर्वी कितीतरी आधीपासून हे मत अस्तित्वात होते. मात्र दुर्दैवाने लोकायत परंपरेविषयी या आचार्यांनी लिहिलेला एकही ग्रंथ आज उपलब्ध नाही. त्यामुळे त्याची मीमांसा, टीका करणाऱ्यांनी लिहिलेल्या ग्रंथामधील उल्लेखांवरूनच या परंपरेचा अभ्यास करावा लागतो. 'बृहस्पतिसूत्र' या ग्रंथात, लोकायत परंपरेविषयी थोडी माहिती मिळते. मध्वाचार्य, गुणरत्न, आनंदगिरी यांच्यासारख्या लोकायत परंपरेच्या विरोधकांनी घेतलेले आक्षेप किंवा मणिभद्राने केलेले समर्थन यांतूनच आपल्याला या परंपरेचे स्वरूप कळू शकते. काही बौद्धसूत्रांमध्ये लोकायतबद्दल गौरवाचे उद्‌गार आढळतात. महाभारतातही पांडवांच्या वनवास काळात, धर्मराज आणि द्रौपदी यांच्यात झालेल्या संवादात, बार्हस्पत्यमताचा उल्लेख आला आहे. धर्मराजाने द्रौपदीला बार्हस्पत्यमताने प्रभावित झाल्याबद्दल दोष दिल्याचा उल्लेख आहे.

महाभारतातील आणखी एका प्रसंगाचा उल्लेख स. रा. गाडगीळ यांनी आपल्या 'लोकायत' या पुस्तकात केला आहे. ते म्हणतात, 'महाभारतातील आणखी एक प्रसंग 'लोकायत' नीतिशास्त्रावर उत्कृष्ट प्रकाश टाकणारा आहे. महाभारतातील युद्धाच्या शेवटी ब्राह्मण विजयी धर्मराजाचे अभिष्टचिंतन करतात असा एक प्रसंग वर्णिला आहे. ब्राह्मणांच्या समूहामध्ये चार्वाक नावाचा ब्राह्मण होता. तो पुढे येऊन धर्मराजाला म्हणाला, ''राजा, ज्याअर्थी तू आपल्या बांधवांची हत्या केली आहेस, त्याअर्थी हे ब्राह्मण तुला शाप देण्यासाठी आले आहेत. आपल्या बांधवांची आणि वडिलांची हत्या करून तू काय मिळवलेस?'' हा विलक्षण प्रसंग पाहून धर्मराज दुःखी झाला. जिवंत राहण्याची त्याची इच्छाच नाहीशी झाली. पुढे इतर ब्राह्मणांनी चार्वाकाला दैत्य ठरवून त्याला जिवंत जाळले. ही समजूत जरी खरी मानली, तरी हे सर्व प्रकरणच उद्बोधक आहे. राज्यसुखासाठी बांधवांची हत्या करणे हे पातक आहे असे सांगणारा चार्वाक 'ऋणं कृत्वा घृतं पिबेत्' या मताचा पुरस्कर्ता होता यावर कसा विश्वास ठेवता येईल? असा दावा साम्यवादी अभ्यासक गाडगीळ यांनी या पुस्तकात केला आहे. 'युद्धामध्ये मरण आले तर स्वर्गसुखाचा लाभ होईल आणि विजय झाला तर पृथ्वीवरील ऐहिक सुखोपभोगांचा तू धनी होशील, असा अगदी उघडानागडा सुखवादाचा-भोगवादाचा उपदेश अर्जुनाला करणारा कृष्ण मात्र अध्यात्मशास्त्राचा प्रणेता; आणि ऐहिक सुखोपभोगांसाठी बांधवहत्या करणे हे पातक होय असे म्हणणारा चार्वाक मात्र असुर, भोगवादी, इहलोकवादी असे कसे म्हणता येईल? वास्तविक चार्वाक धर्मराजाला तत्कालीन गणसमाजाचे नीतिशास्त्र सांगत होता,' असे गाडगीळ म्हणतात.

चार्वाकाच्या *'यावज्जीवेत सुखं जीवेत् ऋणं कृत्वा घृतं पिबेत्, भस्मीभूतस्य देहस्य पुनरागमनं कुतः'* या पूर्ण वचनामधील फक्त *'ऋणं कृत्वा घृतं पिबेत्'* एवढेच वचन पुन्हा पुन्हा उगाळून चार्वाकाला बदनाम करण्याचा प्रयत्न प्रस्थापितांनी आपल्या विचारांच्या प्रचारासाठी केला असावा. बृहस्पतीने पुरस्कार केलेल्या बार्हस्पत्यवादाला अनुसरणाऱ्या तत्त्वज्ञांना चार्वाक म्हटले गेले आणि काळानुरूप असे अनेक चार्वाक वेळोवेळी होऊन गेले, असेही काही अभ्यासकांचे मत आहे. कदाचित पाठीमागून तुच्छतेने उल्लेख करण्याची ही शक्यताही असू शकते. चार्वाकवाद हा विद्रोहवाद, बंडखोरीचा उद्गार म्हणूनही त्याची अवहेलना होते.

वैदिक आर्यांच्या वाङ्मयात लोकयातिकांचा-चार्वाकांचा उल्लेख नेहमी 'असुर' या नावाने झाला आहे. 'मैत्रायणी' उपनिषदामध्ये असुरांच्या आत्मचिंतनाचा फक्त उल्लेख आला आहे, तर, 'छांदोग्य' उपनिषदांत या आत्मचिंतनाचे स्वरूप स्पष्ट करण्यात आले आहे. 'देह हाच आत्मा, देहाशिवाय आत्म्याला वेगळे अस्तित्व नाही.' हे देहात्मवादी देहावेगळे आत्म्याचे स्वतंत्र अस्तित्व मानत नाहीत. पृथ्वी, आप, तेज आदी महाभूतांच्या संयोगाने चैतन्य निर्माण होते. चैतन्याला महाभूतांपलीकडे स्वतंत्र अस्तित्व नाही. उष्णता आणि प्रकाश हे अग्नीचे गुण होत, कारण अग्नीशिवाय त्यांना स्वतंत्र अस्तित्व नाही. त्याचप्रमाणे देहाशिवाय चैतन्याचे स्वतंत्र अस्तित्व कोठेही जाणवत नाही, म्हणून चैतन्य हा संयोगीकरण झालेल्या महाभूतांचा गुण होय. चैतन्याला स्वतंत्र अस्तित्व नाही, असे म्हणून हे ग्राम्य प्राकृत जन (लोकायतिक) देह हाच आत्मा मानतात. वैदिक आचार्यांनी लोकायतिकांच्या याच मताचे आग्रहाने खंडन केले आहे. यावरूनही देहात्मवाद हाच लोकायतिकांचा प्रधान सिद्धान्त असावा, असे स्पष्ट दिसते. देहात्मवादाचा हा विचार अतिप्राचीन आहे. बृहदारण्यकात

ऱ्हिस डेविड्स लिखित 'डायलॉग्स ऑफ द बुद्धा' या पुस्तकाचे मुखपृष्ठ

याज्ञवल्क्याने पूर्वपक्ष म्हणून देहात्मवादच मांडला आहे. बौद्ध तत्त्वज्ञान आणि पाली भाषेचे ब्रिटिश अभ्यासक ऱ्हिस डेविड्स (T. W. Rhys Davids) यांनी आपल्या '*Dialogues of the Buddha*' या अभ्यासग्रंथात या मताचा सारांश पुढील शब्दांत दिला आहे : "Since, Sir, this Soul has form, is built up of the four elements, and is the offspring of father and mother, it is cut off, destroyed on the dissolution of the body; and does not continue after death; and then, sir, the Soul is completely annihilated."

(**स्वैर अनुवाद :** आत्म्याला स्वरूप आहे आणि तो चार तत्त्वांवर -जल, आकाश, अग्नी आणि वायू यांवर - आधारलेला आहे. आत्म्याला माता-पिताही आहेत आणि ज्या वेळी शरीर नष्ट होते, त्यासोबत हे चैतन्यही संपूर्णपणे नष्ट होते. शरीराच्या मृत्यूनंतर या चैतन्याला काहीही अस्तित्व नसते आणि आत्माही तिथेच नष्ट होतो. आत्मा शरीरापासून वेगळा नसतो.)

लोकायतांचे ग्रामीण मूळ तत्त्वज्ञान आणि त्याची सुस्पष्ट मांडणी म्हणजे सांख्यवाद. या दोन्हींमध्ये देहात्मवाद हाच पुरुष आणि स्त्री मीलन तत्त्वाचा पाया आहे. लोकायतांच्या मते, तर मूळ वैदिक तत्त्वज्ञानही इहलोकवादीच आहे. सगळी कर्मकांडे, प्रथा-परंपरा इथले इहलोकातलेच जीवन सुखकर करण्यासाठी होते. मात्र नंतर त्यांनी या सगळ्या तत्त्वज्ञानाला ब्रह्म आणि आत्म्याचा रंग दिला. आत्मिक उन्नती, मोक्षप्राप्ती हे उच्च ध्येय, तर ऐहिक जगातील सुखांची अभिलाषा, त्याविषयी बोलणे हीन दर्जाचे, पशुवृत्ती मानले. त्यातून आपोआपच ऐहिक सुखे सांगणारे लोकायत तत्त्वज्ञान मागे पडत गेले किंवा बहुजन समाजात ते वेगवेगळ्या रूढी-प्रथांमधून तुकड्यातुकड्यात अस्तित्वात राहिले. मात्र, त्याचा एकसंध असा विचारप्रवाह वाहताना दिसला नाही, असाही गाडगीळ यांचा दावा आहे.

बौद्ध वाङ्मयामध्येही लोकायत आणि लोकायतिक यांचे उल्लेख वारंवार येतात आणि वरील शब्दांत व्यक्त झालेला देहात्मवादही येतो. परंतु यांचा प्रत्यक्ष संबंध तेथे जोडलेला नसल्याने हा देहात्मवादी विचार लोकायतिकांचाच आहे, हे मानायला ऱ्हिस डेविड्स तयार नाही. 'देह हाच आत्मा' हा देहात्मवादी विचार उपनिषदकारांपासून शंकराचार्यापर्यंत सर्वांनी असुरांच्या अथवा लोकायतिकांच्या तत्त्वचिंतनाचा प्रधान आशय असल्याचे म्हटले आहे.

"सांख्यतत्त्वज्ञानामध्ये विश्वनिर्मितीची जी प्रक्रिया सांगितली आहे, ती गीतेने वर्णिलेल्या असुरांच्या प्रक्रियेप्रमाणेच आहे : स्त्री आणि पुरुष यांच्या संयोगातून

ज्याप्रमाणे अपत्यसंभव होतो त्याप्रमाणे प्रकृती आणि पुरुष यांच्या संयोगातून विश्वाची उत्पत्ती होते,'' असे सांख्यकारिकेत सांगितले आहे. प्रकृती आणि पुरुष यांचा अर्थ स्त्रीतत्त्व आणि पुरुषतत्त्व असा करण्याला मूळ सांख्यात आधार आहे. डॉ. रानडे आणि बेलवलकर यांसारख्या विचारवंतांनाही हे मान्य करावे लागले आहे. काही उपनिषदे आणि ब्राह्मणग्रंथ यांमध्ये आलेल्या पुरुष शब्दाचा विचार करताना ते म्हणतात, "This clearly shows that the Purusa originally denoted the human being with its peculiar bodily structure and not any inner or spiritual entity indwelling therein."

(**स्वैर अनुवाद :** यातून हेच प्रतीत होते, की पुरुषतत्त्व हे मानवासाठी, विशेषतः देहरूपाला अनुसरून म्हटले आहे. त्यात केवळ आंतरिक किंवा आध्यात्मिक अर्थाने त्याचे वर्णन केलेले नाही.)

स्त्रीशक्ती, अदितीचेही काहीसे असेच झाले असावे. संस्कृतीतील सर्वांत प्राचीन देवता असूनही स्त्रीशक्ती, मातृशक्ती, अभिजनांच्या प्रथापरंपरा, अध्यात्माच्या मुख्य प्रवाहातून अनेकदा बाहेर फेकल्या गेल्या किंवा मग विकृत स्वरूपात मांडल्या गेल्या. तर कधी याच्या विरुद्धही झाले. प्रस्थापित विचारपरंपरेत समावून घेण्यासाठी या स्त्रीशक्तीलाही सोज्ज्वळ स्वरूप दिले गेले. हा सगळा प्रवास कसा झाला, ते आपण पुढे पाहणार आहोतच.

भारताच्या अनेक भागांत आजही स्त्रीशक्तीची, देवीची उपासना केली जाते. *'या देवी सर्वभूतेषु शक्तिरूपेण संस्थिता।'* (मार्कंडेयकृत देवीमाहात्म्य, डामरतंत्र, श्रीसूक्त) मानली जाणारी स्त्रीशक्ती वेगवेगळ्या रूपांत देशभरात पूजिली जात असली आणि तिची हजारो रूपे, हजारो नावे असली, तरीही त्यामागच्या प्रेरणा दोनच आहेत : एक विध्वंसक शक्ती आणि दुसरी सर्जन म्हणजेच मातृत्व. वरवर परस्परविरोधी वाटणाऱ्या या दोन प्रेरणा या एकाच शक्तिरूपात आपल्याला दिसतात. अगदी आदिम काळापासून देवी, माता, आई या रूपांत या दोन प्रेरणांची म्हणजेच या स्त्रीशक्तीची उपासना केली जाते. शाक्तपंथात 'महादेवी' हे आदिम ऊर्जेचे आणि वैश्विक शक्तीचे मूर्त रूप मानले जाते. ती सर्वशक्तिमान आहे. प्रकृती आणि पुरुष या दोन तत्त्वांपैकी सर्जनाची शक्ती असलेली स्त्री निसर्गातल्या सर्व शक्तींना नियंत्रित करते, अशी शाक्तसंप्रदायाची प्रगाढ श्रद्धा आहे. जगातील अनेक संस्कृतींमध्ये आपल्याला स्त्री रूपातल्या देवतांची पूजा, उपासना होताना दिसते. मात्र जगाच्या धार्मिक इतिहासात कुठेही, असा स्त्रीशक्तीची आराधना करणारा एक संपूर्ण संप्रदाय इतर कुठेही आढळत नाही.

आज आपल्याला दिसत असलेला शाक्तसंप्रदाय मध्ययुगातील वैदिक किंवा हिंदू परंपरा आणि धार्मिक विधींचे पालन करताना दिसतो. कालानुरूप या संप्रदायाच्या उपासना पद्धतींत अनेक बदल झाले असले, तरीही या संप्रदायाचे मूळ आपल्याला अगदी आदिम, प्रागैतिहासिक कालखंडापासून सापडते. त्यामागे कारण म्हणजे, स्त्री आणि भूमी यांच्यातील परस्पर सर्जन संबंधाविषयी असलेली पारंपरिक श्रद्धा. केवळ भारतीय उपखंडातच नाही, तर अनेक संस्कृतींत, विशेषतः कृषिप्रधान संस्कृतीत स्त्री आणि भूमाता यांचे पूजन करण्याची प्रथा आपल्याला दिसते. स्त्रीच्या आणि भूमीच्या सुफलनातला एकात्म संबंध इतका दृढ होता, की जसा स्त्रीच्या रजःस्वला होण्याचा उत्सव होत असे; अगदी तसाच उत्सव भूमीलाही 'स्त्री' रूप मानून तिच्या रजोदर्शनाचाही होत असे. रजोदर्शन अवस्थेतील स्त्रियांचा समूह हाती जलकुंभ घेऊन शेतीच्या पेरणीच्या वेळी भूमातेचे पूजन, सिंचन करीत, अशी सर्जनप्रथा लोकायतपूर्व आणि लोकायत काळात होती.

४

भूमाता आणि स्त्रीचा रजो-सर्जन उत्सव

उत्तरकाळात जेव्हा पुरुषप्रधान संस्कृतीने मातृसत्ताक पद्धतीची जागा घेतली, तेव्हा हळूहळू धार्मिक विधी स्त्रियांकडून पुरुषांकडे आले. परंतु हा बदल होण्याला कित्येक शतके लागली असावीत. मध्यंतरीच्या काळात पुरुषांना स्त्रियांच्या या क्षेत्रात पाऊल टाकताना 'स्त्री' बनूनच यावे लागे.

आपल्याला भूमी जन्म देते, अन्न देते, आपले पालनपोषण करते. त्यामुळे भूमीच आपली माता आहे, ही मानवाची सुरुवातीपासूनची श्रद्धा होती आणि भूमीचे मूर्त स्वरूप म्हणून स्त्रीशक्तीला 'आदिमाता' मानले जाते. त्यातूनच सुफलीकरणासाठी वसुंधराही रजःस्वला होते आणि पहिला पाऊस हेच तिचे रजःस्वला होणे आहे, अशीही श्रद्धा आहे. त्यातूनच पृथ्वीच्या रजःस्वलावस्थेशी संबंधित, 'अंबुवाची' हा पारंपरिक उत्सव अनेक कृषिसंस्कृतींत साजरा केला जातो. अंबुवाची म्हणजे रजोदर्शन. अंबू म्हणजे पाणी आणि वाची म्हणजे बहरणे. पाण्यामुळे (पावसामुळे) होणारे सर्जन. समस्त जगतासाठी अन्ननिर्मिती करणाऱ्या पृथ्वीला अन्नगर्भ वाहण्याची क्षमता 'अंबुवाची'नंतरच प्राप्त होते, अशी धारणा होती. ज्या शेतकऱ्याला पीक घ्यायचे आहे, त्याने ज्येष्ठाची अखेर आणि आषाढाचा प्रारंभ या काळात साडेतीन दिवस कोणतेही धान्य पेरण्याची क्रिया वर्ज्य मानावी. कारण या काळात पृथ्वी रजःस्वला असते. त्यामुळे तिच्या पोटात बीजवपन करू नये, नांगर चालवू नये. हे नियम न पाळणारी व्यक्ती पापाचरण करणारी मानली जात असे.

आसाममधील कामाख्या पीठ हे देवीच्या ५२ शक्तिपीठांपैकी एक आहे. इथे देवीची योनी पडली असे मानले जाते. हिंदू पुराणकथा आणि आख्यायिकेनुसार, दक्ष प्रजापतीची कन्या सती हिने सर्व अधिपतींना सोडून स्मशानयोगी शिवाशी विवाह करण्यासाठी उग्र तपाचरण केले आणि पित्याचा रोष सहन करून शिवशंकराशी विवाह केला. दक्ष प्रजापतीला याचा प्रचंड संताप आला आणि शिवावर सूड उगविण्यासाठी त्याने एक यज्ञ आरंभिला. या यज्ञात त्याने सर्व देवीदेवतांना आमंत्रित केले. मात्र आपली कन्या सती आणि शिव यांना आमंत्रण पाठविले नाही. या अवमानामुळे दग्ध झालेली सती, आमंत्रण नसतानाही पित्याकडे गेली. शिवाने तिला थांबवण्याचा प्रयत्न केला, तरीही

आसाममधील कामाख्या पीठातील अंबुवाची उत्सव

तिने ऐकले नाही. मात्र आमंत्रण नसतानाही गेलेल्या सतीला कोणीही तिथे मानसन्मान दिला नाही, उलट शिवाची निर्भर्त्सना केली. आपल्या पतीची ही निंदानालस्ती सहन न झाल्याने सतीने स्वत:ला यज्ञात झोकून दिले. हे कळल्यावर शोकाकुल झालेल्या शंकरांनी आपला तिसरा नेत्र उघडून प्रजापतीचा यज्ञविधी विस्कटून टाकला. शोकावेग कमी न झालेल्या शंकरांनी सतीचे शव खांद्यावर घेतले व ते त्रिभुवनात हिंडू लागले. त्या वेळी सतीच्या देहाचे तुकडे झाले. हे तुकडे भारतीय उपखंडात भूमीवर विविध ठिकाणी पडले. जिथे जिथे सतीच्या शरीराचा अंश पडला, ते स्थळ देवीचे 'शक्तिपीठ' म्हणून ओळखले जाऊ लागले. अशी ५२ शक्तिपीठे भारतात आहेत. सतीच्या शरीराच्या योनीचा भाग कामाख्या येथे पडला असे समजतात. म्हणजेच येथील देवी योनिरूपा आहे. येथे हा अंबुवाची उत्सव मोठ्या उत्साहात साजरा होतो. तीन दिवस देवी रज:स्वला असल्याने तिचे दर्शन घ्यायला मनाई असते. मंदिराची दारे पूर्णपणे बंद ठेवली जातात. चौथ्या दिवशी दारे उघडतात आणि त्यानंतर देवीचे स्नान-पूजाविधी झाल्यानंतरच तिचे दर्शन भाविकांना घेता येते. या वेळी सर्व भाविकांना (रक्तवस्त्राचा) कापडाचा तुकडा प्रसाद म्हणून मिळतो. हा वस्त्रप्रसाद प्राप्त झाल्याने फलप्राप्ती होते, अशी भाविकांची श्रद्धा आहे.

काश्मीरमध्येही 'राज्ञीस्नापन' या नावाने हा विधी केला जातो. यात राज्ञी म्हणजे सूर्यपत्नी पृथ्वी आहे अशी धारणा आहे. केरळमध्ये 'त्रिप्पुखरट्टू' आणि 'उछारल' या नावाने हाच विधी केला जातो. तर ओरिसात 'रज उत्सव' या नावाने हीच परंपरा अस्तित्वात आहे. प्रत्येक भागातल्या पेरणीच्या काळात हा विधी केला जातो.

तांत्रिक उपासना पद्धतीत तर रजोद्रव्याचा महिमा खूप जास्त आहे. वामाचारी तांत्रिकांना रज:स्वलेच्या योनीची पूजा सर्वाधिक महत्त्वाची वाटते. आदि शंकराचार्य यांच्या 'श्री त्रिपुरसुंदरी स्तोत्रा'तही हा रजोमहिमा आपल्याला दिसतो.

'स्मरेत् त्रिपुरसुंदरी रुधिरबिंदुनीलांबराम्।

या शब्दांत त्रिपुरसुंदरीचे गुणवर्णन केले आहे. संपूर्ण विश्वाचे सर्जन करणाऱ्या पृथ्वीच्या रजोत्सवाचा हा विधी मातृतत्त्वाचे व्यापकतेचे दर्शन घडवणारा, स्त्रीच्या आणि पृथ्वीच्या सर्जनशीलतेचा गौरव करणारा असून पुरुषप्रधान संस्कृतीतही तो टिकून राहिलेला आहे.

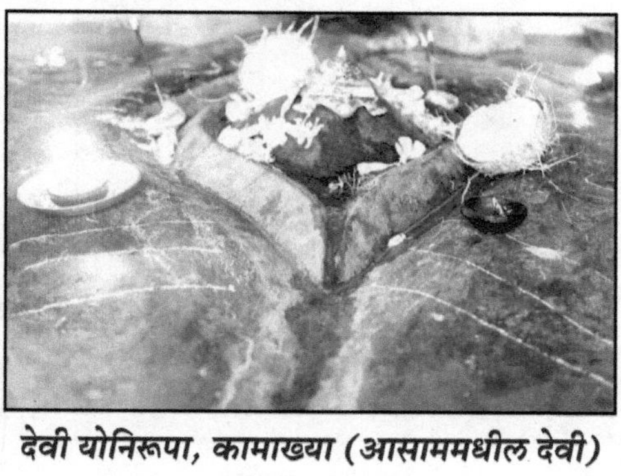

देवी योनिरूपा, कामाख्या (आसाममधील देवी)

उत्तरकाळात जेव्हा पुरुषप्रधान संस्कृतीने मातृसत्ताक पद्धतीची जागा घेतली, तेव्हा हळूहळू धार्मिक विधी स्त्रियांकडून पुरुषांकडे आले. परंतु हा बदल होण्याला कित्येक शतके लागली असावीत. मध्यंतरीच्या काळात पुरुषांना स्त्रियांच्या या क्षेत्रात पाऊल टाकताना 'स्त्री' बनूनच यावे लागे. प्रारंभी तर पुरुषाला (लिंग खच्चीकरणासारखे शारीरिक बदल करून) खरोखरीच स्त्री बनावे लागत असे. नंतरच्या काळात प्रतीकात्मक रूपाने, स्त्रीवेष धारण करून देवीची उपासना होत असे. आजही कर्नाटकमध्ये यल्लमा देवीच्या उपासकांमध्ये ही पद्धत रूढ आहे. यातील दोन प्रसिद्ध उपासक म्हणजे पोतराज आणि किन्नर. पोतराज, ज्याला 'कडकलक्ष्मी' असेही म्हटले जाते, तो बाह्य स्त्रीवेष घेऊन यल्लमाची उपासना करतो. त्यासाठी स्वत:वर अत्याचार करून घेतो. तर किन्नर प्रसंगी लिंगविच्छेद करून स्त्रीरूपी उपासक बनतो.

''आर्य संस्कृतीत शेतीपेक्षा पशुपालनाला, अश्वपालनाला आणि पशुधनाला महत्त्व प्राप्त झाले. यात पुरुषांच्या शारीरिक बळाची, शक्तीची गरज होती. त्यामुळे या काळात पुरुष देवतांना महत्त्व आले, त्यामुळे स्त्रियांना दुय्यम स्थान मिळाले. साहजिकच त्या काळातील स्त्री देवतांनाही दुय्यम स्थान मिळाले. केवळ देवतांच्या पत्नी एवढीच त्यांची मर्यादित भूमिका होती. या कालखंडात पितृसत्ताक पद्धती अधिक प्रभावी झाली होती,'' असे मत नरेंद्रनाथ भट्टाचार्य यांनी त्यांच्या 'History of Sakta Religion' या पुस्तकात व्यक्त केले आहे.

देवी यलम्मा, कर्नाटक

याच काळात दक्ष प्रजापती हा सृष्टिनिर्माता असल्याची श्रद्धा रुजली. हा वैदिक संस्कृतीचा, म्हणजे चार वेद, पुराणे, उपनिषदे यांच्या शिकवणीप्रमाणे समाजरचना, धर्मिक चालीरीती, रूढिपरंपरा प्रस्थापित होण्याचाही काळ होता.

ऋग्वैदिक काळात जरी पुरुष देवतांना महत्त्व प्राप्त झाले असले, तरीही भारतात रुजलेली देवी शक्तीची उपासना करण्याची संस्कृती कधीही लोप पावली नाही, असा सिद्धान्त भट्टाचार्य यांनी मांडला आहे. ऋग्वेदाच्या शेवटच्या काळात निर्माण झालेल्या साहित्यात, ज्यांचा उल्लेख होता अशा अंबिका,

उमा, काली, दुर्गा या बिगर-वैदिक देवतांनाही नंतर वैदिक संस्कृतीत सामावून घेतले गेले, असा दावा नरेंद्रनाथ भट्टाचार्य यांनी केला आहे.

"Goddess of the Post-Rigvedic literature like Ambika, Uma, Durga, Kali were non-Vedic deities later adopted by Vedic Aryans. The different names of Mother Goddess appear to have originally indicated different tribal deities who were afterwards indentified with the Siva Pasupati, the pre-Aryans God known to have been worshipped by the Mohenjodaro peoples."

(**स्वैर अनुवाद :** ऋग्वेदोत्तर वाङ्मयातील देवता, जसे की अंबिका, उमा, दुर्गा, काली या आधीच्या अवैदिक देवता नंतर वैदिक आर्यांनी आपल्या संस्कृतीत सामावून घेतल्या. भूदेवी, मातृदेवता यांच्या नावांतील भिन्नता म्हणजे विविध मूळ आदिवासी देवतांची नावे आहेत. नंतर मात्र त्यांना शिवपशुपतीशी, म्हणजे आर्यपूर्व काळात मोहेंजोदडो इथले लोक ज्याची पूजा करत असत, त्या देवाशी जोडण्यात आले.)

प्रागैतिहासिक काळापासून अनार्य आणि आर्य संस्कृतीत मातृशक्तीचे गौरवगान कशा प्रकारे झाले आणि त्या त्या काळातील बदलत्या रूढिपरंपरांनुसार मातृदेवतेचे स्थानही कसे बदलत गेले, याचा वेध आपण आतापर्यंत घेतला. हे सगळे संदर्भ तपासण्यामागचे कारण एवढेच होते, की भारतात अगदी आदिम काळापासून स्त्रीशक्तीची उपासना केली जाते. मात्र, प्रस्तुत पुस्तकाचा विषय 'काली' असल्याने आता कालीच्या नेमक्या स्वरूपाचा परामर्श आपण घेणार आहोत. शाक्तपंथात असलेली, सगळ्यात वेगळी देवी कालीमाता, जी शक्तीचे एक सगळ्यात रौद्र रूप समजली जाते, तिचे मूळ नेमके कुठे आहे हे जाणून घेण्यासाठी, भारतभूमीला स्त्रीशक्तीचे असलेले आकर्षण आणि तिच्याभोवती निरनिराळ्या प्रदेशात, लोकसंस्कृतीत असलेल्या कथा-श्रद्धा यांचा प्रवास जाणून घेणे मनोरंजक आहे.

५

कालीमातेचे मूळ

तांत्रिक उपासना पद्धतीचे आणखी एक वैशिष्ट्य म्हणजे, या पद्धतीत जाति-वर्ण यांच्या उतरंडीला काहीही स्थान नाही. लोकजीवनातील आद्य श्रद्धा आणि आचारविचार हेच तंत्राचे उगमस्थान आहे.

कालीमातेचे मूळ समजून घेण्यासाठी आपण भारतीय धर्मजीवनातल्या दोन मुख्य परंपरा, तांत्रिक आणि वैदिक संस्कृती तसेच बौद्ध, जैन यांसारख्या परंपरांमध्ये स्त्रीशक्तीची आराधना नेमकी कशी आणि कुठे सुरू झाली, याचा थोडक्यात परामर्श घेऊ या.

तांत्रिक आणि सांख्य उपासना पद्धती

तंत्रविद्या ही वेदकाळाच्याही पूर्वीची आहे, असा अनेक अभ्यासकांनी दावा केला आहे. काही संशोधकांनी तंत्रविद्येची मुळे सिंधू संस्कृतीत सापडत असल्याचे दाखवून दिले.

तांत्रिक विद्या ही संपूर्णपणे देहवाद-इहलोकवादाच्या सिद्धान्तावर आधारलेली आहे. जे आहे, ते इथेच, याच भूमीवर, याच शरीरात. देहाच्या पलीकडे आत्मा, मोक्ष या कल्पना त्यांना मान्य नाहीत. या दृष्टीने तांत्रिकांचा देहवाद त्यांच्या विश्वनिर्मितीविषयक कल्पनेतूनच (Cosmogony) उदयाला आला. विश्वाची निर्मिती मानवाप्रमाणेच कामप्रेरणेतूनच झालेली आहे, अशी त्यांची धारणा आहे. यामुळेच मानवदेह आणि विश्व यांमध्ये त्यांच्या मते एकरूपता आहे. *'ब्रह्मांडे ये गुणा: सन्ति ते तिष्ठन्ति कलेवरे'* हाच तांत्रिकांचा 'पिंड-ब्रह्मांडवाद'. मानवी देहाचे रहस्य समजून घेण्यानेच विश्वाचे रहस्य समजू शकेल, या श्रद्धेवरच त्यांच्या देहवादाची उभारणी झाली आहे. देहातील सुप्त शक्तींचा विकास करता आल्यास विश्वातील सर्व रहस्ये हस्तगत करता येतील, असा त्यांचा सिद्धान्त आहे. तांत्रिकांच्या कायासाधनेचे हे रहस्य आहे.

''शरीरापलीकडच्या आत्मतत्त्वावर त्यांचा विश्वास नाही. म्हणून तंत्रसाधकाने रसायनांच्या साहाय्याने देह अमर करावा. खरा मोक्ष देहातच आहे. त्यामुळे याच देहात मोक्षानुभूती घ्यावयाची असल्यास रसायनांच्या साहाय्याने शरीर अजरामर करता आले पाहिजे. वज्रयान बौद्ध तंत्रात हा संदर्भ 'वज्रकाया' म्हणून येतो. या विचारसरणीवर आपल्या कायासाधनेतूनच तांत्रिकांनी शरीरशास्त्र (ॲनॉटॉमी), रसायनशास्त्र आणि औषधिविज्ञान यांची देणगी भारतीय विज्ञानाला दिली,'' असा दावा स. रा. गाडगीळ यांनी त्यांच्या 'लोकायत' या ग्रंथात केला आहे.

हीच कदाचित सदेह मुक्तीची कल्पना असावी. या सगळ्या तंत्रविद्या स्त्रीशी, म्हणजेच योनिशक्तीशी संबंधित आहेत; कारण स्त्री ही सर्जनाचे प्रतीक आहे. प्रकृती आणि पुरुष तत्त्वांतून विश्वाची निर्मिती झाली. मात्र हा संयोग केवळ प्रतीकात्मक नाही मनुष्याची कामप्रेरणा आणि वैश्विक कामप्रेरणा एकच आहे, असा तंत्रसाधकांचा विचार आहे आणि या वैश्विक कामभावनेविषयी सहभाव व्यक्त करण्यासाठीच तंत्रविद्येत विधियुक्त मैथुनाला महत्त्वाचे स्थान आहे, असा 'लोकायत'कारांचा तर्क आहे.

विश्वाचे आदितत्त्व 'स्त्री' आहे असा तांत्रिकांचा सिद्धान्त आहे. पिंड-ब्रह्मांड

न्यायाने शरीरात सात स्त्री केंद्रे आहेत. कुंडलिनी जागृतीने आणि षट्चक्र भेदाने मानवी देहातील हे 'स्त्री'त्व जागृत करून विश्वात्मक स्त्रीतत्त्वाशी लय पावणे, हा तांत्रिकांचा उद्देश असतो. मानवी शरीरातील ही स्त्री केंद्रे कमलदल आणि त्रिकोण यांच्या संमिश्र आकृतीने कोरीव कामाने श्रीचक्रात, श्रीयंत्रात व अन्य तांत्रिक यंत्र-आकृतीत चित्रित केलेली असतात. या आकृत्या म्हणजे स्त्रीजननेंद्रिय प्रतीके आहेत. प्राणवायूच्या निरोधाने कुंडलिनी शक्तीला मेंदूमध्ये असणाऱ्या सहस्त्रदलपदापर्यंत नेणे आणि या अवस्थेत स्वतःच्या व्यक्तिमत्त्वाचा स्त्रीत्वामध्ये लय घडवून आणणे, हा तांत्रिकांच्या योगसाधनेचा मुख्य उद्देश असतो. डॉ. भांडारकर त्यांच्या 'Vaisnavism, Saivism and Minor Religious Systems' या पुस्तकात म्हणतात त्याप्रमाणे, "The ambition of every pious follower of the system is to become identical with Tripur Sundari (A name of the Tantric Female Principle) and one of his religious exercises is to habituate himself that he is a woman. Thus the followers of Sakti School justify their appellation by the belief that God is a woman and is ought to be the aim of all to become a woman."

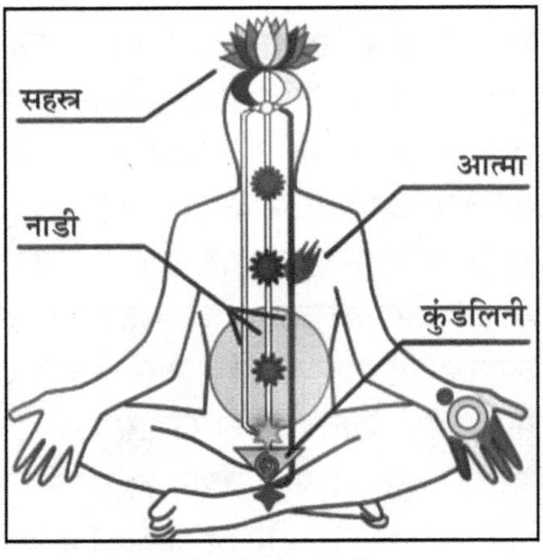

कुंडलिनी शक्ती

(**स्वैर अनुवाद :** व्यवस्थेतील प्रत्येक धार्मिक अनुयायाची महत्त्वाकांक्षा त्रिपुरसुंदरी (तांत्रिक स्त्रीतत्त्वाचे नाव) सदृश बनण्याची आहे आणि त्याच्या धार्मिक प्रयासांपैकी एक म्हणजे स्वतःला एक स्त्री असल्याची सवय करून घेणे. अशाप्रकारे शक्ती पंथाचे अनुयायी देव ही स्त्री आहे आणि स्त्री बनणे हे सर्वांचे उद्दिष्ट असले पाहिजे या श्रद्धेने त्यांच्या नावाचे समर्थन करतात.)

याच दृष्टीने, वामाचार म्हणजे स्त्रीशक्तीशी संबंधित कर्मकांडे, पूजाविधी (वामा-स्त्री, आचार-कर्मकांडे) आणि याची प्रमुख देवता 'काली'! हे सगळे कृषिप्रधान विधी स्त्रीशी, विशेषतः तिच्या जननेंद्रियांशी संबंधित आहेत. भूमीच्या सुफलीकरणाचे हे सगळे विधी अतिप्राचीन असून अनेक ठिकाणी प्राकृत, म्हणजेच आजच्या ग्राम्य समाजात, विविध रूपांत आजही केले जातात. या सर्व विधींमध्ये स्त्री निर्वस्त्र स्वरूपात आहे.

भूमी आणि स्त्री, पहिला पाऊस आणि स्त्रीचे पहिले रजःस्वला होणे यांचा संबंध आदिम संस्कृतीत सर्जनाशी, समृद्धीशी होता आणि तो आजही आहे. वन्य जमाती, कृषिप्रधान ग्राम्य संस्कृतीत असे विधी आजही केले जातात, ज्यात स्त्री-मातृशक्ती केंद्रस्थानी असते. रजःस्राव म्हणजे प्रत्यक्ष जीवनच! त्यामुळे भूमीच्या सुफलीकरणासाठी भूमीवर ते शिंपडले जात असे. तांत्रिकांच्या भाषेत त्याला 'खपुष्प' असे नाव आहे. याच स्रावातून गर्भाची वाढ होत असते. त्यामुळे त्याचा पिकांच्या पोषणासाठी वापर केला जात असे. तंत्रसाधनेमध्ये 'लतेने पुष्पवती होणे' या घटनेला महत्त्व आहे. 'पुष्पवती' होणे म्हणजे सुफलीकरणाची पूर्वतयारीच असते. त्रावणकोरमध्ये त्रिम्पुरवस्तू नावाचा देवीचा रजःस्रावविधी असतो. त्या काळातील देवीचे वस्त्र प्राप्त करून घेण्यासाठी भक्तजनांची धडपड असते, जणू देवीचा तीर्थप्रसादच! भूमिमातेलाही रजःस्राव असतो. गटेने 'सेन्सस ऑफ इंडिया'मध्ये लोकमानसातील पुढील श्रद्धा दिली आहे, 'It is currently believed that at the time of first rain Mother Earth prepared herself for being fertilised by menstruating (मासिक पाळी). During that time there is an entire cessation from all ploughing, sowing and other work.'

(**स्वैर अनुवाद :** सध्या असे मानले जाते, की पहिल्या पावसात भूमातेने स्वतःला मासिक पाळीने फलित होण्यासाठी तयार केले आहे. त्या काळात नांगरणी, पेरणी आणि शेती संबंधित इतर सर्व कामे पूर्णपणे बंद असतात.)

यातूनच प्रतीकात्मक योनिपूजेलाही तंत्रसाधनेत विशेष महत्त्व आहे. योनीचे प्रतीक म्हणजे 'यंत्र' होय, कमलदले आणि त्रिकोण यांनी युक्त अशी आकृती म्हणजे यंत्र होय, हे आपण मागेच पाहिले. मूळ तांत्रिकांना हे अभिप्रेत असणे शक्य नाही. त्यांच्या मते यंत्राकृती हे योनीचे प्रतीकात्मक चित्रण आहे. त्रिकोण आणि कमलदले यांचे हे प्रतीकात्मक वैशिष्ट्य सार्वत्रिक आहे. अनेक देशांतील उत्खननामध्ये सापडलेल्या योनिशिल्पामध्ये 'देवते'चे चित्रण त्रिकोणात्मक आकृतीनेच केलेले आढळते. कमल हे स्त्रीजननेंद्रियाचे प्रतीक म्हणून मान्यता पावले आहे. डॉ. भांडारकरांसारख्या संशोधकानेही यंत्राचा हाच अर्थ दिला आहे. श्रीचक्रपूजेचे (श्रीयंत्राचे) वर्णन करताना ते म्हणतात, "It consists in the worship of a picture of the female organ drawn in the centre of another consisting of a representation of nine such organs, the whole of which forms the Sri Cakra." (The dot in the centre is supposed to be Bindu.)

श्रीचक्राच्या केंद्रस्थानी असलेला बिंदू हा वीर्यबिंदूचे प्रतीक असल्याचेही मानले जाते.

योनियंत्र

वीर्यपतनाचा हा बिंदू म्हणजे सर्जनाचा क्षण, जननाची सुरुवात, प्रजोत्पत्तीच्या-मानवी वंशाच्या अखंडतेचे प्रतीक होय. रक्तासारख्या लालभडक कुंकवाच्या तिलकाच्या स्वरूपात दोन डोळ्यांमध्ये भाळीही धारण करतात. त्रिपुरसुंदरीच्या दर्शनाच्या वेळी शंकराचार्यांनी हे श्रीचक्र प्रत्यक्षात उतरवले व ललिता सहस्त्रनाम रचले असे मानतात.

बौद्ध धर्माच्या महायान परंपरेतही तंत्रसाधनेचा उल्लेख आहे. यावरून तंत्रसाधना बौद्ध धर्मातही आहे, असे पुरावे सापडतात. मात्र जसा वैदिक परंपरेने तांत्रिक साधना नाकारण्याचा प्रयत्न केला, तसाच तो बौद्ध धर्माच्या तत्त्वज्ञ अभ्यासकांनीही केला. खरे तर, तंत्रसाधना ही मुळात हिंदूही नाही आणि बौद्धही नाही. भारतातील धर्मविचारांसोबतच, किंबहुना त्या आधीपासून वाहत असलेला तो एक अंत:प्रवाह आहे. त्यानंतर आलेल्या सांख्यविचारातदेखील स्त्री-तत्त्वाला प्रधान स्थान देण्यात आले आहे. या प्रक्रियेत पुरुषाला कोणतेच महत्त्वाचे स्थान नाही. प्रकृतीच विश्वाची जन्मदात्री आहे. या प्रकृतीचे स्त्रीत्वसूचक असे अनेक विशेष आढळतात. तेव्हा सांख्यांची प्रकृति-पुरुष संयोगाची कल्पना तांत्रिकांच्या स्त्री-पुरुष संयोगाशी अगदी मिळतीजुळती आहे.

विश्वाचे आदितत्त्व पुरुष नसून 'स्त्री' आहे, हा विचार तत्त्वचिंतनाच्या पातळीवर सांख्यांनी प्रथम मांडला. (जसे की, इव्हने ॲडमला सफरचंद खायला भाग पाडले.) तांत्रिकांनी वामाचाराच्या रूपाने स्त्रीतत्त्वाची उपासना केली. शक्तीशिवाय शिव म्हणजे चैतन्याशिवाय कुडी असे मानण्यात येऊ लागले. स्त्रीतत्त्वाचे एवढे माहात्म्य मातृसत्ताकाशिवाय प्रस्थापित होणे शक्य नाही. वैदिक आर्यांच्या संस्कृतीतच त्यांचा विकास झाला. त्यांच्या देवता प्रामुख्याने पुरुषदेवता आहेत. पुरुषप्रधान अशा परिस्थितीत मातृसत्ताक पद्धती आणि स्त्रीदेवतांचे माहात्म्य यांचा शोध घेण्यासाठी वैदिक संस्कृतीच्या कक्षेबाहेर जाण्याची आवश्यकता निर्माण झाली. भारतीय संस्कृतीत तंत्रसाधनेला विशेष महत्त्व आहे. त्यामुळे वैदिक आर्य विद्वानांनाही शेवटी तंत्रसाधनेला कर्मकांडात सामावून घ्यावे लागले.

कुल्लूकभट्ट यांनी श्रुतीचे वैदिक आणि तांत्रिकी असे प्रकार कल्पिले आहेत. आज उपलब्ध असलेल्या तंत्रवाङ्मयाच्या साहाय्याने या साधनेच्या प्रचंड प्रभावाचे रहस्य समजणे शक्य नाही. एका बाजूला अध्यात्मवादाचे दाट आवरण आणि दुसऱ्या बाजूला लैंगिक स्वैराचाराचे ओंगळ आणि बीभत्स प्रदर्शन यांनी आजचे तंत्रवाङ्मय भ्रष्ट झाले आहे. म.म. हरप्रसादशास्त्री यांसारख्या संशोधकालाही असे म्हणावे लागले की, तंत्रोपासनेची उघड चर्चा करायची तर सभ्यतेच्या सर्व मर्यादा ओलांडाव्या लागतील. मात्र, ही उपासनापद्धती अभ्यास स्तरावर उत्सुकतेपोटी समजून घ्यायची असेल, तर किमान आजच्या प्रागतिक युगात आपल्याला त्याचा चिकित्सक अभ्यास करणे आवश्यक आहे. पूर्वीच्या अशा श्लील-अश्लील मर्यादा आंतरजालाने, यूट्यूबने, इन्स्टाग्रामने खूप सौम्य केल्या आहेत. समाजाचा या 'विषयाकडे' बघण्याचा दृष्टिकोनही खूपच बदलला आहे.

तांत्रिक उपासना पद्धतीचे आणखी एक वैशिष्ट्य म्हणजे, या पद्धतीत जाति-वर्ण यांच्या उतरंडीला काहीही स्थान नाही. लोकजीवनातील आद्य श्रद्धा आणि आचारविचार हेच तंत्राचे उगमस्थान आहे. या विद्येत उच्च जातींना स्थान नाही. हीन समजल्या जाणाऱ्या जातींनाच यात अधिक स्थान आहे. राणी मैनावतीला दीक्षा देणारा हाडीपनाथ हा हाडी समाजातील होता. नाथपरंपरेत मच्छिंद्र, गोरख ही नावेदेखील तथाकथित बहुजन समाजातील आहेत. त्यामुळे तंत्रसाधनेचे मूळ स्वरूप लोकपरंपरेत आहे. त्यानंतर विविध धर्मपंथांच्या रूपाने याच साधना विविध स्वरूपांत प्रकट झाल्या आहेत. तंत्रात शिव आणि शक्ती, वैष्णव तंत्रात कृष्ण आणि राधा किंवा रास, रती आणि बौद्ध तंत्रात प्रज्ञा आणि करुणा अथवा वज्र आणि पद्म यांच्या संयोगाच्या परिभाषेत ती व्यक्त झाली आहे. काली या सगळ्या आदिशक्तीच्या पूजकांचे, तंत्रविद्या साधकांचेच आराध्य दैवत आहे. तांत्रिक साधकांची देवी काली! वैदिक वाङ्मयात कालीचा उल्लेख कुठे आणि कसा आढळतो, ते आता पाहू या.

६

वैदिक संस्कृतीतील काली

चैतन्य महाप्रभू यांनी बंगालमध्ये सुरू केलेल्या भक्तिचळवळीमुळे काली तंत्रविद्येच्या पलीकडे गेली, काळ्या कृष्णासोबत कालीदेखील पूजिली जाऊ लागली. हा एक वेगळा सिद्धान्त मांडणाऱ्या 'तंत्रराज तंत्र' या ग्रंथात तर असे म्हटले गेले आहे की, ''देवी म्हणून पुरुषांना संमोहित करणाऱ्या कालीने नंतर स्त्रियांना संमोहित करण्यासाठी कृष्णाचा म्हणजे पुरुषाचा जन्म घेत पृथ्वीतलावर अवतार घेतला.''

वैदिक संस्कृती म्हणजे वेद, उपनिषदे आणि इतर धार्मिक वाङ्मयात लिहिलेल्या संहिता, नियम, आचारविचार पद्धती, चालीरीती या सगळ्यांवर आधारलेला धर्म. समाजात त्या काळात, शक्तिमान आणि अर्थसंपन्न असलेले समुदाय म्हणजे ब्राह्मण आणि क्षत्रियांनी या वैदिक धर्माच्या प्रथा-परंपरा, नियम-कर्मकांडे निर्माण केली. या धर्मातील देवतादेखील लौकिकार्थाने सभ्य, भद्र, अभिजात आणि आदर्श होत्या. उच्चवर्णीय समाजात या देवतांना पूजले जात असे. मात्र हळूहळू जसा हा धर्म बहुजनांपर्यंत पोहोचत गेला, तसतशा बहुजनांच्या देवता, म्हणजे कृष्ण, शिव, दुर्गा यांनादेखील अभिजन देव्हाऱ्यात स्थान मिळत गेले. पण काली तेव्हाही त्याला अपवाद ठरली. कालीमातेला तांत्रिक परंपरांमध्ये, अघोरी विद्येच्या साधकांच्या उपासनेत महत्त्वाचे स्थान होते. गावकुसाबाहेरच्या आदिवासी संस्कृतीत तिला पूजले जात होते. धर्म-परंपरांच्या वर्षानुवर्षे चालत आलेल्या संक्रमणातदेखील आदिवासी लोकसंस्कृती आणि तांत्रिक उपासनेत कालीचे माहात्म्य कायम राहिले.

वैदिक साहित्यात कालीचे मूळ शोधायचे झाल्यास, ख्रिस्तपूर्व पाचव्या शतकात म्हणजे साधारण २५०० ते ३००० वर्षांपूर्वी लिहिल्या गेलेल्या **मुण्डक उपनिषदात** पहिल्यांदा कालीमातेचा उल्लेख आढळतो. इथे काली म्हणजे अग्निदेवतेच्या सात जिव्हांपैकी एक आहे, त्यानंतर महाभारतातही तिचा पुसटसा उल्लेख आहे. त्यानंतर वैदिक धर्मसाहित्यात कुठे कुठे तुरळक असा कालीमातेचा उल्लेख आढळतो. त्याही काळात तंत्रविद्या आणि लोकसंस्कृतींमध्ये कालीविषयीच्या कथा, आख्यायिका पिढ्यान्‌पिढ्या चालत होत्याच. आज जी कालीमाता अनेक घराघरांमध्ये आपल्याला पूजिली जाताना दिसते, तिचे हे भव्यदिव्य स्वरूप सतराव्या शतकात बंगालमध्ये झालेल्या देवीकेंद्रित धर्मजागरण भक्ती चळवळीला दिले जाते. त्याआधी, कालीमाता म्हणजेच चामुंडा ही रूढार्थाने हिंस्र चेहऱ्याची, काळी, कुरूप आणि भीतिदायक भासणारी देवता होती.

मत्स्यपुराणात असे म्हटले आहे की, काली मुळात आदिवासींची देवता असून कलांजरा पर्वतावर (मध्य उत्तर भारत) तिचे वास्तव्य होते. मात्र याचा कुठलाही पुरावा नाही. वैदिक साहित्यापलीकडे कालीचा शोध घेतल्यास, तमीळ संगम वाङ्मयात (साधारण ख्रिस्तपूर्व तिसरे शतक ते इसवी सन ३०० वर्षे हा कालखंड) कालीसारख्या देवतेचा उल्लेख आहे. कालीचे एक रूप असणारी कोरावई ही कृष्णवर्णीय असून युद्धाची आणि विजयाची देवता म्हणून ओळखली जाते. तिला रेडा-म्हशीचा बळी दिला जात असे.

वैदिक परंपरेत आणि आजच्या रूढ हिंदू धर्म परंपरेतही शाक्त पंथाला अतिशय महत्त्व आहे. 'जे देवी म्हणजेच स्त्रीशक्तीची उपासना करतात, त्यांना शाक्त सांप्रदायी

म्हटले जाते. यात सर्वसामान्य देवीभक्त जसे आहेत, तसेच तंत्रविद्या, अघोरी पूजाविधी करणारेही आहेत. विशेषत: तांत्रिक विद्येच्या पद्धतीत कालीची पूजा करण्याचा उल्लेख आहे. तांत्रिक वाङ्मयानुसार, स्मशानभूमीत कालीची पूजा केली जाई, अघोरी विद्येच्या चालीरीती आणि कर्मकांडे केली जात असत. तांत्रिकांच्या मते, अघोर म्हणजे घोर-भीती यांवर विजय मिळवणारा, निर्भय, धीट, शूर. सर्वांत आदिम असलेली मरणाची भीती ही सर्वाधिक भयंकर मानली जाते, त्यावर जो विजय मिळवतो तो, मरणाचेही भय नसणारा तो अघोर!

नवनाथांच्या परंपरेतही कालीच्या म्हणजे शक्तीच्या उपासनेला महत्त्व आहे. आदिनाथ म्हणजे महादेवाची उपासक असलेली नवनाथ परंपरा आहे. शाक्तांच्या श्रीकुल आणि कालीकुल या दोन्ही संप्रदायांमध्ये, तसेच बौद्धांच्या महायान पंथातून पुढे आलेल्या वज्रयान अथवा तंत्रयान परंपरेमध्ये तांत्रिक, वाममार्गी साधनांचा अंतर्भाव होऊ लागला होता. त्यामुळे या पंथांमधून बाहेर पडत, तांत्रिक साधनेऐवजी भक्ती आणि योगावर भर देणारा नाथ संप्रदाय विकसित झाला. मात्र यांचे आराध्य दैवत आदिनाथ म्हणजे शिव, महादेवी आणि दत्तगुरू. नाथांच्या सांप्रदायिक सिद्धान्तांची माहिती देणारा महत्त्वाचा ग्रंथ म्हणजे गुरू गोरक्षनाथ विरचित 'सिद्धसिद्धान्त पद्धती'. या संस्कृत भाषेतील ग्रंथाच्या प्रारंभीच ग्रंथकर्त्याने शक्तीसह विद्यमान शिवास वंदन केले आहे.

आदिनाथं नमस्कृत्य शक्तियुक्तं जगद्गुरुम्।
वक्ष्ये गोरक्षनाथोऽहं सिद्धसिद्धान्तपद्धतिम्॥

या सिद्धान्तामध्ये शक्ती स्वतंत्र नसून शिवातच अंतर्भूत आहे. (शिवशक्ती) किंबहुना शिवातील इकार म्हणजेच शक्ती होय. असे असले तरी तिचे महत्त्व मात्र पुष्कळ आहे. कारण शिव या शक्तीमुळेच या ब्रह्मांडाची उत्पत्ती झाली आहे, असे गोरक्षनाथ सांगतात.

तंत्रविद्या विषयक वाङ्मयात कालीची उपासना करण्याचा विधी विस्तृतपणे दिला असून, वैदिक धर्माच्या कर्मकांडात जे जे काही निषिद्ध म्हणून दिले आहे, त्या सगळ्यांचा समावेश, म्हणजे मांस, रक्त, स्मशानातील राख, कवट्या, मद्य, अमली पदार्थ आणि अनैतिक शरीरसंबंध अशा सगळ्या गोष्टींचा वापर करत. अत्यंत गुप्तपणे, शक्यतो स्मशानासारख्या ठिकाणी ही पूजा केली जाई. या अघोरी प्रकारच्या विद्येमुळेच, मुख्य वैदिक धर्मविधीपासून काली दूरच राहिली. ती कायम गावकुसाबाहेर असलेली देवता म्हणून मानली गेली. तिच्या उपासकांकडेही प्रस्थापितांनी (भद्र लोकांनी) कायम काळी जादू, अघोरी विद्या अशा गोष्टी करणारे म्हणून पाहिले. नागर संस्कृतीत

या गोष्टी पचणाऱ्या, रुचणाऱ्या नव्हत्या. म्हणूनच या पंथातील साधक वस्तीपासून दूर, डोंगरमाथ्यावर किंवा गावकुसाबाहेरच्या स्मशानात आश्रम स्थापून राहू लागले! वैराग्यभाव जलद साधण्यासाठी स्मशानासारखी जागा नाही. स्मशानवैरागी असा एक स्वतंत्र पंथ आजही खूप ठिकाणी दिसतो. बहुधा या पंथात जाणारे साधू आधी उदासी पंथात आढळतात. जसा गुरू भेटेल तसे पुढे मार्गक्रमण करतात. पण नागरी जीवनाशी त्यांचा संबंध तुटत तुटत जाऊन लय पावतो.

भारतात बौद्ध धर्माचा उदय आणि कालांतराने त्याचा प्रभाव कमी झाल्यावरचा काळ हिंदू धर्मप्रवाहात मोठे क्रांतिकारक बदल घडवणारा ठरला. जुन्या वैदिक परंपरा मोडून पडल्या आणि नव्या प्रकारच्या आध्यात्मिक चळवळी सुरू झाल्या. यात शिव, विष्णू आणि महादेवी अशा तीन देवांनाच महत्त्वाचे स्थान प्राप्त झाले. शिवाची उपासना करणारे शैव, विष्णूचे उपासक वैष्णव आणि महादेवी म्हणजे शक्तीचे उपासक ते शाक्तपंथीय समजले जाऊ लागले. सर्व विश्वाची निर्मिती आदिमाया महादेवीने केली आहे, यावर शाक्त संप्रदायाची श्रद्धा आहे. सर्व देवी शक्तीचे मूळ हीच 'आदिमाया' आहे, यावरही त्यांचा विश्वास आहे.

अनेक पुराणांमध्ये - जसे की शिवपुराण, वामनपुराण, मत्स्यपुराण, भागवतपुराण - अशा अनेक ठिकाणी कालीचा उल्लेख उमा पार्वतीचेच रौद्र रूप म्हणून करण्यात आलेला दिसतो. मार्कंडेयरचित 'देवीमाहात्म्य' - दुर्गा सप्तशती किंवा चंडीपाठ यात दुर्गा देवीने रौद्ररूप धारण करत मनीष, मधु, कैटभ, शुंभ-निशुंभ या दानवांचा वध केल्याचा उल्लेख आहे. देवी माहात्म्याच्या सातव्या प्रकरणात, दुर्गादेवीचेच आणखी रौद्ररूप म्हणून काली, जिचे वर्णन कालीच्या सगळ्या अवताराशी संपूर्ण मिळतेजुळते आहे, अशा स्वरूपात प्रकट होते आणि शुंभ-निशुंभ राक्षसांचे सेनापती असलेल्या चंड आणि मुंड यांची अत्यंत क्रूरतेने वध करत असल्याचे वर्णन आहे. पुढच्या आठव्या प्रकरणात तर अधिकच क्रूर वर्णन आहे. चंड आणि मुंड यांचा निःपात केल्यानंतर देवी चामुंडा म्हणून ओळखू जाऊ लागली. त्यानंतर तिचा सामना 'रक्तबीज' नावाच्या राक्षसाशी झाला. रक्तबीज या नावातील अर्थाप्रमाणे जेव्हा या राक्षसाच्या रक्ताचा प्रत्येक थेंब जमिनीवर सांडत असे, त्या वेळी त्यातून आणखी एका रक्तबीजाची निर्मिती होत असे. त्यामुळे रक्तबीजाला संपविणे देवांना अशक्य होते. दुर्गेने रक्तबीजाची शकले केली, मात्र त्यातून पुनःपुन्हा नव्याने रक्तबीज तयार होत होते. त्यामुळे दुर्गेने कालीला रक्तबीजाला संपवण्याचा आदेश दिला. दुर्गेने रक्तबंबाळ केलेल्या रक्तबीजाचे रक्त जमिनीवर पडू न देणे, हाच त्याला संपविण्याचा एकमेव उपाय होता. त्यामुळे काली आपल्या जिभेने खेचरी मुद्रा धारण करून त्याचे रक्त चाटून घेत, त्याला थेंबाथेंबाने

संपवत होती. हाडामांसासह रक्तबीजाच्या रक्ताचा थेंबन्‌थेंब प्राशन करत कालीने त्याला संपविले, अशी आख्यायिका आहे. ही आख्यायिका किंवा प्रतीकात्मक कथा असली, तरी यातून दिलेला एक संदेश आणि कालीचे एक महत्त्वाचे वैशिष्ट्य आपल्याला दिसते. संदेश असा आहे, की शत्रू जेवढा आक्रमक असेल, जेवढा क्रूर असेल, तेवढा त्याचा नि:पात करण्यासाठी आपल्यालाही क्रूर रूप घ्यावे लागते. कालीचे महत्त्वाचे वैशिष्ट्य म्हणजे तिची जिव्हा. सगळे काही भक्षण करणारी रौद्रकाली या कथेतून आपल्याला दिसते. हिंसेला, तेही ज्या स्वरूपात शत्रू संपेल, त्या स्वरूपात हिंसा करून त्याला संपवावे लागते.

या आख्यायिकेतून कालीचे सर्वांत क्रूर रूप समोर आले आहे. अत्यंत उग्र स्वरूपात, संतप्त होऊन कालीने या युद्धात रक्तबीजाचा नाश केला आहे. काली ही देवी आहे, मात्र ती आपल्याला इथे साक्षात मृत्यूचे अक्राळविक्राळ रूप दाखवते. मर्त्य आयुष्यातील हिंसेचे हे एक रूप ती आपल्यासमोर आणते आहे. हे कालीचे मूळ रूप आहे, त्याविषयी आपण पुढे सविस्तर चर्चा करणार आहोत.

मात्र, आज जी कालीमाता आपल्याला दिसते, विशेषत: बंगालमध्ये घराघरात जी कालीमाता पूजिली जाते, ती या मूळ कालीपेक्षा किंवा तंत्रविद्येच्या वाङ्मयात वर्णन केलेल्या कालीपेक्षा वेगळी आहे. विशेषत: चैतन्य महाप्रभू यांनी बंगालमध्ये सुरू केलेल्या भक्तिचळवळीमुळे काली तंत्रविद्येच्या पलीकडे गेली. काळ्या कृष्णासोबत कालीदेखील पूजिली जाऊ लागली. हा एक वेगळा सिद्धान्त मांडणाऱ्या 'तंत्रराज तंत्र' या ग्रंथात तर असे म्हटले गेले आहे की, देवी म्हणून पुरुषांना संमोहित करणाऱ्या कालीने नंतर स्त्रियांना संमोहित करण्यासाठी कृष्णाचा म्हणजे पुरुषाचा जन्म घेत पृथ्वीतलावर अवतार घेतला.

काही पुराणे आणि तंत्रविद्या यांचा वाङ्मयात उल्लेख जरी असला, तरी वैदिक किंवा हिंदू धर्मपरंपरेत ही देवता फारशी पूजिली गेली नाही. मात्र देशभरातील लोकसंस्कृतीत कालीमाता ही ग्रामदेवता म्हणून मानली जाते, पूजिली जाते. कित्येक वर्षे भक्तांनी या देवीची उपासना केली आहे, आजही करत आहेत. केरळमध्ये ती भगवती आहे, तर कर्नाटकात ती महिषासुरमर्दिनी आहे, यल्लमा आहे. महाराष्ट्रात ती रेणुका आणि काळूबाई आहे, बंगालमध्ये ती तारा आहे, तर आंध्रप्रदेशात ती भद्रकाली आहे. गुजरात आणि राजस्थानमध्ये ती कालिका माता आहे, तामिळनाडूमध्ये ती मरी अम्मन आहे, दिल्लीत कालकाजी, त्रिपुरात त्रिपुरसुंदरी आहे, तर हिमाचल प्रदेशात ती नैनादेवी आहे. मातंग, चांभार समुदायाची ती मातंगी आहे, तर बलुचिस्तानमध्ये ती हिंगलादेवी आहे.

कोडुंगलूर श्री भगवती देवी, केरळ.

श्री महिषामर्दिनी, काडियाली, कर्नाटक.

श्री रेणुका देवी, माहूर, महाराष्ट्र.

श्री काळूबाई, मांढरदेवी, महाराष्ट्र.

श्री तारा देवी, तारापीठ, प. बंगाल.

श्री भद्रकाली देवी, वारंगल, आंध्रप्रदेश.

श्री कालकामाता, अमरसर, जयपूर.

श्री कोट्टाई मरीअम्मन देवी, तामिळनाडू.

श्री कालकाजी माता, दिल्ली.

श्री नैनादेवी, हिमाचल प्रदेश.

श्री मातंगी मोढेश्वरी देवी, गुजरात.

श्री हिंगलादेवी, बलुचिस्तान, पाकिस्तान.

७

देवीची बावन्न शक्तिपीठे

या महादशविद्या देवतांचे आणखी एक रोचक वैशिष्ट्य म्हणजे, हिंदू धर्मात विष्णूचे जे दशावतार मानले जातात, त्यांचीच स्त्रीरूपे म्हणजे या दशमहाविद्या, असे गुह्य तंत्रविद्या तत्त्वज्ञानात मानले जाते.

भारतभर देवीची बावन्न शक्तिपीठे असल्याचे मानले जाते. म्हणजेच या बावन्न स्थळी देवीचा प्रत्यक्ष वास असून त्यांच्या पारलौकिक शक्तीची अनुभूती तिथे येते, अशी भाविकांची श्रद्धा आहे. विशेष म्हणजे, या बावन्न स्थळांपैकी ऊर्जा, आदिशक्तीच्या वैश्विक ऊर्जेशी जोडलेली आहे, असा अनुभवही भक्तांना येत असल्याचे ऐकिवात आहे. याचे कारण समजून घ्यायचे असेल, तर आपल्याला या बावन्नशक्तिपीठांमागची आख्यायिका थोडी विस्ताराने समजून घ्यावी लागेल.

पार्वतीची तीन रूपे आहेत. एक सती, जी शांतता, समृद्धी, सुफलता प्रदान करणारी आणि कामनापूर्ती करणारी देवी. दुर्गा ही शक्तीचे आणि पराक्रमाचे रूप, तर तिसरी महाकाली ही दुष्ट शक्तींचा समूळ नाश करणारी, विध्वंसक आणि मृत्यूची देवता!

बावन्न शक्तिपीठे भारतात कशी निर्माण झाली याची कथा आपण या आधी पाहिली. या शक्तिपीठांपैकी साडेतीन पीठे महाराष्ट्रात आहेत. माहुरची रेणुकादेवी, तुळजापूरची भवानी माता, कोल्हापूरची अंबाबाई ही तीन पीठे, तर नाशिकच्या सप्तश्रृंगीचे अर्धे पीठ समजले जाते. दुर्गा सप्तशती आणि तंत्रचुडामणी अशा ग्रंथांत या शक्तिपीठांचा उल्लेख आहे. विशेष म्हणजे संपूर्ण भारतभर, अगदी पाकिस्तान (बलुचिस्तान) आणि बांगलादेशातही ही शक्तिपीठे आढळतात. या सर्व शक्तिपीठांशी संबंधित काही इतर आख्यायिका, लोककथाही आहेत. या लोककथा त्या प्रदेशातील मूळ निवासी, स्थानिकांच्या श्रद्धा, मान्यता आणि परंपरांचे प्रतिबिंब मांडणाऱ्या असतात. त्यामुळे त्यांचा तपशील महत्त्वाचा नसला, त्यांची सत्यता पडताळण्यासारखी नसली, तरीही त्यातून एक समान धागा दिसतो, जो भारतीय उपखंडातील देवीस्थानांना आणि श्रद्धांना जोडणारा आहे.

सप्तश्रृंगी देवी, नाशिक

अनेक लोकसंस्कृतींमध्ये स्त्री-शक्तीची पूजा, उपासना केली जाते. ती विविध स्वरूपांत होत असली, तरीही त्यातील सर्वाधिक लोकप्रिय स्वरूप कालीचेच आहे. तिची नावे वेगवेगळी असली, तरीही एक शक्तिदेवता, रक्षणकर्ती म्हणून तिला मान्यता आहे.

तुळजाभवानी देवी, तुळजापूर

महालक्ष्मी देवी, कोल्हापूर

गावांच्या वेशींचे ती आक्रमकपणे रक्षण करते, गावांना आजार आणि नैसर्गिक संकटांपासून सुरक्षित ठेवते. गेली हजारो वर्षे बहुजनांनी कालीमातेवरची अढळ श्रद्धा पिढ्यान्‌पिढ्या पुढे नेली आहे. या देवतेविषयीचे आकर्षण इतका मोठा काळ कसे कायम आहे, याचा शोध घेण्यासाठी तिचे नेमके स्वरूप आणि त्यामागच्या आख्यायिका, कथा मुळातूनच समजून घ्याव्या लागतील.

दशमहाविद्या

तांत्रिक (विद्या) संप्रदायात दशमहाविद्या मानल्या जातात. या महाविद्या म्हणजे, दहा तंत्रविद्या कालीरूपे असल्याचा विश्वास आहे. विशेषतः शाक्त संप्रदायात स्त्रीशक्ती सर्वोच्च, आदिमाया, विश्वनिर्माती असल्याचे मानले जाते. दहा महाविद्यांमध्ये काली, तारा, त्रिपुरसुंदरी, भुवनेश्वरी, छिन्नमस्तका, भैरवी, धूमवती, बगलामुखी, मातंगी, कमला अशा देवतांचा समावेश आहे. त्यांचा थोडक्यात परामर्श घेऊ या.

काली

सप्तमातृकांपैकी एक म्हणजे काली देवी. तिचा वर्ण काळ्या मेघासारखा व केस मोकळे सोडलेले असून ती निर्वस्त्र अशी आहे. तिला तीन नेत्र आहेत व तिचा चेहरा रागाने लाल झालेला आहे. तिच्या सभोवताली प्रेतांचा खच पडलेला आढळतो. ती शिवाच्या शरीरावर आरूढ झालेली आहे. तिच्या गळ्यात व कानात नरमुंड असून तिच्या वरच्या

काली देवी

बाजूस असलेल्या डाव्या हातात नुकतेच कापलेले नरमुंड आहे. त्यातील वाहणारे रक्त खालच्या बाजूस डाव्या हातात असलेल्या कपाळात जमा होत असते. हिला दक्षिणकाली म्हणूनही ओळखले जाते. ही साक्षात मृत्यूची, काळाची, परिवर्तनाची देवता आहे. सर्व स्त्री देवतांमधील आदिशक्ती सर्वशक्तिमान अशी ती आहे. सर्व प्राणिमात्रांची ती माता आहे. तिला ब्रह्मतत्त्वाचे मूर्त रूप मानले जाते. तसेच ब्रह्मांडाचे संरक्षण करणारी आणि मुक्तिदेवता म्हणूनही ती ओळखली जाते.

तारा

तारा देवी

हिंदू धर्मामध्ये 'तारा' ही दहा महाविद्यांमधील दुसरी महाविद्या आहे. 'तारा'चा अर्थ 'तरणे' असा आहे, ज्याचा अर्थ 'जो ओलांडतो'. ती पार्वतीचे रूप आहे. तारादेवीचे सर्वांत प्रसिद्ध मंदिर बंगालमधील तारापीठमध्ये एका स्मशानात आहे. सागरमंथनातून निघालेले विष तारादेवीने महादेवाच्या गळ्याखाली जाऊ दिले नाही. नंतर विषाचा दाह थांबवण्यासाठी तिने महादेवाला बेलपत्र खायला दिले व त्याच्या मस्तकावर दुधाचा अभिषेक केला. नेपाळमध्ये उग्रताराचे देऊळ आहे. आदिशक्तीचे रूप मानल्या जाणाऱ्या तारादेवीची प्रमुख मंदिरे पश्चिम बंगालमध्ये आहेत. 'एकजा', 'उग्रतारा' आणि 'नीलासरस्वती' ही तिची तीन रूपे मानली जातात.

देवीभागवत पुराण आणि कलिका पुराणात तिचा उल्लेख आहे. ही तांत्रिक आणि बौद्ध संप्रदायातही पूजिली जाते. हिरव्या, पांढऱ्या, निळ्या, पिवळ्या, काळ्या व धूम्र अशा अनेक रूपांत तारा पूजिली जाते. प्रत्येक रंगाचा विधी, मंत्र, पूजन वेगवेगळे असते आणि ते स्थानपरत्वे बदलत असते.

त्रिपुरसुंदरी

त्रिपुरसुंदरी देवी

त्रिपुरसुंदरी ही देवी नावाप्रमाणे सौंदर्याचे प्रतीक आहे. ती सोळा वर्षांची असल्याचे मानले जाते आणि म्हणूनच तिला सोळा वर्षांची 'षोडशी' कुमारी असेही म्हटले जाते. ती पार्वतीचे एक रूप आहे. दैवी शक्तीचे हे रूप, जे पार्वती, दुर्गा आणि भगवती यांसारख्या इतर अनेक नावांनीही ओळखले जाते. या देवीची तीन रूपे आहेत. हिंदू पंचांगानुसार, त्रिपुरसुंदरी जयंती मार्गशीर्ष महिन्याच्या शुक्ल पक्षातील पौर्णिमेला साजरी केली जाते. हा दिवस त्रिपुर भैरवी जयंती म्हणून ओळखला जातो. या दिवशी विधिपूर्वक त्रिपुरसुंदरी देवीची पूजा करून व्रत केल्यास मनुष्याला सुख आणि मोक्ष दोन्ही समान रीतीने मिळतात, अशी समजूत आहे.

माँ त्रिपुरसुंदरी ही दहा महाविद्यांपैकी एक मानली जाते. ही माता पार्वतीचे तांत्रिक रूप आहे, अशी श्रद्धा आहे. माता त्रिपुरसुंदरीला 'महात्रिपुरसुंदरी', 'लीलामती', 'लालटिंबिका', 'लीलेशी', 'षोडशी', 'ललिता', 'लीलावती', 'लीलेश्वरी', 'ललितागौरी' आणि 'राजराजेश्वरी' या नावांनीही ओळखले जाते. शाक्त संप्रदायांच्या साधकांमध्ये सर्वांत लोकप्रिय असलेल्या शंकराचार्य प्रेरित 'श्री ललिता सहस्रनाम' या स्तोत्रात या त्रिपुरसुंदरीचे वर्णन करण्यात आले आहे. देवतांमधील सर्वांत सुंदर मानले जाणारे हे स्वरूप, शाक्त पंथातील श्रीकूल देवीचे आहे. श्रीचक्र हेही तिचेच प्रतीक आहे. ही कामनापूर्ती देवी असून, सृष्टिनिर्माती जगदंबा मानली जाते.

भुवनेश्वरी देवी

भुवनेश्वरी

भुवनेश्वरी ही दशविद्यांमधील चौथी देवी. भुवनेश्वरी म्हणजे जगातील सर्व ऐश्वर्याची स्वामिनी. भुवनेश्वरीला एक चेहरा आणि चार हात आहेत. चार हातांत असलेली गदा शक्तीचे प्रतीक आहे आणि राजदंड हे व्यवस्थेचे प्रतीक आहे. पुष्पहार हे नियमितता तर आशीर्वाद मुद्रा हे प्रजापालन यांचे प्रतीक आहे. हिलाच 'आदि-शक्ती', 'आदि-पराशक्ती', 'अभया शक्ती', 'प्रारंभा' म्हणून ओळखले जाते. ही आदिमाया आहे. ती ऊर्जेचा स्रोत म्हणून ओळखली जाते. समृद्धी, कीर्ती, सौंदर्य, ज्ञान, सर्जन अशा सर्व गुणांची धात्री अशी पार्वती आहे. शैवपंथीय तिला 'पार्वती' तर वैष्णव 'दुर्गा' म्हणतात. भुवनेश्वरीची मंदिरे उत्तराखंडात अनेक ठिकाणी आहेत.

छिन्नमस्तका देवी

छिन्नमस्तका

छिन्नमस्तका ही देवी पार्वतीचे रूप असून दहा महाविद्यांपैकी एक आहे. या देवीला 'प्रचंडकालिका', 'प्रचंडचंडिका' या नावांनीही ओळखले जाते. तिच्या हातात तिचेच मस्तक आहे आणि दुसऱ्या हातात खड्ग आहे. गळ्यात कवट्यांची माळ आहे. यज्ञात छिन्नमस्तका देवीला आवाहन केल्यास तिचे डोके तिच्या धडावर येते. ही संपूर्ण निर्वस्त्र देवता आहे. तिच्या मस्तकविहीन धडातून रक्तधारा निघतात आणि या रक्तधारा

ती आणि तिच्या दोन सख्या, जया आणि विजया प्राशन करत आहेत. हिमाचल प्रदेश आणि सहारनपूर इथे तिची मंदिरे आहेत. हिंदू धर्मातील देवीकेंद्रित परंपरेनुसार शाक्त पंथातील कालीकुला संप्रदायामध्ये छिन्नमस्तका देवीची पूजा करतात. ही परस्परविरोधी देवता आहे. शांत भावाने तिची उपासना केली तर ती शांत भावाने प्रसन्न होते आणि उग्र रूपात उपासना केली, तर ती उग्र रूपात दर्शन देते. ती जीवनदायी आणि मृत्यूदेवता आहे. तिबेटमधील बौद्ध देवता वज्रयोगिनीशी हिचे साम्य आहे. तिची मंदिरे मुख्यत: नेपाळमध्ये आणि पूर्व भारतात आढळतात. तिची सार्वजनिक पूजा दुर्लभ आहे. ती एक तांत्रिक देवता आहे आणि गूढ तांत्रिक अभ्यासक तिची उपासना करतात. छिन्नमस्तका देवी ही चिन्नमुंडाशी संबंधित आहे. ती तिबेट बौद्ध देवी वज्रयोगिनीचे तुच्छ-मुंडक रूप आहे. शाक्त पंथानुसार छिन्नमस्तकाची उपासना करणारे राहूच्या प्रभावापासून मुक्त होतात, असे समजले जाते. गंमत म्हणजे, राहूचे रूपही मस्तकहीन-छिन्नमस्तकच आहे.

भैरवी

भैरवी देवी

हिलाच 'त्रिपुरभैरवी' असेही म्हणतात. वाराणसी इथे त्रिपुरभैरवीचे मंदिर आहे. विद्यादायिनी असलेली ही देवी त्रिमूर्तीपेक्षा, म्हणजे ब्रह्मा-विष्णू-महेश यांच्यापेक्षाही शक्तिशाली आहे, असे म्हटले जाते. 'त्रि'चा अर्थ योगनिद्रेच्या तीन अवस्था - जागृती, स्वप्न, सुषुप्ति असाही सांगितला जातो. त्या अर्थाने तिला कुंडलिनी, योग शक्ती आणि तांत्रिक साधनांची देवता मानले जाते. या देवीच्या एका हातात जपमाला, पुस्तक व एका हातात अभय मुद्रा आहे. ही कुंडलिनी शक्तीची देवता असून ती भैरव देवाची पत्नी मानली जाते. त्रिकाया, त्रिशक्ती, त्रिकोण, त्रिमिती, त्रिदेवी, त्रिकाळ, त्रिभंग (ख्रिस्ती धर्मातील ट्रिनिटी तत्त्व, ख्रिस्त जन्माच्या वेळी ताऱ्याचा शोध घेणे, देवदूत) तसेच त्रिलोक अशा तीन अंकांतून प्रकट - भासमान होणाऱ्या संकल्पना खूप खोल आहेत; इतक्या, की तो एका पुस्तकाचा विषय होऊ शकतो.

धूमावती देवी

धूमावती

भगवान शिव यांनी प्रकट केलेल्या दहा महाविद्यांपैकी सातवी महाविद्या देवी धूमावती म्हणून ओळखली जाते. दरवर्षी ज्येष्ठ महिन्याच्या शुक्ल पक्षाच्या अष्टमीला तिचा प्रकट दिवस पाळला जातो. देवी धूमावतीची विधवेच्या रूपात पूजा केली जाते. कावळ्यावर स्वार देवी धूमावती श्वेत वस्त्र धारण करते आणि तिचे केस नेहमी मोकळे असतात. धूमावतीचा शब्दशः अर्थ धुरातून जन्मलेली देवता. हिच्या उगमाची कथा अशी आहे : सतीने पित्याच्या, म्हणजे दक्ष प्रजापतीच्या यज्ञात स्वतःला जाळून भस्म केले. त्यात तिच्या जळत्या शरीरातून जो धूर निघाला, त्यातून धूमावतीचा जन्म झाला. ही उदास, दुःखी स्वरूपाची देवी आहे. ही देवी वृद्ध, कुरूप विधवेच्या स्वरूपात दाखवली जाते. पृथ्वीवर जेव्हा प्रलय येईल म्हणजे विध्वंस आणि सर्जन यांच्यातील पोकळीच्या काळाचे ही देवी एक मूर्त प्रतीक आहे, असेही म्हणतात. कुरूपतेच्या सर्व मर्यादा पार केलेली ही देवी भक्तांना दुःखाचे आणि निराशेचे अंतिम स्वरूप दाखवते. नवरात्रीत देवीची गुप्ततेने विशेष पूजा केली जाते. संकटातून मुक्त होण्यासाठी, रोगाचा नाश करण्यासाठी, युद्धामध्ये विजय मिळवण्यासाठी देवी धूमावतीची पूजा केली जाते. ज्या व्यक्तीला माता धूमावतीचा आशीर्वाद प्राप्त होतो, त्याच्या जीवनात कोणत्याही गोष्टीची कमतरता राहत नाही. परंतु जर देवी रागावली, तर त्या व्यक्तीचे आयुष्य उद्ध्वस्त होऊ शकते, अशी सर्वसामान्य धारणा आहे.

बगलामुखी

दशविद्यांमधील ही आठवी देवी. उत्तर भारतात ही देवता प्रसिद्ध आहे. तिचे वाहन बगळा किंवा सारस पक्षी आहे, तर अस्त्र तलवार व सोटा आहे. तिच्या मुखावर हास्य असते. विश्वात जे तरंग निर्माण होतात, ते याच देवीपासून निर्माण होतात असे

बगलामुखी देवी

मानतात. शत्रुनाश, वाक्सिद्धी व बुद्धिवादात यश मिळवण्यासाठी या देवीची उपासना केली जाते. देवीची मोठी मंदिरे गुवाहाटी, आसाम, मध्यप्रदेश व हिमाचल प्रदेशात आहेत. बगला हा शब्द वलग म्हणजे चाबूक किंवा काठी, ज्याचा नंतर वगला आणि बगला असा अपभ्रंश झाला. हिला 'पितांबरी' माता असेही म्हणतात, कारण तिचा संबंध पिवळ्या रंगांशी आहे. मध्य प्रदेश, उत्तराखंड इथे या देवीची मंदिरे आहेत.

बगलामुखी देवीची तीन प्रमुख ऐतिहासिक मंदिरे आहेत. दतिया (मध्यप्रदेश), कांगडा (हिमाचल प्रदेश), नळखेडा, शाजापूर (मध्यप्रदेश)

महाभारतात कृष्ण आणि अर्जुनाने नळखेड्यात युद्धाच्या अगोदर बगलामुखी देवीची पूजा केली होती, असे म्हणतात. ही ज्ञानाची देवता मानली जाते.

मातंगी

जातिव्यवस्थेतील काही तथाकथित कनिष्ठ जातीतील धरणीपुत्रांची आराध्यदेवी म्हणजे मातंगी. हिलाच मरिआई म्हणूनही ओळखतात. दक्षिण भारत, विशेषतः कर्नाटक आणि आंध्र प्रदेशात हिची उपासना केली जाते. हिचे उपासक, पुजारीदेखील तथाकथित कनिष्ठ जातीतील असतात. दशविद्यांमधील ही नववी देवी आहे. ही कला, संगीत, विद्या यांची देवता आहे. देवी सरस्वतीचे तांत्रिक स्वरूप म्हणून हिला मानले जाते. कला आणि

मातंगी देवी

विद्या वश करण्यासाठी हिची उपासना केली जाते. अलौकिक शक्ती प्राप्त करण्यासाठी, विशेषतः शत्रूंवर नियंत्रण मिळवणे, लोकांना स्वतःकडे आकर्षित करणे, कलेवर प्रभुत्व मिळवणे आणि सर्वोच्च ज्ञान प्राप्त करणे यासाठी हिची उपासना केली जाते. एकोणिसाव्या शतकातील दक्षिण भारतातील चित्रांमध्ये वीणावादन करताना मातंगी देवी दाखविली आहे.

कमला देवी

कमला

दशविद्यांमधील ही दहावी देवता. संपूर्णतेची देवता म्हणून हिला ओळखले जाते. कमलपुष्पावर विराजमान म्हणून ती कमला. ती तांत्रिक लक्ष्मीचे रूप आहे. त्यामुळे साहजिकच समृद्धी, सफलता, भाग्य देणारी देवता आहे. तिच्या आजूबाजूला चार हत्ती आहेत. तेही समृद्धीचे आणि ऐश्वर्याचे प्रतीक आहे. ही सुवर्णकांती असलेली देवता आहे. तिला चार हात असून दोन हातांत कमलपुष्पे आहेत. एक हात अभयमुद्रेत, तर दुसरा वरमुद्रेत आहे.

श्री कमलाभवानी माता ही महाराष्ट्राचे आराध्य दैवत असलेल्या तुळजापूरच्या श्री तुळजाभवानी मातेचे प्रतिरूप मानली जाते. श्री कमला देवीच्या मंदिरामुळे करमाळा शहर प्रसिद्ध झाले आहे. या मंदिरात ९६ या संख्येला विशेष महत्त्व आहे. रावरंभा निंबाळकर यांनी १७२७ मध्ये श्री कमलाभवानीचे मंदिर बांधले. करमाळ्याच्या कमला देवीच्या मंदिराला तुळजापूरच्या तुळजाभवानीचे दुसरे पीठ असे संबोधले जाते. हेमाडपंथी शैलीत बांधलेल्या या मंदिराला दक्षिणपूर्व व उत्तर दिशेला प्रवेशद्वारे आहेत. मंदिरासमोर असलेल्या विहिरीला ९६ पायऱ्या आहेत. मंदिरात ९६ ओवऱ्या आहेत. मंदिरातील छतावर ९६ चित्रे रेखाटली आहेत. मंदिरात एकूण ९६ खांब आहेत. देवीचा नवरात्र उत्सव इथे मोठ्या भक्तिभावाने साजरा केला जातो. वार्षिक यात्रा उत्सव कार्तिक पौर्णिमा ते चतुर्थीच्या काळात साजरा केला जातो.

या महादशविद्या देवतांचे आणखी एक रोचक वैशिष्ट्य म्हणजे, हिंदू धर्मात विष्णूचे जे दशावतार मानले जातात, त्यांचीच स्त्रीरूपे म्हणजे या दशमहाविद्या, असे गुह्य तंत्रविद्या

तत्त्वज्ञानात मानले जाते. यानुसार काली-कृष्ण, तारा-राम, त्रिपुरसुंदरी-कल्की, त्रिपुर भैरवी-नरसिंह, भुवनेश्वरी-वराह, छिन्नमस्तका-परशुराम, मातंगी-बुद्ध, बगलामुखी-कूर्म, कमला-मत्स्य व धूमावती हा वामन अवतार असल्याची समजूत आहे.

श्री विद्यादेवी ललिता संप्रदाय

श्री विद्यादेवी ललिता त्रिपुरसुंदरीशी संबंधित तंत्रविद्येचा हिंदू संप्रदाय आहे. श्रीविद्या संप्रदायांच्या एक हजार नावांचे वर्णन श्री ललिता सहस्रनामात आहे. श्रीविद्या संप्रदाय आत्मानुभूतीबरोबरीने ऐहिक समृद्धीलाही जीवनाच्या लक्ष्याच्या स्वरूपात स्वीकारतो.

लंडनच्या ब्रिटिश संग्रहालयात असलेले चतुर्भुजा ललिता रुपातील पार्वतीचे शिल्प

श्री ललिता त्रिपुरसुंदरीचा डावा पाय श्रीचक्रावर आहे. तिच्या चारही बाजूला ब्रह्मा, विष्णू, शंकर, पराशिव आणि गणपती विराजमान आहेत. लक्ष्मी आणि सरस्वती तिला पंख्याने वारा घालत आहेत. तिने पाश, अंकुश, धनुष्य आणि वाण (बाण) ही अस्त्रे धारण केली आहेत.

चतुर्भुजा ललिता रूपात पार्वतीसोबत पुत्र गणेश व स्कंद आहेत. अकराव्या शतकात ओडिशामध्ये निर्मिलेले हे शिल्प सध्या लंडनमधील ब्रिटिश संग्रहालयात आहे.

ऋग्वेदातील श्रीसुक्तात श्रीदेवी, म्हणजे महालक्ष्मी, जिची देवाधिदेवाने पूजा केली आहे. श्रीविद्येचे भैरव आहेत त्रिपुर भैरव (देव शक्ती संगमतंत्र). महाशक्तीची अगणित नावे आणि अगणित रूपे आहेत. त्रिपुरा उपासकांनुसार ब्रह्मादि देव त्रिपुरेचे उपासक आहेत. तिचे परमरूप इंद्रियांना किंवा मनालाही दिसू शकत नाही इतके सूक्ष्म आहे.

श्रीविद्येच्या उपासकांमध्ये प्रथम स्थान काम (मन्मथ) याचे आहे. श्रीविद्या ही देवी गूढ विद्येची प्रवर्तक असल्यामुळे 'विश्वेश्वरी' नावाने प्रसिद्ध आहे. या देवीची बारा

मुखे आणि नावे प्रसिद्ध आहेत. जशी मनु, चंत्र, कुबेर, लोपामुद्रा, मन्मथ, अगस्त्य, अग्नी, सूर्य, इंद्र, स्कंद, शिव, क्रोध भट्टारक (वा दुर्वास). श्रीविद्येची सर्वसामान्यपणे गुप्त असलेली विचारधारा आजही प्राचीन आगम मठात पूर्णपणे प्रचलित आहेत. आगम मठ कैलास पर्वतापासून भूतानच्या पायथ्यापर्यंत पाच मठांमध्ये विभागलेले आहेत.

श्रीविद्येचे मुख्य बारा संप्रदाय आहेत. यातील बहुतेक संप्रदाय आता लुप्त झाले आहेत. केवळ मन्मथ आणि काही अंशी लोपामुद्राचा संप्रदाय अजूनही अस्तित्वात आहे. गौड संप्रदायानुसार श्रेष्ठ विचार काली आहे. पण काश्मीरमधील आणि केरळमधील प्रस्थापित शाक्त मतांनुसार श्रेष्ठ विचारधारा त्रिपुरा आणि तारा यांची आहे. काही उपासकांची देवता तारा वा नील सरस्वती आहे.

८

कालीचे बाह्य स्वरूप

कालीचे स्वरूप समजून घेतल्यानंतरच आपल्याला अंदाज येऊ शकतो, की हिंदू किंवा वैदिक धर्म परंपरेच्या मुख्य प्रवाहात सामावून जाणारी ही देवता नाही. मात्र, असे असले तरीही तिच्याविषयीचे आकर्षण अजिबात कमी झालेले नाही. देशाच्या कानाकोपऱ्यांत, विविध प्रांतात, लोकसंस्कृतीत ती कायम राहिली आहे.

भारतात आदिम काळापासून स्त्रीशक्तीची उपासना करण्याची परंपरा होती. देवीच्या सर्व रूपांमध्ये शक्तिस्वरूपिणी अनेक देवता असल्या आणि त्या सगळ्या काली/दुर्गेचेच रूप मानल्या जात असल्या, तरीही कालीचे रूप त्यांच्यापेक्षा भिन्न आहे. तिची खेचरी मुद्रेतील लालभडक जिव्हा तिला इतर सर्व देवींपेक्षा वेगळे ठरवते. संपूर्ण निर्वस्त्र, कृष्ण वर्णाची, केस मोकळे सोडलेली, लाल भडक डोळ्यांची, रक्तलांच्छित अशी काली; केवळ वर्णनानेच जिची भीती वाटावी अशी. काली समजून घ्यायची असेल, तर आपल्याला पहिल्यांदा हिंदू धर्मातील 'दैवी' शक्तींचे स्वरूप समजून घेतले पाहिजे. हिंदू धर्मात विष्णूचे जे दशावतार मानले जातात, त्यात मत्स्य (मासा), कूर्म (कासव), वराह (डुक्कर), नृसिंह (नर आणि सिंह) असे पहिले चार अवतार मनुष्य नाही, तर 'प्राणी' आहेत. याचा अर्थ असा, की कोणत्याही स्वरूपातील चेतनेला 'दैवी' मानण्याची परंपरा हिंदू धर्मात आहे. काली ही त्याच चेतनेचे एक रूप आहे.

वैदिक परंपरेत अनेक परस्परविरोधी तत्त्वे, देवता, विचार एकत्र नांदताना आपल्याला दिसतात. त्यातील वरवर दिसणारे वैविध्य आणि त्याच्या अंत:प्रवाहातील समानता यात विरोधाभास नाही हे समजून घ्यायचे असेल, तर काली समजून घेणे आवश्यक आहे. कालीची उपासना करणारे भक्त भारतभरात आहेत. तिथे देवीची दोन स्वरूपे ढोबळ मानाने पूजिली जातात. त्यातील एक शांत, सौम्य, शीतल मातृरूप आणि दुसरे उग्र, तप्त, भीषण, रौद्र असे शक्तिरूप! महादेवी ही महालक्ष्मी, महाकाली, महासरस्वती या तीन स्वरूपांच्या देवतांची एकत्रित शक्ती आहे, असे शाक्तपंथ मानतो. यात शक्ती - जी संपूर्ण विश्वाची एकवटलेली ऊर्जा आहे, प्रकृती - जी निसर्ग आणि भौतिक जगाचे रूप आहे आणि तिसरी शक्ती माया म्हणजे पारलौकिक, अदृश्य शक्ती!

Devi worshippers were known as Shaktas. Their deity, Mahadevi (which means the great goddess) was the embodiment of Shakti (energy or substance of the cosmos), Prakriti - (the natural, material world) and Maya (perceived reality).

(**स्वैर अनुवाद :** देवीची उपासना करणाऱ्या भक्तांना शाक्तसंप्रदायी म्हणून ओळखले जाते. त्यांची ही देवता (महादेवी) शक्ती (ब्रह्मांडातील संपूर्ण ऊर्जा जिच्या ठायी एकवटली आहे), प्रकृती (नैसर्गिक, भौतिक जग) आणि माया (अनुभूत होणारे पारलौकिक तत्त्व) या तिन्हींचा संगम आहे.)

भारतात सौम्य, शीतल मातृरूपी देवता विविध प्रांतांत, घराघरांमध्ये पूजिल्या जातात, तसेच कालीसारख्या उग्र देवतादेखील विविध प्रांतांत वेगवेगळ्या स्वरूपात आढळतात. तिथल्या स्थानिक संस्कृती, परंपरा यांनुसार त्यांना वेगवेगळी नावे

आहेत. त्याभोवती वेगवेगळ्या आख्यायिका आहेत. वरवर पाहता या भिन्न देवता वाटत असल्या, तरी संरक्षक आणि संहारक शक्तिरूपी देवीचेच त्या रूप आहेत. याचा समान धागा आपल्याला अनेक ठिकाणी आढळतो. जसा कृष्ण भारतभर वेगवेगळ्या स्वरूपांत, जनसमुदायात लोकप्रिय आहे, तशीच ही काली विविध प्रांतांत लोकप्रिय आहे. परंतु लोकप्रिय असूनही कालीमातेला अभिजन वर्गात मानाचे स्थान मिळाले नाही. त्याला कारण कदाचित तिचे उग्र स्वरूप आणि तिची उपासनापद्धती, उग्र कर्मकांडे ही असावीत.

क्रौर्य आणि भयंकर रूप दर्शवणाऱ्या कालीची मूर्ती अथवा चित्र आपण पाहिले असेल, त्यात कालीमाता वर्णाने काळी, केस मोकळे सोडलेली, उग्र चेहऱ्याची जीभ बाहेर आलेली (खेचरी मुद्रा), संपूर्ण निर्वस्त्र, हातात राक्षसाचे शिर, गळ्यात मुंडक्यांची माळ, चार भुजांमध्ये विविध शस्त्रे आणि खाली पडलेल्या शिवाच्या छातीवर पाय रोवून उभी असलेली काली असेच तिचे दर्शन घडते. जिच्या आजूबाजूला प्रेते, कुत्री आणि कोल्हे आहेत. हिचे प्रथम दर्शन बघणाऱ्याच्या मनात भीतीची भावना निर्माण करते. पण या संपूर्ण स्वरूपामागे काही निश्चित अर्थ आहेत, असे शाक्त पंथाच्या अभ्यासकांचे

क्रौर्य आणि उग्रतेचे भयंकर रूप दर्शवणाऱ्या कालीमातेची खेचरी मुद्रा

खेचरी मुद्रेतील कालीची जिव्हा

म्हणणे आहे. तो अर्थ सहसा गुप्त, गुह्य आणि गूढ ठेवला जातो.

कालीची जिव्हा

कालीप्रमाणेच अनेक देवता आहेत, ज्या निर्वस्त्र किंवा उग्र चेहऱ्याच्या आहेत. मात्र कालीची जीभ जशी खेचरी मुद्रेत बाहेर आहे, तशी कुठल्याही देवीची नाही. ते एकमेव कालीचे वैशिष्ट्य आहे! कालीच्या या लालभडक जिव्हेविषयी मागे पाहिल्याप्रमाणे दोन मुख्य प्रवाद आहेत. पहिला प्रवाद असा की, 'रक्तबीज' या राक्षसाला संपविण्यासाठी कालीने हाडामांसासह त्याचे संपूर्ण रक्त प्राशन केले. हे करण्यासाठी तिने तिची जिव्हा बाहेर काढली असून रक्ताने माखल्यामुळे ती लाल आहे, असे म्हटले जाते. कालीचे एकूण उग्र, विध्वंसक रूप बघता आणि रक्तबीजाची कथा त्याच्याशी जोडली असता, हा प्रवाद अधिक सयुक्तिक वाटतो. मात्र काली जेव्हा अभिजन वर्गाच्या देव्हाऱ्यात विराजमान झाली, त्यानंतर तिच्या या लाल जिव्हेविषयी आणखी एक प्रवाद मांडला जाऊ लागला. कालीने महाभयंकर रूप घेत रक्तबीजाचा निःपात केला. मात्र अशा भयंकर, क्रूर लढाईत त्याच जोशाने लढताना काली संतप्त झाली होती. तिचा संताप काही केल्या आवरेना. प्रचंड संतप्त होऊन ती तांडव नृत्य करत होती. खेचरी मुद्रेतील तिच्या त्या नृत्याने आणि संतप्त पदन्यासाने ब्रह्मांडाला हादरे बसू लागले. कालीला शांत कसे करावे, असा प्रश्न सगळ्या देवांना पडला. देव घाबरून शिव शंकराकडे गेले आणि त्यांना, त्यांची सहचारिणी असलेल्या कालीला शांत करत पुन्हा मूळ स्वरूपात आणण्याचे आवाहन त्यांनी केले. त्यानुसार शिवशंकर कालीला शांत करायला गेले. पण ती काहीही ऐकण्याच्या मनःस्थितीत नव्हती. अतिशय संतप्त होऊन काली खाली पडलेल्या प्रेतांच्या राशींवर आणि रक्तावर पदन्यास करत होती. शेवटी तिला शांत करण्यासाठी शंकराने स्वतःलाच तिच्या पायाखाली झोकून दिले.

बेभान झालेली काली शंकराच्या छातीवर उभी राहिली. तेव्हा तिला आपल्या पायाखाली प्रत्यक्ष आपला पती भगवान शंकर असल्याचे लक्षात आले. आपली चूक लक्षात आल्यावर कालीच्या मनात स्त्री-सुलभ लज्जा उत्पन्न झाली आणि त्यातूनच

तिने आपली जीभ चावली आहे, असाही एक बाळबोध लोकप्रवाद सांगितला जातो. मात्र कालीचे एकूण स्वरूप आणि तिच्याभोवती विणल्या गेलेल्या आख्यायिका बघता कालीने लज्जेने जीभ बाहेर काढून चावणे, हा प्रवाद तसा पटण्यासारखा नाही. कदाचित कालीला ज्या वेळी अभिजन समाजात सामावून घेण्याचे प्रयत्न झाले, तेव्हा कालीचे मूळ रूप बदलण्याचा प्रयत्न झाला. त्या वेळीच हाही प्रवाद रुजवला गेला असावा जेणेकरून कालीमधील स्त्री-सुलभ लज्जा, पतीविषयीचा आदर या हिंदू परंपरेत मानल्या जाणाऱ्या गोष्टी स्वीकारल्या जातील आणि तिच्या बाहेर आलेल्या जिव्हेमागचे समाजमान्य कारण देता येईल, असा हेतू असावा. काही ठिकाणी कालीमातेची जीभ बाहेर आलेली दिसत नाही. जसे की भद्रकाली! जिच्या नावातच त्याचे स्पष्टीकरण आहे. भद्र म्हणजे अभिजन वर्गात पूजिली जाणारी कालीमाता!

काळा वर्ण

कालीचा वर्ण पूर्ण काळा आहे. केवळ तिचा वर्णच नव्हे, तर तिचे केसही काळे आहेत. तिची पूजा करणारे तांत्रिकदेखील काळी वस्त्रे वापरतात. तिची पूजाही अमावस्येच्या काळरात्री केली जाते. जे जे काही शुद्ध समजले गेले आहे, जे जे काही सुंदर समजले गेले आहे, ते सगळे कालीने नाकारले. कालीचे रूप संपूर्णपणे क्रूर आणि उग्र आहे. म्हणूनच तिची नावे 'स्मशान काली' (तारापीठ) बंगाल, 'दक्षिण काली' (दक्षिणेश्वर) बंगाल (स्थापना : रामकृष्ण परमहंस) अशीही आहेत.

मुक्तकेशा

कालीचे लांब आणि मोकळे केस हे तिच्या बंडखोर वृत्तीचे प्रतीक आहे. भारतात सामान्यपणे महिला केस बांधतात. घरंदाज समाजातील मुली केस बांधून समाजात वावरतात. मात्र समाजमान्य रीतीच्या बाहेर जाणारी असल्याने कालीचे केस असे मोकळे, तेही विस्कटलेले असतात. ती संतप्त आहे आणि तिचा संताप त्या मुक्त केसांतून व्यक्त होत आहे.

गळ्यातील मुंडक्यांची माळ

कालीच्या गळ्यात मुंडक्यांची माळ आहे. तिने ठार केलेल्या राक्षसांची ती मुंडकी आहेत, अशी आख्यायिका आहे. तर काही साहित्यकारांनी तिच्या गळ्यातील मुंडक्यांची माळ म्हणजे तिच्या भक्तांनी तिला समर्पित केलेला अहंकार असे म्हटले आहे. कारण जर भवसागरापासून मुक्त व्हायचे असेल, समाजाच्या बंधनातून मुक्ती हवी असेल, तर

त्यासाठी आपला अहंकार बाजूला ठेवावाच लागतो. ही मुंडक्यांची माळ अहंकाराच्या त्यागाचेच प्रतीक आहे.

भारताच्या स्वातंत्र्यलढ्यात क्रांतिकारकांच्या चळवळीला बंगालमधूनही साथ लाभली. या सशस्त्र क्रांतीला बळ मिळावे, यासाठी या सर्व क्रांतिकारकांनी भारतमाता स्फूर्तिदायी मानली. क्रांतीचे स्फुल्लिंग जागे ठेवणारी भारतमाता कालिमातेचेच रूप होती. स्वातंत्र्यदेवता प्रसन्न होण्यासाठी, तिला तिच्या पुत्रांचे शिर हवे आहे. त्यामुळे क्रांतिकारकांनी तिच्या पायाशी अर्पण केलेले शिर म्हणजेच या कालीच्या गळ्यातील मुंडक्यांची माळ हे त्याचेच प्रतीक आहे, असाही एक विचार मांडला जातो.

कालीची निर्वस्त्रता

काली संपूर्ण निर्वस्त्र आहे. तिचे हे रूप कुठल्याही संस्कृतीची बंधने नसलेले अनावृत, नैसर्गिक, आदिम तत्त्व व्यक्त करणारे आहे. ती कुठल्याही सांस्कृतिक कर्मकांडात, रीतीरिवाजांच्या परंपरेत अडकत नाही. म्हणूनच तिचे मूळ स्वरूप सत्य, नैसर्गिक आहे. मात्र जसजशा मानवाच्या नीतिमत्तेच्या, समाजव्यवस्थेच्या, संस्कृतीच्या चौकटीत राहणाऱ्या मुख्य प्रवाहात काली आली, तिचे ते संपूर्ण अनावृत रूप समाजाला झेपेनासे झाले. मग तथाकथित उच्चवर्णीय बंगाली भद्रलोकांत, या कालीला कधी दागिने, तर कधी वस्त्रे देऊन झाकले गेले. किमान तिचे लैंगिक अवयव झाकले जातील, अशी व्यवस्था केली गेली. कारण नागर संस्कृती असलेल्या सभ्य समाजव्यवस्थेत अशी वन्य प्रतिमा असणारी आदिम देवी रुचली नसती.

काली संहारक आणि विध्वंसक शक्तीचे प्रतीक आहे. म्हणूनच तिच्या चारही

चौसष्ट योगिनी मंदिर, मुरैना, मध्यप्रदेश (ब्रिटिश आर्किटेक्ट एडविन लुटियनने या मंदिराच्या आधारावरून भारतीय संसदेची इमारत तयार केली)

बाहूंमध्ये शस्त्रास्त्रे आहेत, राक्षसाचे मुंडके आहे. तिच्या हातात इतर सर्व मातृदेवतांसारखी सर्जनाची कुठलीही प्रतीके नाहीत. तिच्या सभोवताली वीरभद्र किंवा अष्टभैरव आहेत, जी शिवशंकराचीच उग्र रूपे मानली जातात. तसेच तिच्या सभोवताली डाकिणी, ६४ योगिनी (ज्यांना तंत्रविद्या येतात), मातृका आणि कुमारिका असतात. तिच्या आजूबाजूला हिंस्त्र श्वापदे असतात, ज्यांच्यावर ती नियंत्रण ठेवू शकते, अशी समजूत आहे. नवी दिल्ली येथील भारताच्या संसदेची इमारत उभारताना ब्रिटिश आर्किटेक्ट एडविन लुटियन या वास्तुविशारदाने योगिनी मंदिराचा आराखडा व डिझाइनचा वापर केला (१९०८).

कालीचे स्वरूप समजून घेतल्यानंतरच आपल्याला अंदाज येऊ शकतो, की हिंदू किंवा वैदिक धर्म परंपरेच्या मुख्य प्रवाहात सामावून जाणारी ही देवता नाही. मात्र, असे असले तरीही तिच्याविषयीचे आकर्षण अजिबात कमी झालेले नाही. देशाच्या कानाकोपऱ्यांत, विविध प्रांतात, लोकसंस्कृतीत ती कायम राहिली आहे. भारतभर वेगवेगळ्या भाषांमध्ये आदिम काळापासून अस्तित्वात असलेली तिची ही विविध स्वरूपे बघताना, लोकसंस्कृतीत स्त्रीशक्तीच्या पूजेचा, उपासनेचा एकेक धागा विणला जाताना आपण बघतो, या विविध धाग्यांमधून महादेवी-आदिमायेचे एक महावस्त्र तयार होताना आपल्याला दिसते.

९

लोकसंस्कृतीतील काली

जिथे उत्पत्ती आहे, तिथे लय नक्कीच आहे आणि त्यातून पुन्हा उत्पत्ती होते. हेच शाश्वत सत्य आहे. देवीच्या-आदिमायेच्या कालीकुल आणि श्रीकुल अशा दोन्ही रूपांतून हेच शाश्वत सत्य समोर आले आहे.

दक्षिण काली, हरिद्वार

देवीची ही स्वरूपे समजून घेणे हा अतिशय रोचक प्रवास आहे. महानिर्वाण तंत्रात काली ही आद्या आहे. तर 'शक्ति संगम' या ग्रंथात ती महाशक्ती, विविध प्रांतांत विविध स्वरूपांत ओळखली जाते. कुठे तिची आठ रूपे आहेत, तर कुठे नऊ, तर कुठे बारा. पण यांतील सर्वांत महत्त्वाचे म्हणजे दक्षिण काली, जी मंदिरात आणि घराघरांतही पूजिली जाते. अभिजन समाजात, देवळात स्थान मिळालेले हे कालीचे सर्वाधिक सौम्य, सांस्कृतिक रूप म्हणता येईल. त्यानंतर येते ती स्मशान काली! तंत्रविद्या, अघोरी विद्या जाणणारे लोक या स्वरूपातील कालीची अतिशय उग्र उपासना करतात. हे बीभत्स आणि क्रूर स्वरूपातील कर्मकांड आहे.

सिद्धकाली या स्वरूपातील देवी म्हणजे तंत्रविद्येची उपासना करणाऱ्या भक्ताला वरदान देणारी, सिद्धी देणारी काली. जी तिच्या साधकाला, कुठल्या तरी शक्तीला वश करून घेण्यासाठी काही तंत्रविद्या शिकवते. 'गुह्य काली' हे कालीचे आणखी एक रूप. या रूपातील काली नावाप्रमाणेच गूढ असून मानवी वस्तीपासून दूर असलेल्या गुहांमध्ये तिचे वास्तव्य असते, असे मानले जाते. भद्रकाली तिच्या भक्तांचे शत्रूंपासून, असुर शक्तींपासून संरक्षण करणारी असते. चामुंडा काली ही जवळपास कालीसारख्याच स्वरूपाची, उग्र देवी असते. कायस्थ क्षत्रियांत चामुंडा देवीचे महत्त्व आजही आहे. *'ॐ ऐं ह्रीं क्लीं चामुण्डायै विच्चे॥'* हा मंत्र या देवीला प्रसन्न करण्यासाठी म्हटला जातो.

ही सगळी वर उल्लेख केलेली कालीची रूपे आणि त्यांचे वर्णन साहित्यात, विशेषत: तंत्रविद्या वाङ्मयात आपल्याला दिसते. तंत्रविद्येतच कालीच्या दोन रूपांची उपासना करणारे दोन उपपंथ आहेत. एक आहे काली कुल, तर दुसरे आहे श्री कुल. काली कुलाचे उपासक काळ्या, उग्र देवीची उपासना करतात. यातील एक देवी म्हणजे त्रिपुरभैरवी! जे कालीचे अतिशय भयंकर रूप मानले जाते. तर श्री कुलातील देवी म्हणजे त्रिपुरसुंदरी, जी कालीचेच सर्वांत सुंदर रूप समजले जाते. कालीचीच ही दोन्ही रूपे आहेत. एकीकडे काली म्हणून ती विध्वंस, संहार आणि युद्धाचे प्रतीक

आहे. तर दुसरीकडे श्री कुलातील देवी सर्जन, मातृत्व, संपन्नता याचे प्रतीक आहे. थोडा सखोल अभ्यास केला, तर आपल्याला या प्रतीकांचा वेगळा, मूळ अर्थ काहीसा समजू शकेल.

देवी भद्रकाली, कुरुक्षेत्र, हरियाणा

निसर्गाचे म्हणजे प्रकृतीचे मूर्त स्वरूप म्हणजे आदिमाता. निसर्ग जसा सर्जनशील आहे, आपला पालक आहे, तसाच तो विध्वंसक आणि संहारकदेखील आहे. ही दोन्ही रूपे तेवढीच खरी आहेत. आपल्याला त्याचे सर्जनशील, प्रेमळ, आल्हाददायक रूप हवेहवेसे वाटत असले, तरीही त्याचे विध्वंसक, वन्य रूप आपण नाकारण्यात काहीही अर्थ नसतो. ते नाकारून सत्य बदलत नाही. जिथे उत्पत्ती आहे, तिथे लय नक्कीच आहे आणि त्यातून पुन्हा उत्पत्ती होते. हेच शाश्वत सत्य आहे. देवीच्या-आदिमायेच्या काली कुल आणि श्रीकुल अशा दोन्ही रूपांतून हेच शाश्वत सत्य समोर आले आहे. त्यामुळे या दोन देवी वेगवेगळ्या म्हणून बघता येणार नाही.

याचे साधे, सगळ्यांच्या परिचयाचे उदाहरण म्हणजे, भारतभरातील गावागावांत, गावकुसाबाहेर असलेल्या गावदेवी, मरीआई, जरीमरी माता अशा विविध नावांनी ती सगळीकडे असते. आज कित्येक निमशहरी भागांत ही देवी गावातच, कधी मध्यवर्ती ठिकाणी आलेली आपल्याला दिसत असली, तरीही जुन्या गावांच्या सीमांवर, जंगले आणि गावांमध्ये ही ग्रामदेवता असायची. गावे जसजशी वसू लागली, तसतशी गावांच्या वेशीवर ही देवता-ग्रामदेवता म्हणजे एक प्रकारे गावाचेच मूर्त रूप घेत स्थानापन्न झाली. आपण पाहिले असेल, की गावदेवीला काही विशिष्ट चेहरा, आकार नसतो. एखाद्या दगडाला शेंदूर फासून तिला देवी म्हटले जाते. तिचे एक वैशिष्ट्य म्हणजे मोठे, भेदक, चमकते धातूचे डोळे! ही देवी सगळ्या दुष्ट शक्ती, नैसर्गिक आपत्ती, रोगराई यांपासून गावाचे रक्षण करते अशी गावकऱ्यांची श्रद्धा असते. ही देवी म्हणजे निसर्गाच्या रौद्र, आदिम स्वरूपाचे मूर्त रूप, जिला संस्कृती आणि सभ्यता स्वीकारणाऱ्या, रहिवास करणाऱ्या माणसाने, माणसांत आणण्याचा प्रयत्न केला आहे. एक प्रकारे आदिम जीवनातला रांगडेपणा, सभ्यतेच्या, सुसंस्कृतपणाच्या चौकटीत म्हणा किंवा कुंपणात

गावाच्या वेशीवर असणाऱ्या नागदेवतांच्या काही मूर्ती

बसवण्याचा हा प्रयत्न केला गेला असावा. अनेक ठिकाणी, या ग्रामदेवतेची देवळे अगदी ओबडधोबड स्वरूपात, उंच डोंगरावर आपल्याला दिसतात. त्यामागचा अर्थ, डोंगरावर बसून ही देवी गावाकडे, गावातल्या लोकांकडे लक्ष ठेवून असते. तिच्या आजूबाजूला अनेकदा हिंस्र श्वापदे, वाघ, सिंह असतात. आणखी एक वैशिष्ट्य म्हणजे देवीच्या आसपास साप किंवा नाग असतो, त्याच्या आख्यायिका सांगितल्या जातात. सापदेखील पुनरुज्जीवनाचे, सर्जनतेचे प्रतीक आहे. साप आपली कात टाकून जणू पुनःपुन्हा पुनरुज्जीवितच होत असतो. (कायाकल्प) शिवाय सुप्त कुंडलिनी शक्तीदेखील देहात सर्पाप्रमाणेच विळखे घालून असते, अशी समजूत आहे. गावदेवीचे हे मंदिर म्हणजे वन्य कालीस्वरूपाला, श्री शक्तीत रूपांतरित करून तिची आराधना केली जाते.

पण वर्षातून एकदा तरी ही काली तिच्या मूळ उग्र, वन्य रूपात प्रकट होतेच. साधारणपणे कृषी संस्कृतीत हा पिकांच्या हंगामानंतरचा काळ असतो. या वेळी या देवीचा उत्सव, जत्रा भरविली जाते. देवीला आपल्या पिकांचा वाटा अर्पण केला जातो. त्याशिवाय देवीला बळी देण्याचीही प्रथा आहे. त्यातही काळा रेडा, बकरा यांचे बळी दिले जातात. काळा रेडा हे माणसांच्या मनातील सुप्त, समाजमान्य नसल्यामुळे न बोलता येणाऱ्या अशा अमूर्त इच्छांचे-वासनांचे प्रतीक मानले जाते. म्हणून काळ्या रंगाचा मूक प्राणी निवडला आहे. या सगळ्या वासनांचा बळी देवीसमोर दिला जातो.

कालीला रक्त हवे असते, म्हणून रक्त सांडवले जाते, अशी समजूत आहे. आजही अनेक ठिकाणी देवीसमोर बळी देण्याची प्रथा सुरू आहे. त्रिपुरा राज्यांत तर त्रिपुरसुंदरी मंदिरासह इतर अनेक मंदिरांमध्ये आता अलीकडेपर्यंत बळी देण्याची प्रथा सुरू होती. गेल्या ५००पेक्षा अधिक वर्षांपासून सुरू असलेली ही प्रथा २०१९ मध्ये तिथल्या उच्च न्यायालयाने बंद केली आहे. काठमांडूच्या दक्षिण काली मंदिरात, कोलकात्याच्या कालीघाट मंदिरात हा पशुबळी दिला जातो. (या पशुबळी प्रथेचा उल्लेख केवळ माहिती देण्यासाठी इथे केला आहे. या प्रथेला योग्य-अयोग्य ठरवण्याचा विषय प्रस्तुत पुस्तकाचा भाग नाही, हे इथे स्पष्ट करू इच्छितो.) मात्र या बळीप्रथेचे आणखी एक वैशिष्ट्य म्हणजे, हा बळी कायम नर असतो. बकरा, रेडा किंवा कोंबडा. बळी देताना कधीही मादीचा बळी दिला जात नाही. यामागे असे कारण सांगितले जाते, की मादी सर्जन करते. तिला मारले, तर सर्जनसाखळीत बाधा येऊ शकते, म्हणून बळी नराचा दिला जातो. ज्यांना बळी द्यायचा नसतो, ते भक्त लिंबू, मिरची आणि कडुलिंबाची पाने यांचा प्रतीकात्मक हार कालीला अर्पण करतात. अनेकांनी शहरातदेखील घरांना, वाहनांना, कार्यालयातही दारात लिंबू-मिरचीची ही माळ बघितली असेल. इडा-पीडा टाळण्यासाठी कालीला वाहिलेला हा नैवेद्य असतो. खरे तर, नैवेद्य साधारणपणे गोड पदार्थांचा दाखवला जातो. मात्र, कालीचे सगळेच प्रथेच्या उलटे काम आहे. त्यामुळे आंबट, तुरट आणि तिखट चवीचे पदार्थ तिला वाहण्याची पद्धत असावी. त्याशिवाय, मद्यपान, अमली पदार्थांचे सेवन आणि अनैतिक समागम हाही तंत्रविद्या साधकांच्या उपासनेचा भाग असतो, असे म्हणतात.

तंत्रसाधनेत पंच'म'कार मानले जातात. तंत्रसाधनेच्या 'कुलार्णव तंत्र' या ग्रंथात मांडलेला श्लोक,

मद्यं मांसं तथा मत्स्यं मुद्रा मैथुनमेव च।
शक्ति पूजा विधावाद्ये पंचतत्त्वं प्रकीर्तितम्॥
मद्यं मांसं च मत्स्यश्च मुद्रा मैथुनमेव च।
मकारपंचकं देवि देवता प्रीतिकारकम्॥

म्हणजेच काही प्रकारच्या आदिम तंत्रसाधनेत मद्य, मांस, मत्स्य, मुद्रा व मैथुन या पंचमकारांशिवाय कुळाचार वा साधना पूर्ण होत नाही. या सगळ्या विधींना समाजमान्यता मिळणे अशक्यच आहे. मात्र, केवळ भारतातीलच नाही, तर जगभरातील संस्कृतींमध्ये शेतीच्या सुफलीकरणाच्या विधीसाठी, शारीरिक ताकद वाढवण्यासाठी मद्य, मांस, मत्स्य हे आवश्यकच समजले जाते. तसेच सर्जनाशी मैथुनाचाही संबंध आहे. त्यातूनच सुफलीकरणाच्या विधीत अनेक कृषिप्रधान संस्कृतीत भूमाता (स्त्री)

आणि सूर्यदेव यांच्यातील समागमानंतर पृथ्वी सर्जन पावते असे मानतात. त्याचेच मानवरूपी प्रतीक म्हणून स्त्री-पुरुष समागम सामुदायिक विधी म्हणून करण्याची पद्धत अनेक जमातींमध्ये होती. शाक्त संप्रदायातही 'घटकंचुकी' नावाने हा विधी केला जात असे. महाभारतामध्ये याचा उल्लेख आढळतो.

देवीच्या उत्सवात बळीप्रथा, वाघ्या मुरळी, आगीवरून चालणे असे आत्मक्लेशाचे प्रकार केले जातात. हे सगळे अघोरी विद्या किंवा तंत्रविद्येच्या जवळ जाणारे प्रकार भासतात. अशा उत्सवांच्या वेळी अनेक महिलांच्या अंगात येण्याचे प्रकार घडतात. या वेळी त्या घुमत घुमत असंबद्ध, अनाकलनीय बोलतात. या सगळ्या त्यांच्या मनातल्या दाबून ठेवलेल्या सुप्त इच्छा बाहेर येत असतात, ज्या देवीप्रति अर्पण केल्या जातात, अशी समजूत आहे. कदाचित त्या काळातील स्त्रियांच्या मनातल्या सुप्त इच्छा, वेदना व्यक्त करण्यासाठी मार्ग मोकळा व्हावा, यासाठीदेखील ही प्रथा सुरू झाली असावी. या संपूर्ण उत्सवाच्या काळात ग्रामस्थ, देवीचे रौद्र, वन्य रूप अनुभवतात. एरवी ही देवी शांत-सौम्य, मातृस्वरूप असते.

काली ही दुर्गा किंवा सौम्य शक्तीचेच रूप आहे, हे दर्शवणाऱ्या ग्रामीण संस्कृतीतील या परंपरा आहेत. त्याचप्रमाणे अगदी पुराणातील कालीविषयीच्या आख्यायिका आणि कथांमध्येही काली हे पार्वती किंवा दुर्गेचेच संहारक रूप असल्याच्या कथा बघायला मिळतात.

चौसष्ट योगिनी या शाक्त संप्रदायाच्या गौण देवता आहेत. त्यांना 'आवरण देवता' असेही म्हणतात. या सर्व पार्वतीच्या सख्या मानल्या जातात. योगिनी तंत्रात त्यांची उत्पत्ती, शक्ती आणि कथा दिलेल्या आहेत. घोरदैत्य निर्दालनासाठी दुर्गेने ६४ रूपे घेतली. शक्तीनिशी दैत्याशी युद्ध केले आणि त्यात दैत्याचा पराभव केला. या युद्धानंतर त्या योगिनींनी दुर्गेकडे केलेल्या याचनेनुसार स्मारक रूपाने त्यांना तिच्या जवळच स्थान मिळाले. भारतात चौसष्ट योगिनींची फक्त चारच मंदिरे आहेत. त्यातली ओडिशामध्ये दोन आहेत. एक हिरापूरला आणि दुसरे रानीपूर-झरीयाल या ठिकाणी. मध्य प्रदेशात भेडाघाटला एक आणि खजुराहोला एक. चौसष्ट योगिनी मंदिर, मुरैना हे महाराजा देवपालाने आठव्या शतकात बांधलेले मंदिर म्हणजे १७० फूट त्रिज्येची एक वर्तुळाकार इमारत आहे. (एडविन लुटियन्स या ब्रिटिश वास्तुविशारदाने डिझाइन केलेली भारताच्या संसदेची इमारत या मंदिराचीच प्रतिकृती आहे.) या मंदिराच्या भिंतीला लागून चौसष्ट कोनाडे आहेत, त्यात चौसष्ट योगिनींच्या मूर्ती होत्या. वर्तुळाच्या मध्याला शंकराची पिंड आहे. मंदिराचे बांधकाम गुर्जर प्रतिहार राजांच्या काळातील महामारू शैलीमध्ये आहे.

मार्कंडेयरचित 'श्री देवी माहात्म्य' यामध्ये कालीचे विस्तृत वर्णन आहे. बहुतांश कथांमध्ये देव जेव्हा अडचणीत येतात, सुर-असुर युद्ध होते अशा वेळी या दुष्टांचा नाश करण्यासाठी देव दुर्गेची किंवा पार्वतीची आराधना करतात. पार्वतीच्या शरीरातून म्हणजे कोषातून देवी उत्पन्न होते. (कोषातून उत्पन्न झाली म्हणून 'कौशिकी' किंवा 'कामाख्या' असेही तिचे एक नाव आहे, असे म्हणतात.) तसेच उग्र दिसणारी म्हणून 'चंडिका' असेही नाव पडले. शुंभ आणि निशुंभ या राक्षसांना तिने आव्हान दिले. त्या वेळी या राक्षसांनी त्यांचे सेनापती चंड आणि मुंड यांना पाठविले. चंड आणि मुंड यांचा नि:पात केल्यावर तिला चामुंडा असे नाव पडले. चंड आणि मुंड यांचा संहार करताना संतप्त देवी कालीच्या रूपात होती. त्या वेळी रणभूमीवरचे जे वर्णन आहे, त्यात तिने केलेला संहार अत्यंत भयाण आणि बीभत्स असा आहे. आपल्या कराल जबड्याने ती सर्व राक्षसांना तोडून, त्यांचे तुकडे आपल्या दातांनी चावून त्यांना मारते. त्यांच्या शरीराचे चूर्ण करते. हे बीभत्स रसाचे संपूर्ण वर्णन आहे. ही काली साक्षात काळ (मृत्यू) आहे. मृत्यूचे सर्वांत उघडेनागडे रूप आहे, सर्वांत खरे रूप आहे. भगवद्गीतेत कृष्णही स्वत:ला 'काळ' म्हणवून घेतो. म्हणजे त्यापलीकडे काही भौतिक सिद्ध करणे शिल्लकच राहत नाही.

बऱ्याच मोठ्या युद्धानंतर अखेर दोन्ही राक्षसांना ठार करण्यात चामुंडा देवीला यश मिळाले. देवीने सगळ्यांची संकटातून सुटका केल्यानंतर तिची स्तुती करण्यासाठी जे स्तोत्र लिहिले गेले, तेच 'श्री चंडी पाठ स्तोत्र' होय. देवीच्या स्तुतीचे मार्कंडेय पुराणाचा भाग असलेले देवी माहात्म्य म्हणजेच 'श्री दुर्गा सप्तशती' (सातशे श्लोकी) या नावानेही ते ओळखले जाते. दुर्जनांचा नाश करणारी देवी अत्यंत क्रोधित आणि निर्दयी आहे, असे गुणवर्णन त्यात केलेले आहे. यातच देवीचे लक्ष्मी रूप सर्जनाचे, आनंदाचे आणि वैभवाचे प्रतीक असल्याचा महिमाही गायला आहे. यात देवीचे वर्णन निर्माती, पालनकर्ती आणि संहारक अशा त्रिदेवी रूपात केले जाते. याच स्तोत्रात तिने महिषासुराचा, म्हणजेच रेड्याच्या रूपात असलेल्या राक्षसाचा वध केल्याची कथा आहे. तर स्तोत्राच्या तिसऱ्या भागात, सातव्या अध्यायात कालीचा उदय, रक्तबीजाची कथा आणि महिमावर्णन आहे. 'देवी माहात्म्य' शाक्त संप्रदायाचा सैद्धान्तिक आधार मानले जाते.

आणखी एक कथा सांगितली जाते ती दारुक राक्षसाची. देव-दानवांनी मिळून जे समुद्रमंथन केले, त्यातून निघालेले हलाहल शिवशंकराने प्राशन केले आणि त्याने ते आपल्या कंठात ठेवले. त्यामुळेच त्याला 'नीलकंठ' असेही म्हटले जाऊ लागले. एकदा दारुक नावाचा एक असुर देवांना त्रास देऊ लागला. तेव्हा देवांनी नेहमीप्रमाणे

चंडीपाठ म्हणून देवीचा धावा केला. त्या वेळी देवी पार्वतीने त्यांची प्रार्थना ऐकली आणि ती सूक्ष्म रूपात शंकराच्या कंठात गेली. त्या कंठात असलेल्या विषात तिने स्वतःला बुडवून घेतले आणि नंतर ती बाहेर आली, ते काली बनून! वर्णाने निळी-काळी आणि अधिकच भयंकर अशा त्या देवीने नंतर दारुक राक्षसाचा पराभव केला. देवीच्या विजयाचे, तिच्या सर्वाधिक पराक्रमी असण्याचे हे गौरवगान साधारण त्या काळात समाजात अधिक रुजले, जेव्हा शैव, वैष्णव आणि शाक्तपंथाचे उपासक आपापल्या आराध्य देवतांना सर्वश्रेष्ठ ठरवण्याची अहमहमिका करत होते.

बंगालमधील एक उपपुराण तर असे सांगते की, कृष्ण हा कालीचाच अवतार आहे. तर कालीच्या पायाखाली असलेला शिव स्त्रीरूप घेऊन राधा म्हणून पृथ्वीवर अवतरित झाला आहे. अशा प्रकारच्या कथांच्या प्रसारामागचा हेतू कदाचित तंत्रविद्येला आणि त्याची उपासना करणाऱ्या तांत्रिकांना प्रतिष्ठा मिळवून देणे, असाही असावा. कारण, या काळात म्हणजे साधारण सतराव्या शतकात, देशात विशेषतः बंगालमध्ये वैष्णव म्हणजे विष्णू (कृष्ण हा विष्णूचाच अवतार) संप्रदायाने चांगलेच मूळ धरले होते. ती कथा अशी : “The Gods begged Kali to rid the world of demonic kings. She agreed to become incarnate as Krishna. Shiva prayed to Kali and was given permission to incarnate on earth as Radha. Shiva has always been at the foot of Kali, but when he became Radha, he sat on top of Krishna/Kali while making love. So it came to pass that he was at the bottom came to enjoy intercourse by being on top, but only after acquiring the body of a woman. While she, who was on the top came to enjoy intercourse by being at the bottom, but only after acquiring the human body of a man.”

कोलकत्यातील कॉलेज चौकालगत असलेल्या श्री. गोपाल मलिक लेनमध्ये राहणाऱ्या इंद्रदीप बॅनर्जींच्या घरी कृष्णाच्या रूपातील कालीची पूजा होते. राधेचा पती अयान घोष याने राधेला या घनश्यामासोबत रंगेहाथ पकडले, तेव्हा कृष्णाने कालीचे रूप घेतले. बंगालमध्ये लोकप्रिय असलेल्या कृष्णाच्या या लोककथेच्या अनुषंगाने ही प्रतिमा असली, तरी कोलकत्यात ती क्वचितच पाहायला मिळते आणि इथे त्याची पूजा फार कमी होते. विसाव्या शतकात या कथा मातीच्या भांड्यांवर दिसून यायच्या, त्यांपैकी आता केवळ काहीच शिल्लक आहेत.

बहुतेक घरांमध्ये आणि मांडवांमध्ये काली ज्या स्वरूपात पूजिली जाते, त्यात आणि बॅनर्जी हाऊसमधील कालीची प्रतिमा यांत फरक आहे. पतीच्या छातीवर उभे असल्याने जीभ बाहेर काढलेल्या कालीच्या चेहऱ्यावर खजीलतेचे भाव दिसून येतात.

ती तिच्या नेहमीच्या सामरिक आवेशात इथे दिसत नाही. कालिकृष्ण ही सहृदय देवता आहे. तिला चारऐवजी सहा हात आहेत. तिने तिच्या दोन अतिरिक्त हातांमध्ये कृष्णाच्या शैलीत बासरी धरली आहे. त्याचप्रमाणे ती निर्वस्त्र नाही, तिने धोतराप्रमाणे लाल रेशमी साडी नेसली आहे. शिव तिच्या पायाशी कमळात निवांतपणे पहुडला आहे.

पेशाने कॉर्पोरेट वकील असलेले आणि कानात डूल व जीन्स असा पेहराव असलेले इंद्रदीप बॅनर्जी मंगळवारी संध्याकाळी मित्राच्या आणि कुमारतुलीतील कारिगरांच्या मदतीने देवीला सजवतात. पेशाने गुन्हेगारी वकील असलेली त्यांची आई अनुराधा आणि त्यांचा मुलगा त्यावर लक्ष ठेवून असतात. हे घर २०० वर्षे जुने आहे. अर्थात त्याचे नूतनीकरण करण्यात आले आहे.

१७५ वर्षांपूर्वी त्यांच्या घरातील शक्तिपूजा थांबली, पण त्यांच्या आईला देवीने दृष्टान्त दिला आणि २००७पासून त्यांनी पुन्हा एकदा देवीची पूजा करण्यास सुरुवात केली. ते वासंती पूजादेखील करतात. इंद्रदीप सांगतात, की राधातंत्राचे अनुसरण करून वैष्णव पद्धतीनुसार कालिकृष्णाची पूजा केली जाते. त्यांचा घरचा देव कलाचंद (कृष्णाच्या लाडाच्या नावांपैकी एक) आहे. त्याला गच्चीवर आणले जाते आणि देवीसोबत त्याची पूजा केली जाते. शाक्त व वैष्णव या भक्तीच्या दोन्ही प्रकारांचा येथे संगम होतो.

अन्नकूट म्हणजे शब्दशः भाताचा डोंगर. दुसऱ्या शब्दांत सांगायचे झाले, तर बुधवारच्या समारंभात प्रचंड प्रमाणात अन्न वाटप केले जाते. भगवान कृष्णाला ५६ भोग, म्हणजेच नैवेद्य दाखविला जातो. यात विविध प्रकारची मिठाई आणि इतर पदार्थांचा समावेश असतो. हे सर्व पदार्थ शाकाहारी असतात. यात कांदा किंवा लसूण वापरले जात नाही. गरिबांनाही अन्नदान केले जाते.

देवीला वस्त्र नेसवणे, ही एक बराच वेळ चालणारी प्रक्रिया असते. पहिले साडी नेसवली जाते, तिच्या वेण्या गुडघ्यापर्यंत येतात आणि मग सुंदर दागिने घातले जातात. तिला गळ्यात चोकर तसेच विविध आकारांचे सहा हार घातले जातात. त्यांपैकी सर्वांत लांब हार तिच्या नाभीपर्यंत पोहोचतो आणि दोन्ही खांद्यांपर्यंत आडवा असतो. नाकात नथ, तर डोक्यावर सोन्यापासून तयार केलेला पिसारा असलेला मुकुट असतो. तिची बासरी, गुडघ्यापर्यंत असलेली ५६ मानवी शिरांची माळ आणि तिची अस्त्रे शुद्ध चांदीची असतात. सर्व दागिने आणि केसांत माळली जाणारी हिऱ्यांची व माणकांची माळ या उत्सवासाठी खास नव्याने तयार केले जातात. हा पेहराव व दागिने घातल्यानंतर कालिकृष्ण तेजस्वी दिसते.

वृंदावनस्थित रंगनाथ मंदिरातील अन्नकूट समारंभ.

दक्षिणेकडे तामिळनाडू राज्यातील लोककथांमध्ये तसेच महाभारतातील द्रौपदी हीसुद्धा वीरा-पांचाली, म्हणजे कालीचा अवतार म्हणून ओळखली जाते. या प्रदेशात लोकप्रिय असलेल्या कथेनुसार, द्रुपद राजाने पुत्रकामेष्टी यज्ञ केला, तेव्हा त्यातून दृष्टद्युम्नासोबत द्रौपदीही प्रकट झाली. अग्नीतून निर्माण झालेली ही अग्निशिखा ते तेज सोबतच घेऊन आली होती. वर्णाने सावळी असलेली द्रौपदी पांडवांची पत्नी झाली. द्यूतात तिचे पती हरले आणि कुरुवंशाच्या सभेत सर्व पती, ज्येष्ठ व्यक्ती आणि धर्मरक्षक यांसमोर तिला अपमानित व्हावे लागले. या अपमानाने संतप्त झालेली द्रौपदी तिच्या मूळ रूपात, कालीरूपात जागृत झाली आणि तिने दुर्योधनाची मांडी फोडून त्याच्या रक्ताने केस धुवेपर्यंत केस बांधणार नाही, अशी प्रतिज्ञा केली. त्या क्षणापासून हस्तिनापूरची कुलवधू, पांडवांची सम्राज्ञी असलेली द्रौपदी नंतरच्या आयुष्यात या अपमानाच्या धगीत कायम जळत राहिली. पुढे ती पांडवांसोबत वनवासात गेली मात्र तिथेही ती सतत अस्वस्थ असे, रात्र-रात्र संतप्त असे, तळमळत असे. तिच्या वागण्यातील मार्दव संपून त्याची जागा संतापाने घेतली होती. पाचही पांडवांपैकी कोणीही तिला रतिसुख देऊ शकत नव्हते. द्रौपदीच्या वर्तनात झालेल्या या बदलामागचे रहस्य पांडवांना काही केल्या उलगडत नव्हते. तिच्या वागण्याने विस्मयचकित झालेल्या पांडवांनी आपला नेहमीचा आधार असणाऱ्या कृष्णाला याविषयी विचारले. त्या वेळी कृष्णाने त्यांना सांगितले, की ती कुठली सामान्य स्त्री नाही, तर ती साक्षात देवी काली आहे. निसर्गदेवतेचे मूळ स्वरूप आहे. तिचे वस्त्रहरण करून, तिला अपमानित करून कौरवांनी तिच्यातील

प्रेमळ स्त्रीमागची संतप्त, रक्तपिपासू शक्ती जागृत केली. पांडवांचा यावर विश्वास बसत नव्हता, तेव्हा श्रीकृष्णाने त्यांना सांगितले, की मध्यरात्री तुम्ही द्रौपदीला बघा, तुम्हाला तुमच्या सगळ्या शंकांची उत्तरे मिळतील. मध्यरात्री सगळे निद्रिस्त झालेले असताना पांडव उठले आणि त्यांनी पाहिले, द्रौपदी उठून रानात गेली. तिथे तिने तिचे रूप बदलले. मुक्तकेशा, निर्वस्त्र, कृष्णवर्णावर संतप्त छाया आहे, लाल डोळ्यांत क्षोभ अशा स्वरूपातील द्रौपदी मध्यरात्री रानावनात हिंडते आहे. रानावनात रेडे, म्हशींना शोधते आहे. त्यांना जिवंतपणीच मारून त्यांचे रक्त प्राशन करते आहे. ज्या वेळी तिच्या लक्षात येते, की तिचे पती तिला लपून बघताहेत, त्या वेळी ती अधिकच संतप्त होते, त्यांनाही मारायला ती धावते. तेव्हा कृष्ण त्यांच्या मदतीला येतो आणि पाच पांडवांना लहान बाळांमध्ये रूपांतरित करतो. लहान बाळांचे आवाज ऐकून तिच्यातले मातृत्व जागे होते, तिचे लक्ष विचलित होते आणि पांडवांचे प्राण वाचतात. द्रौपदी आपल्या मूळ स्वरूपात येते. नंतर जेव्हा कुरुक्षेत्रावर पांडवांनी कौरवांचा पराभव केला, तेव्हा दुर्योधनाच्या रक्ताने आपले मोकळे केस धुवून द्रौपदीने आपली प्रतिज्ञा पूर्ण केली. मगच ती शांत झाली. या रूपक लोककथेत, द्रौपदीनेच पांडवांचे शौर्य, त्यांची धग कायम ठेवली आणि त्यांना युद्धप्रवृत्त केले, असे म्हटले आहे. विशेष म्हणजे, पाच पांडवांची पत्नी असलेली ही द्रौपदी दक्षिणेतील आदिवासी समाजात कुमारी म्हणून पूजिली जाते. तिच्यातले आदिम तत्त्व त्यांनी जपले आणि जोपासले आहे. कुमारीपूजन करण्याची परंपरा नेपाळपासून कन्याकुमारीपर्यंत आहे. एक आख्यायिका रामायणातही आहे. ज्यात, सीतेने काली रूप घेऊन, अयोध्येवर चालून आलेला रावणाचा मोठा भाऊ सहस्रमुख रावणाचा नि:पात केला, असे वर्णन आहे.

या सगळ्या आख्यायिकांचे मूळ कुठले याचे पुरावे किंवा संदर्भ मिळणे जवळपास अशक्य आहे. त्या त्या ठिकाणच्या स्थानिक संस्कृती, विचार, परंपरांची त्यात सरमिसळ झालेली दिसते. दक्षिण भारतात अशा अनेक कथा आहेत. जसजशी धर्म आणि देवतांच्या मुख्य प्रवाहात कालीमातेच्या उपासनेला जागा मिळू लागली, तसतसे तिचे स्वरूप अधिकाधिक समाजमान्य करण्याचा प्रयत्न होत गेला. तिच्या देहावर वस्त्रे आली. तिला बळी हवा असतो, मात्र ती निरपराध व्यक्तींचा बळी स्वीकारत नाही. महादेव तिचा पती आहे, त्यामुळे त्याचा मानसन्मान ती ठेवते, त्याच्या इच्छेविरुद्ध ती वागत नाही, अशा आशयाच्या कथा पुराणात आपल्याला वाचायला मिळतात. समाजातील धर्मविषयक कल्पना, मूल्ये काळानुसार बदलत असतात. त्यानुसार देवांविषयीच्या कल्पनादेखील बदलतात, त्यांचे नवनवे अर्थ उलगडले जातात, तसेच

काहीसे कालीच्या बाबतीत आपल्याला दिसते. लोककथा स्थळ-काळानुसार बदलत जातात म्हणूनच जिवंत राहतात.

या आख्यायिकांमधून आणखी एक सामायिक धागा आपल्याला दिसतो; विशेषतः ग्रामीण लोकसंस्कृतीत पिढ्यान्‌पिढ्या चालत आलेल्या कालीविषयक आख्यायिकांमध्ये इतर सगळ्या देवता, मग ती पार्वती, दुर्गा किंवा द्रौपदी आणि सात्त्विक सहनशीलतेची मूर्ती म्हणून प्रसिद्ध असलेली सीता असो; या सगळ्या देवतांनी कधीतरी कालीचे रूप धारण करत अत्यंत उग्र संहार केला आहे. अशा काळात त्यांनी आपल्या पतींबाबतही क्षमाशीलता दाखवलेली नाही, त्यांना जुमानले नाही. आपल्यावर झालेल्या अन्यायाचा प्रतिशोध घेताना किंवा न्यायाच्या लढाईत विजय मिळवताना त्यांनी आक्रमक, प्रसंगी रौद्र रूप घेतले आहे. तिथे जी काली आपल्याला दिसते ती मुक्त, निर्भय आणि आपल्या संपूर्ण ताकदीची जाणीव असलेली स्त्री म्हणून!

पुरुषप्रधान संस्कृतीत कदाचित या ग्रामीण स्त्रियांच्या आयुष्यातदेखील असे अन्यायाचे, अत्याचाराचे प्रसंग येत असतील. सुप्त इच्छा, भावना यांचा कोंडमारा होत असेल. अशा वेळी ही काली त्यांच्यासाठी प्रेरक ठरत असेल. तिच्यावरील अनन्य श्रद्धा त्यांना संकटांशी लढण्याचे बळ देत असेल. या अर्थाने बघितले, तर काली सर्वांच्याच मनात सुप्तपणे वावरत असलेली एक शक्ती आहे. गरज पडल्यास ती रौद्र रूप धारण करते. म्हणूनच अभिजन संस्कृतीत, शिष्टसंमत समाजरचनेत तिला फार स्थान मिळाले नसले, तरीही बहुजनांनी आपल्या प्रथा-परंपरांमध्ये आणि लोकसंस्कृतीत तिला सामावून घेतले आहे. हृदयात जपले आहे. अशी स्त्री आदिम काळापासून अस्तित्वात होती आणि आजही आहे, मात्र तिचे ते तेज सहन न झाल्यामुळे कदाचित संस्कृतीच्या नियमांत तिला बांधण्याचे अनेक प्रयत्न झाले. मात्र तरीही तिच्या तेजाचा हा अंश कायम धगधगत राहिला आहे. त्या तेजावर श्रद्धा असणाऱ्यांनी तो जपला आहे. तिच्यात आणि आपल्या मनात असलेल्या तिच्या स्वरूपातही! शेवटी श्रद्धा म्हणजे तरी काय? आपल्या मनातल्या आशा आणि सर्वशक्तिमान तत्त्वाला जोडणारा हा बंध आहे. पिढ्यान्‌पिढ्या गेल्या तरीही श्रद्धेचा हा बंध शाश्वत आहे. तो एक अहेव तंतू आहे, मात्र धगधगणारा धागा!

पुराणांमध्ये कालीचे वर्णन करताना रौद्र, हिंस्त्र काली शिवशंकराशी विवाहबद्ध होते आणि त्यानंतर ती शांत होते, असा उल्लेख आहे. मात्र, तंत्रविद्येच्या पोथ्यांमधून याच्या अगदी विरुद्ध लिहिले आहे. त्या पुस्तकांनुसार, स्मशानातला योगी असलेले शिव आपल्या समाधीत मग्न असतात. त्यांची ती समाधी भंग करण्याचे धैर्य कोणातही नसते. अगदी देवांनाही त्यांच्या संतापाची भीती वाटत असते. मात्र काली निर्भयपणे

त्यांच्याकडे जाते. केवळ जातच नाही, तर त्यांना शरीरसंबंध ठेवण्यास बाध्य करते. समागम करताना ती वर आणि शिवशंकर खाली असे वर्णन आहे म्हणजेच ती शिवावर अधिराज्य गाजवते. वेगळ्या शब्दांत सांगायचे झाल्यास, पारलौकिक जगातील या योग्याला ती ऐहिक जगात आणते, त्याला भोगाची जाणीव करून देते.

सीमा मोहंती लिखित 'द बुक ऑफ काली' या पुस्तकाचे मुखपृष्ठ

पुराणे आणि तंत्रविद्या या दोन्हींमध्ये आपापल्या देवांना महत्त्व देण्याचा प्रयत्न असला, तरीही त्यामागचा विचार एकच आहे. तो विचार आहे हिंदू जीवनपद्धतीचा आणि अध्यात्मवृत्तीचा विचार.

सीमा मोहंती यांनी त्यांच्या 'The book of Kali' या पुस्तकात हा विचार विस्तृतपणे मांडला आहे.

"In Hindu metaphysics, God is the spiritual principle and the Devi is the material principle. He is the spirit; she is the substance. He is the cause; she is the manifestation. He is the divine within; she is the divine without. He gives her form; she gives him meaning. One can not exist without the other. If Shiva is Kala or time, then Kali is the force that rotates it by generating the future and devouring the past."

(**स्वैर अनुवाद :** हिंदू तत्त्वज्ञानात देव एक आध्यात्मिक तत्त्व आहे, तर देवी हे भौतिक तत्त्व आहे. तो आत्मा आहे, तर ती देह आहे; तो कारण आहे, तर ती कार्यकारणभाव आहे. तो ब्रह्म आहे, ती माया आहे. त्याच्यामुळे तिला स्वरूप मिळाले आहे; तर तिच्यामुळे त्याला अर्थ. पुरुष आणि प्रकृतीचे एकमेकांशिवाय अस्तित्व नाही. जर 'शिव' हा काळ असेल, तर 'काली' लय आणि उत्पत्तीची आवर्तने घडवणारी शक्ती आहे.)

जसजसा काळ पुढे गेला, तसतशी काली मुख्य प्रवाहात आली आणि 'माता' म्हणून अधिकाधिक लोकप्रिय होऊ लागली, रुजू लागली.

कर्नाटकातील दोन कथा, कालीची दोन वेगळी रूपे मांडणाऱ्या आहेत. कालीमाता आणि तिचा पुत्र कट्टवारियन एका शापामुळे पृथ्वीवर आदिवासी समाजात येऊन राहू लागतात. कट्टवारियन उच्चभ्रू समाजातील आर्यमाला या युवतीच्या प्रेमात पडतो. त्याच्या या आंतरजातीय विवाहात, त्याच्या दृढनिश्चयाची परीक्षा घेण्यासाठी काली त्याच्यासमोर अनेक आव्हाने, संकटे आणते. या सगळ्या संकटांवर मात करून, अखेर कट्टवारियन आपल्या मातेच्या अग्निपरीक्षेत उत्तीर्ण होत तिला प्रसन्न करतो. समाजातील शूद्र समजल्या जाणाऱ्या समुदायात कालीने जन्म घेणे, आंतरजातीय विवाहाला संमती देणे असे सुचवणारी ही कथा, त्या काळातील रूढी-प्रथांच्या पार्श्वभूमीवर क्रांतिकारक आणि सामाजिक अभिसरण दर्शवणारी आहे.

दुसरी कथा, तेनालीरामन या तेलुगु विद्वान, चतुर कवी-लेखकाची आहे. पित्याची आज्ञा शिरसावंद्य मानून लहान तेनालीरामन कालीमातेच्या मंदिरात जातो, तिची श्रद्धापूर्वक आराधना करतो. त्याच्यावर प्रसन्न होऊन काली त्याच्यासमोर प्रकट होते. त्या वेळी तेनालीरामन त्याच्या निरागस वृत्ती आणि बुद्धिचातुर्याने कालीचे मन जिंकून घेतो. काली प्रेमळ मातेप्रमाणे त्याला वरदान देते, त्याची काळजी घेते आणि त्याची चतुर वृत्ती कायम राहील, असा आशीर्वादही देते.

या कथेतून कालीच्या उग्र रूपाच्या जागी तिचे सौम्य, प्रेमळ, मातृरूप ठसवण्याचाच प्रयत्न झालेला दिसतो. कालीचा वैदिक धर्मात झालेला स्वीकार आणि त्यामुळे तिचे बदलण्यात आलेले स्वरूप इथे स्पष्ट दिसते.

सतराव्या शतकात होऊन गेलेला, तंत्रविद्येतील प्रकटीकरणात कालीदेवीचा साधक, कृष्णानंद अगमावगिश्य याला कालीची प्रतिमा तयार करायची होती. त्या वेळी काली स्वतः त्याच्या स्वप्नात आली आणि त्याला सांगितले, की 'तू सकाळी उठून अमुक दिशेने जा. त्या मार्गावर तुला जी पहिली स्त्री दिसेल, तीच मी आहे, असे समज.' कृष्णानंदाने देवीच्या आज्ञेप्रमाणे केले. तो निघाला असता, त्याला एका झोपडीसमोर गोवऱ्या थापत असलेली स्त्री दिसली. तिचा एक पाय शेणाच्या ढिगावर होता, एका हातात शेण घेऊन त्याची गोवरी थापण्यासाठी तो हात वर उंचावलेला होता. कृष्णानंदाला पाहताच आपल्या अवतारामुळे स्त्री सुलभ लज्जेतून सहज तिची जीभ बाहेर आली. त्यातूनच त्याने तिची प्रतिमा तयार केली. कालीचे उग्र रूप बदलून, तिला सर्वसामान्य स्त्रीसारखी दाखवण्याचा प्रयत्न तर यातून दिसतोच; पण त्याशिवाय, कालीरूपातील ती सर्वसामान्य स्त्री उच्चभ्रू नाही, तर कष्टकरी समाजातील आहे हेही लक्षात घेण्यासारखे आहे. प्रत्यक्ष कालीने दिलेल्या दृष्टान्तातून तिला बहुजनांची देवता, जी सौम्य, साधारण स्त्री आहे असे वर्णिले आहे. म्हणजे इथे एकाच वेळी समाजात दोन

स्वरूपांतील कालीदेवीची उपासना होत असल्याचेही आपल्याला दिसते. यातील एक तंत्रविद्या जाणणाऱ्या लोकांची काली, तर दुसरी सर्वसामान्य बहुजनांची काली, जिची पूजा घराघरात केली जाते.

कालीचे सर्वात लोकप्रिय मंदिर कोलकता येथे कालीघाटावर आहे. तसेच बंगालमध्येच तारापीठ येथे तारेचे देऊळ आहे. आसाममध्ये कामाख्या आणि नेपाळच्या काठमांडू येथेही तिचे मंदिर आहे. विविध राज्यांमध्ये वेगवेगळ्या स्वरूपात, वेगवेगळ्या नावांनी ती अस्तित्वात आहे. कर्नाटकसह दक्षिण भारतात अनेक ठिकाणी यल्लम्माची पूजा करतात. कर्नाटकातील बेळगाव जिल्ह्यातील सौंदत्ती हे तिचे मुख्य स्थान आहे. ती कर्नाटक, महाराष्ट्र आणि आंध्र या प्रांतांतील असंख्य भक्तांची उपास्य देवता व अनेक कुटुंबांची कुलदेवता आहे. तिच्या भक्तांमध्ये बहुजन समाजातील लोकांची संख्या अधिक आहे. 'यल्लम्मा' या कानडी शब्दाचा अर्थ 'सर्वांची माता' असा आहे, तर कामाख्याचा अर्थ वृद्ध, विद्वान माता असाही आहे.

कर्नाटकातील यल्लम्मा व महाराष्ट्रातील नांदेड जिल्ह्यातील माहूर गडावरची रेणुका या एकच आहेत, असे मानले जाते. माहूर गडावर रेणुकेची तांदळास्वरूपात म्हणजे केवळ चेहऱ्याची मूर्ती आहे. त्यामागची कथा अशी : गंधर्वांची जलक्रीडा पाहताना विचलित झालेल्या रेणुकेचा वध तिचे पती ऋषी जमदग्नींच्या आज्ञेवरून त्यांच्याच पाचव्या पुत्राने, परशुरामाने केला. नंतर तिला पुन्हा जिवंत करण्यासाठी वर मागितला. मात्र, परशुराम जेव्हा आपल्या आईचा शिरच्छेद करण्यासाठी तिच्यामागे धावत गेला, तेव्हा रेणुका एका मातंग वस्तीमध्ये शिरली. परशुरामाने रेणुका देवीला शोधून काढले आणि तिचा शिरच्छेद केला. त्या वेळी रेणुका देवीचे प्राण वाचवण्यासाठी मध्ये आलेल्या मातंग महिलेचेही शिर परशुरामाने धडावेगळे केले. (काही ठिकाणी त्याने अनवधानाने हा शिरच्छेद केल्याचे म्हटले आहे.) त्याच्या या आज्ञापालनाने जमदग्नी ऋषी संतुष्ट झाले आणि त्यांनी त्याला वर मागण्यास सांगितले. परशुरामाने अर्थातच, आई रेणुका देवी, आपले तिन्ही बंधू (रेणुका मातेचा शिरच्छेद करण्याचा आपला आदेश न मानल्यामुळे जमदग्नी ऋषींनी आपल्या तिन्ही पुत्रांना भस्म केले, असे म्हटले जाते.) आणि मातंग स्त्री या सर्वांना जीवदान द्यावे, अशी प्रार्थना केली. जमदग्नींनी ती मान्य केली. त्यांच्या आशीर्वादाने रेणुका देवीला पुनर्जीवित करताना परशुरामाने चुकून मातंग महिलेचे शिर रेणुकेच्या शरीरावर लावले आणि मातंग महिलेच्या शरीरावर रेणुका देवीचे मस्तक ठेवले, दोघीही जिवंत झाल्या, पण वेगवेगळ्या रूपात अशी दंतकथा आहे. त्यामुळे या दोघींनाही एकाच देवीची दोन रूपे मानली जातात.

रेणुका या शब्दाचा अर्थ रेणुमयी पृथ्वी असा आहे. भूदेवीचे योनिप्रतीक असलेल्या

श्री रेणुका माता मंदिर, माहूर गड, नांदेड

वारुळाच्या स्वरूपात होणारी रेणुका व यल्लम्मा यांच्या पूजेत योनिप्रतीक असलेल्या कवड्यांना महत्त्वाचे स्थान आहे. सुफलन विधीत, अनेक ठिकाणी विवाह विधीतही कवड्यांना महत्त्वाचे स्थान आहे. कवडीला, जीवनदात्री, सौभाग्यदात्री आणि संतानदात्री मानले जाते. तो देवीचा प्रसाद मानला जातो. अपत्यप्राप्तीसाठी निपुत्रिक स्त्रियांकडून रेणुकेला आणि यल्लम्माला केले जाणारे नवस या दोन्ही देवतांचे मातृरूप स्पष्ट करतात. यल्लम्माच्या उपासनेत जोगतिणींना व पुरुषत्वहीन जोगत्यांना असलेले महत्त्व, पुरुष जोगत्यांनीही स्त्रीवेष धारण करण्याची प्रथानिर्मिती केल्यानंतरही देवीचे कौमार्य भंगत नाही, या श्रद्धेमुळे तिला कुमारी माता मानण्याची प्रथा आहे. या प्रथांवरून यल्लम्माच्या उपासनेत मातृतत्त्वाला प्राधान्य असल्याचे दिसते. तसेच देवीशी निगडित असलेले कुंभ, म्हणजे मडके हेही सर्जनाचे, मातृत्वाचे प्रतीक आहे. देवीच्या नवरात्रात घटस्थापना केली जाते, त्यामागेही हा सर्जनाचाच अर्थ आहे. त्याला मातृगर्भाशयाचे प्रतीक मानले जाते. देवीचे आणखी एक नाव आहे 'कुष्मांडा'. याचे दोन अर्थ आहेत, एक गर्भाशयातील आवरण आणि दुसरा अर्थ कोहळा, ज्यात भरपूर बीजे असतात, म्हणून ते सुफलनाचे प्रतीक मानले जाते.

सौंदत्ती येथील यल्लम्मा देवीचे मंदिर तेराव्या शतकातील आहे. देवी कडक

परंतु भावभोळी असल्याचे मानले जाते. तिची मूर्ती चतुर्भुज व बसलेल्या स्थितीतील आहे. तिच्या डोक्यावर मुकुट व हाती डमरू, त्रिशूळ, पाश व ब्रह्मकपाल ही आयुधे आहेत. सौंदत्ती येथे प्रचंड यात्रा भरते. महाराष्ट्रात माहूर गडाव्यतिरिक्त दैत्यसंहारासाठी व भक्तकल्याणासाठी काली रेणुका माता, यमाई, एकविरा, मोहटा अशा नानाविध अवतारांत प्रकट झाली. भक्त तिला 'साऱ्या जगाची आई' अर्थात 'जगदंबा' (जगत् अम्मा) मानतात. यल्लम्मा हे कालीचेच रूप मानले जाते. यल्लम्मा देवीचा एक हात अहंपणाचा नाश करणारा आणि दुसरा हात हा भक्तांवर वरदहस्त दाखवणारा आहे.

महाराष्ट्रात सातारा जिल्ह्यात वाई तालुक्यातील मांढरदेव येथील गडावर श्री काळेश्वरी म्हणजेच काळूबाईचे मंदिर आहे. श्री काळेश्वरी देवी आदिमाया पार्वतीचेच लोकरूप आहे. सतराव्या शतकात दैत्यराजा रत्नासुराचा सेनापती लाख्यासुराच्या त्रासापासून ऋषीमुनींची सुटका व्हावी म्हणून मंडाबाईने आदिमाया पार्वती देवीला हाक मारली, तेव्हा देवी तिच्या हाकेला धावून आली. या युद्धात काळभैरवनाथाने देवीला साहाय्य केले. पौष पौर्णिमेच्या रात्री देवीने दैत्याला युद्धासाठी आवाहन केले आणि तुंबळ युद्ध करून मध्यरात्री लाख्यासुराचा वध केला व पुन्हा दैत्य निर्माण होऊ नये म्हणून लाख्यासुराचे सर्व रक्त प्राशन केले. मांढव्य ऋषींच्या नावावरून देवीचे नाव मांढरदेवी व गावाचे नाव मांढरदेव असे पडले.

काळूबाईची मूर्ती चतुर्भुज आहे. देवीच्या उजव्या हातात त्रिशूळ आणि तलवार आहे, तर डाव्या हातात ढाल आणि दैत्याची मान पकडलेली आहे. देवी कालिका माता, हेही कालीचेच रूप आहे. कालीने दारुक राक्षसाचा वध करण्यासाठी शिवशंकराच्या कंठात असलेल्या हलाहलात स्वतःला बुडवून घेतले होते. त्यानंतर ती शिवशंकराच्या तिसऱ्या नेत्रातून बाहेर पडली आणि तिने दारुक राक्षसाचा वध केला. गुजरातच्या पावागढ इथेही कालीमातेचे मंदिर आहे. या सगळ्या मंदिरांमध्ये येणारे भक्त विशेषतः बहुजन समाजातील आहेत.

या आख्यायिकांतून आपल्याला कालीचे बहुजन समाजातील, लोकश्रद्धांमधील स्थान समजून घेता येते. या सगळ्या आख्यायिका आहेत, मात्र भारतात अशा काही प्राचीन मूर्तीही आहेत, ज्यांना 'लज्जागौरी' असे म्हणतात. त्या सर्जन व मातृत्वाच्या प्रतीक आहे. कालीच्या निर्वस्त्रतेचे एक महत्त्वाचे वैशिष्ट्य म्हणजे, तिचे सर्जनत्व थेटपणे मांडणे. कारण ती आदिमाया आहे, प्रकृती म्हणून सृष्टिनिर्माती आहे. जसे शिवाचे लिंगपूजन केले जाते, तसेच स्त्रीचे सर्जनत्व म्हणून ही योनिपूजा केली जाते.

रा. चिं. ढेरे लिखित 'लज्जागौरी' या पुस्तकाचे मुखपृष्ठ

लज्जागौरी

महाराष्ट्रातील अत्यंत विद्वान आणि लोकसंस्कृतीचे गाढे अभ्यासक डॉ. रा. चिं. ढेरे यांनी त्यांच्या 'लज्जागौरी' या पुस्तकातून भारतातील मातृदेवी, महामातेविषयीचे अत्यंत सखोल आणि विस्तृत अध्ययन मांडले आहे. सर्जनाचे प्रतीक म्हणून भारतभर प्राचीन काळापासून देवीची पूजा केली जात असे, आजही ती केली जाते. किंबहुना स्त्रीशक्तीच्या उपासनेचा इतिहास मानवी इतिहासापासूनच सुरू होतो. भारतात सिंधू संस्कृतीत तिची पावले दिसली, ती आजही रेणुकेच्या, यल्लम्माच्या रूपात आपल्याला दिसतात. याच सर्जनाचे प्रतीक असलेली एक देवता 'लज्जागौरी' हे आदिम शुद्ध स्वरूपातील सर्जनाचे आणि मातृत्वाचे प्रतीक आहे. साधारणपणे 'लज्जा' म्हणजे आपल्याला वरवर वाटणारा अर्थ- म्हणजे लाज, शरम असा अर्थ वाटू शकेल. पण या देवतेच्या मूर्तीचे स्वरूप या अर्थाच्या अगदी भिन्न आहे. ही मूर्ती निर्वस्त्र आणि रतिकाली स्त्रियांची जशी स्थिती असते, तशी उताणी निजलेल्या स्थितीतील आहे. तिचे सर्व अवयव उत्तम व पुष्ट असे आहेत. या मूर्तीस मस्तक मात्र नाही. मस्तकविरहित खालील धड आहे. मूर्तीचे वैशिष्ट्य असे, की योनीच्या दर्शनाला उठाव देण्यासाठी, पाय गुडघ्यात दुमडून बाजूला घेतलेले दाखवले गेले आहेत. काही मूर्ती नाभीपासून खालच्या भागाच्या आहेत, तर काही खांद्यापासून खालच्या भागाच्या आहेत. म्हणजेच या मूर्ती योनी व स्तन या सर्जनदर्शक आणि मातृत्वदर्शक इंद्रियांना उठाव देणाऱ्या आहेत आणि केवळ हाच उद्देश असल्याने त्या शिरोविहीन आहेत. काही ठिकाणी मूर्तीच्या शिराच्या जागी कमळ दाखवले आहे.

या मूर्तीचे हे बाह्य स्वरूप समजून घेतल्यानंतर 'तिच्या नावाचा अर्थ काय?' या प्रश्नाचे उत्तर रा. चिं. ढेरे यांनी दिले आहे. हे मूळ नाव 'लज्जा' नसून, लंजा किंवा लंजिका या मूळ शब्दाचे हे संस्कृतीकरण आहे, असे त्यांनी सप्रमाण दाखवून दिले आहे.

ते म्हणतात आता असा प्रश्न उपस्थित होतो की, 'लंजी' किंवा 'लंजिका' या

नावाचा अर्थ काय? या शब्दाच्या अर्थासाठी तमिळ, तेलुगु, कन्नड भाषांचे अभ्यासक आणि प्रसिद्ध इतिहास संशोधक श्री तिमतावाचार्य शर्मा (बंगळुरू) यांना पत्र लिहिले. 'लंजिका' शब्दाचा कोशगत अर्थ वेश्या किंवा देवदासी असा होऊ शकतो, असे उत्तर त्यांनी तत्काळ पाठविले. किटे इंग्रजी शब्दकोशात 'लंजे' हा शब्द 'वेश्या' (an adulteress) याच अर्थाने नोंदविला असून, तो मूळ संस्कृत शब्द असल्याचे म्हटले आहे. संस्कृत आकारान्त स्त्रीलिंगी शब्द कानडीत एकारान्त होऊन येतात. जसे, रेणुका-रेणुके, लंजा-लंजे या शब्दाने संस्कृतमधला 'लज्जा' हा शब्द अभिप्रेत आहे. पुंडलीकजी कातगडे यांनी आपल्या कन्नड-मराठी शब्दकोशात 'लंजे' आणि 'लंजा' अशा दोन्ही रूपांत हा शब्द नोंदवून त्याचा अर्थ 'व्यभिचारिणी', 'दुर्वर्तनी' असाच दिला आहे.

या नामचर्चेवरून एक गोष्ट लक्षात येते, महाकूटाच्या देवीचे मूळ 'लंजिका' हे नाव निर्वस्त्रतेचे व निर्लज्जतेचे द्योतक असून 'लज्जागौरी' हे त्या मूळ नावाचे (पुनः) संस्कृतीकरण घडवले आहे. 'लज्जागौरी' हे कथित अशोभन बाबीचे शोभन व्यक्तीकरण करण्यासाठी (Euphemistic) वापरलेले 'निर्लज्ज स्त्री'चे (Shameless woman) अभिधान आहे.''

अशा प्रकारच्या मूर्ती उत्तर प्रदेश, महाराष्ट्र, कर्नाटक, आंध्र प्रदेश या राज्यांतील अनेक भागांत आढळल्या आहेत. मात्र दुर्दैवाने अभ्यासकांचे त्याकडे फारसे लक्ष गेलेले दिसत नाही. अनेक ठिकाणी या मूर्ती भग्नावस्थेत किंवा दुरवस्थेत आढळतात. कर्नाटकमधील महाकोटेश्वर किंवा महाकूट इथेही अशाच निर्वस्त्र देवीचे पूजन केले जाते. विशेष म्हणजे, अनेक पुराणांत आणि देवी भागवतातदेखील या देवीचा उल्लेख आहे. याचा अर्थ, या शक्तिरूपिणी देवीला संपूर्ण भारतात प्रतिष्ठा मिळाली होती. महाकोटची महाकोटेश्वरी देवीच्या नावाचा अर्थ शोधल्यास, 'महा' हे महादेवीचे, तर 'कोट' शब्द म्हणजे मराठीत आज 'कोडगा' म्हणून वापरल्या जाणाऱ्या शब्दाचा मूळ शब्द आहे. मूळ शब्द कोटरी, कोटवी. दक्षिण भारतीय भाषांमध्ये ज्याचा अर्थ 'निर्वस्त्र स्त्री' असा आहे. म्हणजेच, लज्जागौरी (लंजागौरी) किंवा महाकोटेश्वरी ही दोन्ही याच निर्वस्त्र देवतेची नावे आहेत, असेही डॉ. रा. चिं. ढेरे यांनी संशोधनातून दाखवून दिले आहे.

ही सगळ्या सृष्टीला प्रसवणारी महायोनी आहे. ती सृष्टीची आणि पुष्टीची देवता आहे. त्यामुळे तिची योनी आणि तिचे स्तन एवढेच अवयव यांनाच या मूर्तिविज्ञानात महत्त्व होते. सृष्टी सर्जनाचा जेवढा स्वच्छ आणि वैज्ञानिक अर्थ महादेवाच्या लिंगपूजनात आहे, तेवढा आणि तसाच स्वच्छ अर्थ शक्तिदेवी महायोनीचा आहे.

जगत:पितरी म्हणून या युगुलाला भारतीय परंपरेत वंदनीय मानले गेले आहे. शिव जेव्हा केवळ लिंगस्वरूप असतो, त्याचे ते रूप स्वीकारले आहे. त्यात कोठेही अश्लील भाव नाही. तशीच जगन्माता म्हणून आदिशक्तीचेही रूप स्वीकारले जायला हवे. मात्र पूर्वी तिची उपासना होत असली, तरीही आज अनेक ठिकाणी ही महायोनी मूर्ती उपेक्षित आहे. या शक्तिरूपिणीचे मूळ रूप हेच आहे. मात्र जसजशी ती लोकप्रिय आणि आराध्य झाली, तेव्हा तिच्या उन्नत अवस्थेत तिला संपूर्ण शरीर, त्यावर वस्त्रे, अलंकार अशा स्वरूपातच पूजले जाऊ लागले आणि मूळ स्वरूपाकडे दुर्लक्ष झाले. कर्नाटकात अनेक ठिकाणी स्त्रिया संतानप्राप्तीसाठी तिची पूजा करतात. आंध्र प्रदेशात आलंपूर इथे नवलिंगेश्वर मंदिरात निर्वस्त्र देवीची शिरोविहीन मूर्ती आहे. ही मूर्ती माहूरच्या रेणुकेची असल्याची स्थानिकांची श्रद्धा आहे. कर्नाटकातील यल्लम्मा, रेणुका आणि भूदेवी (पृथ्वी) या तिन्ही देवतांची पूजा तांदळ्याच्या स्वरूपात (म्हणजे केवळ शिराचा मुखवटा) केली जाते, त्याच देवीच्या योनिमूर्ती बनवल्या जात होत्या. तसेच, यल्लम्मा ही मातंग समाजाची असल्याने तिला मातंगी म्हणूनही ओळखले जाते. रेणुकेच्या आणि यल्लम्माच्या जन्माची कथा आपण आधी बघितली आहेच; त्यांच्या शिरच्छेदाच्या या कथेची निर्मिती या शिरोविहीन योनिमूर्तीचे स्पष्टीकरण देण्यासाठीच झाली असावी, हे स्पष्ट आहे. आंध्र प्रदेशातील जोगुळांबा म्हणजे संतानदात्री देवी मादिगा म्हणजे, चर्मकार जातीच्या उपासकांची देवता आहे. विदर्भात माहूरझरी इथेही अशा निर्वस्त्र योनिमूर्ती आहेत.

या सगळ्या योनिमूर्तींचा काळ सातवाहन काळोत्तर असावा, असे अनुमान संशोधकांनी मांडले आहे. मात्र असे असले, तरीही स्त्रीशक्तीच्या या उपासनेची प्रथा प्रागैतिहासिक काळापासूनच आहे, हेही आपण पाहिले आहेच. या स्वरूपातील मूर्ती समाजात स्वीकारल्या गेल्या नाहीत. या थेट आणि स्पष्ट विचारांचे नंतरच्या काळात एक तर विकृतीकरण झाले किंवा मग परकीय आक्रमणांच्या झंझावातात हा विचार दाबला गेला. जसजशी देवी अभिजनांच्या उपासनेचा विषय झाली, तसे तिचे हे थेट स्वरूप बदलून ती रूढिप्रधान देवता झाली.

वज्रधारिणी आणि षड्रिपु

षष्टदिनीं षष्ट देवता वज्रेश्वरी माता।
वज्रधारिणी षड्रिपुदमनी भक्ताऽभय देता।
भक्तोल्हासिनी ती निजभक्ता वांच्छित कल्पलता।
नमन करू या भक्तरक्षिता भक्तांकित माता॥

या कवितेच्या ओळींमध्ये देवीला 'वज्रेश्वरी' म्हटले आहे, ते ती हातात वज्र धारण

करणारी आहे म्हणून. वज्रधारिणी हे देवीचे पराक्रमी रूप आहे. वज्र या शब्दाचे अनेक अर्थ असून हिरा असाही एक अर्थ आहे. दक्षिणेकडे हिऱ्याला वज्रच म्हणतात. इंद्राचे आयुध म्हणून वज्र प्रसिद्ध आहे. इथे देवीच्या हातात इंद्राचे वज्र आहे, अशा कल्पनेने तिला 'वज्रधारिणी' असे म्हटले आहे आणि म्हणून वज्रधारिणी माता असा तिचा उल्लेख केला आहे.

या रूपात ती हातात वज्र धारण करून काम, क्रोध, मोह, लोभ, मद, मत्सर या षड्रिपूंचे दमन करते. हे षड्रिपू सर्व मानवजातीचेच शत्रू आहेत. देवीने वेगवेगळ्या अवतारांत विविध असुरांना नेस्तनाबूत केले, हे सर्वश्रुत आहेच. हे झाले बाह्य शत्रू. या बाह्य शत्रूंचे निर्दालन करण्यासाठी देवीला विविध अवतार घ्यावे लागले. मधुकैटभ, शुंभनिशुंभ, महिषासुर इत्यादी मदोन्मत झालेल्या अनेक दैत्यांना देवीने यमसदनाला पाठविले. स्त्रीशक्तीचा एक अनोखा आणि आगळावेगळा साक्षात्कारच जगाला तिच्या या रिपुदमनाच्या पराक्रमामुळे झाला. मानवजातीला कष्ट देणाऱ्या दुष्ट राक्षसांना देवीने योग्य शासन तर केलेच, पण आपल्या मनात वावरणाऱ्या षड्रिपूंना, मनात निरंतर नांदणाऱ्या सहा शत्रूंना देवीने आटोक्यात ठेवावे, त्यांचे दमन करावे, ही यामागची धारणा.

ही देवी भक्तांकित आहे. ती मातृस्वरूप असल्यामुळे तिच्या मनात वात्सल्याचा झरा निरंतर झुळझुळत असतो. तिला आपल्या भक्तांची नेहमीच काळजी, चिंता, कळकळ असते. आईला जसे आपल्या मुलांबद्दल प्रेम वाटते, आईचे जसे मुलांवर सतत लक्ष असते, तसेच देवीचे आपल्या भक्तांवर प्रेम असते, लक्ष असते. म्हणून कवी 'नमन करू या भक्तरक्षिता भक्तांकित माता॥' या शब्दांत तिच्या या वात्सल्यगुणाचा गौरव करतो. देवीने साकार रूप धारण करून अनेक राक्षसांना कंठस्नान घातल्याचे उल्लेख पुराणात असले, तरी या ठिकाणी मात्र देवी निराकार, निर्गुण रूपात भक्तांच्या अंतर्मनात प्रवेश करते आणि त्यांच्या मनातच वावरणाऱ्या कामक्रोधादि रिपूंचे दमन करते, अशा श्रद्धेने तिला हे आवाहन करण्यात आले आहे.

१०

ब्रिटिशकालीन स्थित्यंतरे

पाश्चात्त्य देशांच्या विचारसरणीच्या प्रभावामुळे, भारतातच या प्राचीन लोकसंस्कृतीला हीन लेखले जाऊ लागले. या झंझावातात कालीमाता पुन्हा एकदा बदनाम झाली. तत्कालीन ब्रिटिश लेखकांनी लिहिलेल्या अनेक पुस्तकांत कालीमातेचे वर्णन कुरूप, रक्तपिपासू असे केले गेले. ब्रिटिशांच्या शासन काळात सुरू झालेल्या मिशनरी प्रभावामुळेदेखील कालीचा हा वेगळा चेहरा जाणूनबुजून बदनाम होऊ लागला, किंबहुना केला जाऊ लागला.

कालीचे रूप आणि तिच्याभोवती गुंफल्या गेलेल्या आख्यायिका यांमुळे कदाचित वैदिक धर्माच्या मुख्य प्रवाहात कालीला फारसे स्थान मिळाले नसावे. मात्र बहुजन समाजात तिला देवी म्हणून अढळ स्थान होते आणि आहे. त्यानंतर अठराव्या-एकोणिसाव्या शतकात म्हणजे ब्रिटिश सत्ताकाळात कालीची प्रतिमा जाणूनबुजून डागाळली गेली. त्याला एक कारण होते. बंगालमध्ये स्वातंत्र्याची चळवळ वेगाने मूळ धरू लागली होती. त्या आधी भक्ती चळवळीतून कालीमाता जनसामान्यांमध्ये लोकप्रिय झाली होती. त्याच लोकप्रियतेचा उपयोग करून घेत, बंगालमध्ये ब्रिटिश शासनाविरुद्ध उठाव करण्याचे वातावरण निर्माण होत असताना हीच कालीमाता 'भारतमाता' आहे, असा विचार मांडला गेला. स्वातंत्र्यवीर सावरकरांनीदेखील त्यांच्या स्वातंत्र्यदेवीचे सूक्त गाताना 'मोक्ष मुक्ती ही तुझीच रूपे, तुलाच वेदांती' या शब्दांत गुणगौरव केला आहे. तिला 'अधमरक्तरंजिते' असे विशेषण वापरले आहे.

भारतमातेची लेकरे म्हणून तिला आपल्या प्राणांची आहुती देत स्वतंत्र करणे आपले कर्तव्य आहे, या विचारातून क्रांतिकारकांना प्रेरणा मिळाली. बंकिमचंद्र चॅटर्जी यांच्या 'आनंदमठ' या कादंबरीने यात महत्त्वाची भूमिका बजावली होती. त्या वेळी या क्रांतिकारकांनी ब्रिटिश साम्राज्याविरुद्ध अनेक छोटेमोठे उठाव केले, हिंसक प्रत्युत्तर दिले गेले. या क्रांतिकारकांना भारतातल्या सर्वसामान्य लोकांची मोठी साथ होती. मात्र त्यांच्या कारवायांनी बेजार झालेल्या ब्रिटिश अधिकाऱ्यांनी, त्यांच्या क्रांतिकारक चळवळींना बदनाम करण्यास सुरुवात केली.

क्रांतिकारकांचे जे प्रेरणास्थान होते, त्या भारतमातेची म्हणजेच कालीमातेची बदनामी या काळात सुरू झाली. ही देवता ठग, लुटारू, गुंड, रामोशी अशांची देवता आहे. ही भारतातील एक रानटी, क्रूर प्रथा आहे, हा सिद्धान्त त्यांनी पद्धतशीरपणे रुजवायला सुरुवात केली. त्या काळात म्हणजे ब्रिटिशांनी जी आधुनिक शिक्षणपद्धती आणि पाश्चात्त्य विचारसरणी भारतात आणली होती, तिचे भारतातल्या सुधारकांनाही मोठे आकर्षण होते. भारतात धर्माच्या नावावर सुरू असलेल्या अंधश्रद्धा आणि जातिभेद तसेच उच्च-नीचतेच्या चुकीच्या कल्पनांमुळे दुर्बल घटकांवर होत असलेले अत्याचार, शोषण यांविरुद्ध भारतातील अनेक समाजसुधारकांनी लढा उभारला. ब्रिटिश शासनाच्या मदतीने त्यांनी अशा कुप्रथा बंद करणारे कायदेही आणले. या सुधारणांमुळे भारतातील अनेक कुप्रथा-अंधश्रद्धा कमी झाल्या, नष्ट झाल्या हे तर खरेच; मात्र त्यासोबत भारतात पुरातन काळापासून अस्तित्वात असलेल्या लोकसंस्कृतीतील परंपरांनादेखील त्याचा फटका बसला. पाश्चात्त्य देशांच्या विचारसरणीच्या प्रभावामुळे, भारतातच या प्राचीन लोकसंस्कृतीला हीन लेखले जाऊ लागले. या झंझावातात

कालीमाता पुन्हा एकदा बदनाम झाली. तत्कालीन ब्रिटिश लेखकांनी लिहिलेल्या अनेक पुस्तकांत कालीमातेचे वर्णन कुरूप, रक्तपिपासू असे केले गेले. ब्रिटिशांच्या शासन काळात सुरू झालेल्या मिशनरी प्रभावामुळेदेखील कालीचा हा वेगळा चेहरा जाणूनबुजून बदनाम होऊ लागला, किंबहुना केला जाऊ लागला. कालीचे भयानक स्वरूप, तिची पूजाविधी यांचे वर्णन भारताच्या त्या काळातील पार्श्वभूमीवर लिहिल्या गेलेल्या कथा-कादंबऱ्यामध्ये येऊ लागले. तंत्रविद्या, अघोरी विद्या यांत तिची केली जात असलेली उपासना त्यामुळे पाश्चात्त्य समाजात कालीमातेविषयी चुकीची प्रतिमा रंगवण्यात आली. अर्थात, तंत्रविद्येत कुणाच्या तरी मनाचा ताबा घेणे, अघोरी शक्ती मिळवणे, काळी जादू असे चुकीचे प्रकार होत असत हे नाकारता येणार नाही. त्यात बहुजनांची फसवणूक किंवा अनेक दुष्ट अंधश्रद्धाही जोपासल्या गेल्या होत्या. त्याला मुख्यत्वे तंत्रविद्येतील कमालीची गुप्तता कारणीभूत होती. क्रांतिकारकांची उपास्य देवता म्हणून भारताच्या शक्तीचे प्रतीक असलेली शक्तिरूपिणी बदनाम करणे, हेही त्या चळवळीची नकारात्मक प्रतिमा रंगवण्याचे साधन म्हणून ब्रिटिशांनी वापरले होते. या सगळ्या धुरळ्यात कालीच्या किंवा स्त्रीशक्तीच्या उपासनेमागचा तर्कशुद्ध, प्रगल्भ आणि ऐहिक विचार दाबला गेला.

मात्र, दुसरीकडे कालीमातेचे निस्सीम भक्त असलेले महान संत, आध्यात्मिक गुरू रामकृष्ण परमहंस यांनी तसेच त्यांचे पट्टशिष्य स्वामी विवेकानंद, स्वामी अरविंदो या विचारवंतांनी कालीमातेचा जागर सुरू ठेवला होता. हिंदू तत्त्वज्ञान आणि भारतीय संस्कृती यांविषयीचे वेगळे सखोल, एकात्म तत्त्वज्ञान मांडणाऱ्या रामकृष्ण परमहंस आणि विवेकानंद यांनी आपल्या व्याख्यानातून आणि लेखांमधून कालीमातेचे तेजस्वी रूप, चैतन्य जगासमोर आणले.

चिकित्सक आणि विज्ञानवादी विचारसरणीच्या स्वामी विवेकानंद यांनी आपले गुरू रामकृष्ण परमहंस यांच्यासोबत कालीमाता, ईश्वर, आध्यात्मिक चेतना याचे मर्म समजून घेण्यासाठी कित्येक काळ चर्चा, प्रश्नोत्तरे, वादविवाद केले. त्यानंतर त्यांनी या दिव्य ज्ञानाची स्वतः अनुभूतीही घेतली. कालीमातेशी असलेल्या त्यांच्या नात्याच्या प्रवासाविषयी त्यांनीच विस्तृतपणे लिहून ठेवले आहे. आपल्या 'The Divine Mother' या लेखात कालीमातेविषयी ते म्हणतात...

'आई' ही स्त्रीशक्तीची सर्वांत आदिम अभिव्यक्ती आहे. ही पित्यापेक्षाही अधिक उच्च कोटीची भावना मानली जाते. मातेमध्ये शक्ती, दैवी ऊर्जा आणि सर्वव्यापकतेची संकल्पना सामावलेली आहे. जन्मलेल्या बाळापासून प्रत्येक मुलाला वाटत असते, की त्याची आई सर्वशक्तिमान आहे, ती काहीही करू शकते. अशीच भावना जरा अधिक

व्यापक स्वरूपात देवीच्या बाबतीत तिच्या भक्तांची असते. जगातील संपूर्ण ऊर्जा तिच्या ठायी केंद्रीभूत झालेली असते. जगात जे जे शक्तिस्वरूप आहे, ते ते सगळे मातृस्वरूप आहे. ती जीवन आहे, ती ज्ञान आहे, ती प्रेमस्वरूप आहे. विश्वातील सर्व शक्तीचे, ऊर्जेचे एकवटलेले मूर्त स्वरूप म्हणजे मातृस्वरूप! ती स्वतः कोणत्याही रूपात येऊ शकते आणि असे असूनही ती कुठेच तडक व्यक्त होत नसते.

शरीरातील सर्व पेशी मिळून माणसाचे शरीर आकाराला येत असते. त्याचप्रमाणे, आत्मादेखील एका पेशीप्रमाणे असतो आणि सर्व आत्म्यांचे एकत्रीकरण म्हणजे परमात्मा. ज्याला आपण वेगवेगळ्या देवांच्या रूपात ओळखतो, मानतो आणि त्याही पलीकडे आहे, ते सर्वंकष, सर्वव्यापी असते. सागराच्या लाटा आपल्याला दिसणारे तिचे रूप आणि त्याखाली असलेला अथांग सागर या दोन्ही स्वरूपातली शक्ती एकच असते. मात्र तिचे स्वरूप वेगवेगळे असते. तसेच ब्रह्म आणि माया आहे. दिसणाऱ्या चल लाटा म्हणजे माया आणि त्याखालचा अथांग सागर म्हणजे ब्रह्म. हे दोन्ही वेगळे नाहीत. एक दृश्य तर दुसरे अदृश्य आहे. ती काळ आहे, तीच अवकाश आहे आणि तीच त्याचा कार्यकारण भावही आहे.

A bit of Mother, a drop, was Krishna; another was Buddha; another was Christ. The worship of even one spark of Mother in our earthly mother leads to greatness. Worship her if you want love and wisdom.

स्वामी विवेकानंद

(**स्वैर अनुवाद :** एकीकडे ती मातृस्वरूप आहे, प्रकृती रूप आहे, आत्मस्वरूपही आहे आणि त्यानंतरची ती आपल्यालाही अपरिचित अशी शक्ती आहे. तिच्या शक्तीचा एक अंश होता कृष्ण! दुसरा अंश होता बुद्ध आणि तिसरा अंश ख्रिस्त! या तिन्ही वेगवेगळ्या स्वरूपांतील तिचे स्वरूप वेगवेगळे असले, तरीही त्यात 'सर्वव्यापी माता' आपल्याला दिसते, असे ते म्हणतात.)

स्वामी विवेकानंदांनी लिहिलेली 'काली द मदर' ही कविता कालीमातेच्या, आदिमायेच्या त्याच स्वरूपाची

अभिव्यक्ती आहे. श्रीनगरच्या क्षीर भवानी मंदिरात देवीचे दर्शन घेतल्यानंतर भावनेच्या आवेगात त्यांनी ही कविता लिहिली होती. या कवितेत त्यांनी कालीमातेला पृथ्वीला विध्वंसापासून वाचवण्याचे आवाहन केले आहे. जेव्हा जेव्हा पृथ्वीवर अत्याचार आणि पापे वाढतात, त्या वेळी दुष्ट शक्तींचा नाश करण्यासाठी काली रुद्रावतारात अवतरते. ती काळ, म्हणजेच मृत्यूची देवता आहे. या सर्व दुष्ट शक्तींचा नाश करून, ती नव्याने पृथ्वीचे सर्जन करते, अशी श्रद्धा आहे. विवेकानंदांनी या कवितेत कालीच्या या संहारक शक्तीलाच आवाहन केले आहे.

कवितेच्या सुरुवातीला व्यक्त केलेली पार्श्वभूमी गहन काळ्या रात्रीचे वर्णन करणारी आहे. त्यानंतरचे वर्णन, या गहन, गूढ काळरात्री येणाऱ्या विलक्षण अनुभूतीचे वर्णन करणारी आहे.

The stars are blotted out,
The clouds are covering clouds,
It is darkness vibrant, sonant.
In the roaring, whirling wind
Are the souls of a million lunatics
Just loose from the prison-house,
Wrenching trees by the roots,
Sweeping all from the path.
The sea has joined the fray,
And swirls up mountain-waves,
To reach the pitchy sky.
The flash of lurid light
Reveals on every side
A thousand, thousand shades
Of Death begrimed and black —
Scattering plagues and sorrows,
Dancing mad with joy,
Come, Mother, come!
For Terror is Thy name,
Death is in Thy breath,
And every shaking step
Destroys a world for e'er.
Thou 'Time', the All-Destroyer!
Come, O Mother, come!

Who dares misery love,
And hug the form of Death,
Dance in Destruction's dance,
To him the Mother comes.

मूळ इंग्रजी कवितेचा स्वैर अनुवाद :

आकाशातले तारे झाकले गेले,
मेघ मेघांनीच आच्छादिले,
इथे केवळ मिट्ट काळोख,
आणि खोल काळोखाला कापणारा एक ध्वनी!
अशा या वादळी, आदळणाऱ्या वाऱ्यात,
जेव्हा लक्षावधी वेडे आत्मे,
जणू नुकतेच तुरुंगातून सुटल्यासारखे,
थैमान घालत, वृक्ष मूळापासून उखडून फेकत आहेत..
रस्त्यात येणारे सगळे अडथळे नष्ट करत आहेत.
जणू सागरही या गोंगाटात झालाय सामील,
लाटा उन्मळून उसळत आहेत शिखरापर्यंत,
त्या काळ्याशार नभाला स्पर्श करण्यासाठी...
अमंगलाच्या निस्तेज प्रकाशाचे तुकडे,
जणू पसरताहेत दशदिशांना...
मृत्यूच्या या सहस्र देहधारी छटा,
मळकट, काळ्याकभिन्न, राखाडी
अमंगल आणि दुःखाचे मळभ पसरवणाऱ्या
बेभान होऊन नाचणाऱ्या!
ये, आई, ये!
भय तुझे साक्षात नाव आहे,
आणि मृत्यू हाच तुझा श्वास.
तुझी पावले जेव्हा आदळतात,
तेव्हा सगळं जग थरथर कापतं आणि हादरतं...
तुझ्या प्रत्येक पावलात,
तू नष्ट करतेस हे सगळे विश्व!
आणि,

पापक्षालन करण्यासाठी,
तू येतेस हाती खड्ग घेऊन!
तू साक्षात काळ आहेस!
काळोख विस्कटून टाकणारी सर्वनाशिनी,
नव्याचे सर्जन करणारी सर्वव्यापिनी...
सगळे केवळ तिच्या हाती!
जो साहसी आहे,
ज्याला ओढ आहे दुःखाची, मृत्यूची!
विनाशाच्या नृत्यात, पडतात ज्याचे पदन्यास,
त्याच्याचकडे येते,
माता काली!

या काळरात्रीपासून (म्हणजे पापांपासून) समाजाची सुटका करण्यासाठी कालीला आवाहन केले आहे, जी स्वतःच या काळरात्रीइतकी काळरूप आहे.

सुभाषचंद्र बोस आणि महर्षि योगी अरविंदो यांच्यावर या कवितेचा मोठा प्रभाव पडला होता. या कवितेविषयी महर्षि योगी अरविंदो यांनी त्यांच्या डायरीत लिहिले आहे, 'The Shakti we call India. Bhawani Bharati is the living unity of the Shaktis of three hundred million people; but she is inactive, imprisoned in the magic circle of Tamas, the self-indulgent inertia and ignorance of her sons. Strength can only be created by drawing it from the eternal and inexhaustible reservoirs of the spirit, from the Adya-Shakti of the Eternal which is the fountain of all new existence."

(**स्वैर अनुवाद :** भारत - ज्याला आपण माता शक्तीची देवता मानतो. भवानी भारती ही भारतात राहणाऱ्या तीस कोटी भारतीयांच्या एकत्रित शक्तीचे प्रतीक आहे; मात्र आज ही शक्ती सुप्त स्वरूपात आहे. तमस, म्हणजे काळोखाच्या जादूई पिंजऱ्यात ती बंदिस्त झाली आहे. तिच्या पुत्रांमध्ये आलेली उदासीनता आणि मानसिक जडत्व यामुळे ती अशा अवस्थेत आहे. तिची मूळ शक्ती पुन्हा स्थापन करायची असेल, तर शाश्वत आणि निरंतर ऊर्जेचा स्रोत, आद्यशक्तीपासूनच घ्यावा लागेल. ती शाश्वत आदिमायाच सर्व ऊर्जेचा मूळ स्रोत आहे.)

देशाचा स्वातंत्र्यलढा म्हणजे आधुनिक काळातील एक प्रकारचे युद्धच होते. या युद्धात स्वातंत्र्यदेवता 'भारतमाता' म्हणून संपूर्ण देशात चेतना निर्माण करण्यासाठी,

महर्षि योगी अरविंदो

नेताजी सुभाषचंद्र बोस

परम शक्तीची देवी काली प्रेरणा ठरली, यात शंका नाही. शिवाय याआधी, म्हणजे सतराव्या शतकात बंगालमधील संतकवी रामप्रसाद सेन (१७१८-१७७५) यांनी आपल्या कवनातून कालीमातेची प्रतिमा प्रेमळ मातृस्वरूप अशी मांडली होती. त्यांची रसाळ कवने बंगालमध्ये खूप लोकप्रिय झाली.

स्वामी विवेकानंद आणि महर्षि योगी अरविंदो यांनी भारतीय तत्त्वज्ञान, वैदिक धर्म, एकात्मवाद या सगळ्या तत्त्वज्ञानाविषयी इंग्रजी भाषेतून लिखाण केले. पाश्चात्त्य समाजातील धर्म अभ्यासकांशी त्यांनी चर्चा केली. त्या चर्चेमुळे हिंदू तत्त्वज्ञान, वेदान्त, भारताचा धर्मविचार आणि एकात्म संस्कृती प्रभावीपणे पाश्चिमात्य समाजापर्यंत पोहोचली. त्यातून 'भारत म्हणजे केवळ रानटी अंधश्रद्धा, परस्परविरोधी रीती परंपरा असलेला मागास देश' अशी पाश्चिमात्य अभ्यासकांच्या मनात असलेली गैरसमजांची जळमटे बरीच दूर झाली. भारतीय तत्त्वज्ञानाबद्दल खरी माहिती त्यांच्यासमोर अतिशय प्रभावीपणे मांडली गेली. त्यामुळेच अनेक पाश्चिमात्यांना भारतीय संस्कृतीविषयी आकर्षण वाटू लागले. यात आणखी एका नावाचा विशेषत्वाने उल्लेख करावा लागेल, ते नाव म्हणजे ब्रिटिश न्यायाधीश आर्थर ॲव्हलॉन (सर जॉन वुडरफ) (१८६५-१९३६) ब्रिटिश काळात कोलकता उच्च न्यायालयात न्यायाधीश म्हणून जबाबदारी सांभाळत असलेल्या सर जॉन वुडरफ यांनी भारतीय धर्मांचे अध्ययन केले. विशेषत:

तंत्रविद्या आणि शाक्त संप्रदायविषयक संस्कृत ग्रंथांचे त्यांनी इंग्रजीत भाषांतर केले आणि त्यातून त्यांना समजलेले हिंदू तत्त्वज्ञान त्यांनी मांडले. भारतात निर्माण झालेल्या तिन्ही मुख्य धर्मांचे - हिंदू, बौद्ध आणि जैन धर्मांचे तत्त्वज्ञान आणि त्याचा सखोल अन्वयार्थ मांडणारी लेखमाला त्यांनी लिहिली. त्यांच्या 'Shakti And Shakta' या पुस्तकात शक्तीच्या उपासनेबद्दल ते लिहितात, "And so, Prakrti, Sati, Uma, Parvati are ever one and the same. They are only different names for the one great All-Mother, The Jagnmata. 'The mother of all the living.' The Indian mind had been long since accustomed to see unity in all multiplicity. Just as one moon reflects itself in innumerable waters, so Devi, 'the Goddess', by whatever other names she may be otherwise called is the embodiment of all Gods and of all 'energies' (Saktis) of the Gods.

आर्थर अॅव्हलॉन लिखित 'शक्ति आणि शाक्त' या पुस्तकाचे मुखपृष्ठ

Within her is Brahma, the Creator, and his Sakti; Within her is Vishnu, the Preserver, and his Sakti; within her is also Siva, as Mahakala, 'great Father Time', the great Destroyer. But as this one is swallowed up by herself, she is also Adya 'Kalika, the primodial Kali' and as a 'great magician', Mahayogini, she is at the same time Creatrix, Preservatrix, and the destroyer of the world. She is also the mother of Mahakala, who dances before intoxicated by the wine of Madhuka blossoms. As, however, the highest Deity is a woman, every woman is regarded as an embodiment of this Deity. Devi, 'the Goddess', is within every feminine being. This conception it is, which has led to a woman worship which, undoubtedly, has taken the shape, in many circles, of wild orgies, but which also- at least according to the testimony of the Mahanirvana Tantra- could appear in a purer and nobler form, and has as surely done so."

(**स्वैर अनुवाद :** प्रकृती, शक्ती, उमा, पार्वती या सगळ्या एकच आहेत. सर्वांची आई, जगन्माता अर्थात सर्व सजीवांची आई, तिला दिलेली ही फक्त वेगवेगळी नावे आहेत. भारतीय मनाला सर्व बहुविधतेत एकता पाहण्याची सवय फार पूर्वीपासून लागली होती. ज्याप्रमाणे एक चंद्र स्वतःला असंख्य पाण्यात प्रतिबिंबित करतो, त्याचप्रमाणे देवीला इतर कोणत्याही नावाने संबोधले तरी ती सर्व देवांचे आणि सर्व 'शक्तीं'चे मूर्त स्वरूप आहे.

तिच्या मध्ये ब्रह्मा अर्थात निर्मात्याची शक्ती आहे; तिच्या आत विष्णू, जे या विश्वाचे संरक्षक आहेत. त्याची शक्ती आहे; तिच्यामध्ये महाकाल - जो महान जगत् पिता आहे, महान विनाशक आहे त्या शिवाचे अस्तित्वही आहे. पण ही स्वतःच गिळंकृत झाल्यामुळे ती आद्य कालिका, आदिम काली आहे आणि महान जादूगार 'महायोगिनी' या नात्याने ती त्याच वेळी जगासाठी सर्जनशील, संरक्षक आणि विनाशकदेखील आहे. ती महाकालाची माता आहे, जी मधुका फुलांपासून बनलेले मद्य प्राशन करून नृत्य करते. तथापि, सर्वोच्च समजली जाणारी ही देवी काली एक स्त्री आहे, म्हणून प्रत्येक स्त्रीला या देवतेचे अवतार मानले जाते. प्रत्येक स्त्रीच्या आत देवी वसलेली आहे, ही संकल्पना रुजलेली असल्यामुळे आपल्याकडे स्त्रीची उपासना केली जाते. ही संकल्पना स्त्री-पूजनामध्ये परावर्तित झालेली दिसते. तसेच महानिर्वाण तंत्रामध्ये घटकंचुकीसारखे आचार काही पंथात निःसंशयपणे प्रकट होताना दिसतात, परंतु याचे स्वरूप हे निश्चितपणे पावित्र्याच्या व उदात्ततेच्या भावाने युक्त असावे.)

११

कालीची स्त्रीवादी प्रतिमा

जगातील बहुतांश स्त्रियांचा वर्ण काळा-सावळा आहे. मात्र गौरवर्णाच्या आकर्षणामुळे अशा स्त्रियांची कायम उपेक्षा करण्यात आली. अशा काळ्या वर्णाच्या, वन्य स्वरूपाच्या स्त्रियांना कालीने प्रतिष्ठा मिळवून दिली.

काली ही स्वतंत्र, विमुक्त आणि धाडसी असे देवीचे मूर्त रूप आहे. तिचे म्हणजेच स्त्रीत्वाचे अस्तित्व अगदी प्रागैतिहासिक काळापासून असल्याचेही आतापर्यंतच्या लिखाणातून पाहिले. त्यामुळे भारतीय आणि पाश्चात्त्य समाजातही जेव्हा कालीच्या स्वरूपाविषयी माहिती मिळाली, तेव्हा साधारण विसाव्या शतकात कालीमाता स्त्री-मुक्तीच्या विचारांचेही प्रतीक बनली. अनेक स्त्रीवादी लेखिकांना स्त्रीदेह, स्त्रीच्या लैंगिक मुक्तीच्या कल्पना, पितृसत्ताक, पुरुषसत्ताक समाजव्यवस्थेवरचा त्यांचा क्षोभ, जो वर्षानुवर्षे दबून राहिला होता, त्याची अभिव्यक्ती करण्यासाठी त्यांनी कालीच्या कथांचा आणि प्रतिमांचा वापर केला. कारण इतर देवता, ज्या सुंदर आहेत, त्यांच्या पतींच्या सेवेत मग्न आहेत. त्यांच्या तुलनेत कालीची प्रतिमा वेगळी आहे. त्यामुळे स्वतंत्र विचारसरणीच्या, स्त्रीवादी, स्त्री-मुक्तीचा पुरस्कार करणाऱ्या महिलांना कालीविषयी आकर्षण वाटले.

जगातील बहुतांश स्त्रियांचा वर्ण काळा-सावळा आहे. मात्र गौरवर्णाच्या आकर्षणामुळे अशा स्त्रियांची कायम उपेक्षा करण्यात आली. अशा काळ्या वर्णाच्या, वन्य स्वरूपाच्या स्त्रियांना कालीने प्रतिष्ठा मिळवून दिली. अगदी मातंगीपर्यंत! कालीचे नियमांना न मानणे, मुक्त व्यवहार आणि निर्भीड विचार स्वतंत्र वृत्तीच्या स्त्रियांना आकर्षित करतात. तिची संपूर्ण निर्भय, आक्रमक वृत्ती स्वतःला अबला मानणाऱ्या स्त्रियांना बळ देते. तिचा लढाऊ बाणा स्त्रियांना अन्यायाविरुद्ध, अत्याचारांविरुद्ध लढायला शिकवतो. शत्रू जितका क्रूर असेल तितके क्रूर होण्यास सांगतो. त्याच वेळी कालीचे निर्वस्त्र मातृस्वरूप स्त्रियांना त्यांच्या सर्जनशक्तीचा सन्मान करायला शिकवते. संपूर्ण मुक्तपणे या मातृत्वाचा स्वीकार करावा, त्याचा संकोच करू नये, ही ताकद मानावी, दुर्बलता नव्हे; असा संदेश काली देते आहे.

स्वरूपं त्वदीयं न विन्दन्ति देवाः

(तुझे रूप-स्वरूप देवांनाही उमगलेले नाही)

कालीच्या भोवती कायमच एक गूढ वलय राहिलेले आहे. तसेच वलय तिच्या भक्तांभोवतीही आहे. तंत्रविद्या शिकणारे, अघोरी विद्येचे उपासक शौर्य किंवा कुठल्या तरी शक्तीच्या, सत्तेच्या प्राप्तीसाठी तिची उपासना करतात. तर घराघरात पूजल्या जाणाऱ्या कालीचे भक्त तिच्याकडे मातृदेवता म्हणून बघतात. मात्र या दोन प्रकारच्या साधकांपेक्षा आणखी एक तिसरा वर्ग आहे. तो आहे, तत्त्वज्ञ, पारलौकिक जगाविषयी जिज्ञासा असलेला ज्ञानी, अभ्यासक. (प्रस्तुत पुस्तक मुख्यतः या तिसऱ्या वर्गासाठी आहे.)

तंत्रविद्या शिकणाऱ्या शाक्त लोकांचा प्रवास गूढ असतोच; पण तितकाच तो कठीणही असतो. सर्वसामान्यांच्या जगात कोणीही करणार नाही, अशा भयंकर परीक्षांमधून या साधकाला स्वत:ला सिद्ध करावे लागते. ही त्याच्या शरीराचीच नव्हे, तर मनाचीही कठोर परीक्षा असते, त्याचे मन खंबीर करणारी, किंबहुना निडर करणारी. कारण वास्तविक जीवनात आपल्या कल्पनेच्या पलीकडे असणारी काही गडद काळी सत्ये असतात. त्या सत्यांचा सामना त्याला करायचा असतो. त्याच्या आजवरच्या आयुष्यात जे जे काही निषिद्ध असेल, त्याज्य असेल, ते त्याला करावे लागते. काही टोकाच्या अघोरी पंथात तर मांसाहार, अगदी मनुष्यप्राण्यांचे मांस खाण्यापर्यंत, अघोरी तपश्चर्या, मद्यसेवन, आपल्या आयुष्यातील सर्व गुपिते उघड करणे, अनैतिक शरीरसंबंध आणि मृत्यूशी प्रत्यक्ष परिचय... अशा कितीतरी अग्निदिव्यातून त्याला जावे लागते. कालीला प्रसन्न करणाऱ्या मार्गात या साधकाला मार्गदर्शन करणारा गुरू त्याला शिकवत नाही, तर आव्हान देत असतो. आयुष्यातील अटळ सत्यांचा सामना त्याला करायला लावतो. या सत्याचा सामना करू न शकणारे कालीला घाबरतात. तिला टाळतात. पण हा सगळा मार्ग पत्करणारे साधक तिच्याकडून कुठल्याशा अघोरी शक्तीचे वरदान मिळण्याची अपेक्षा करतात. ही सगळी परीक्षा ते कुठली तरी अतिमानवी शक्ती मिळवण्यासाठी देत असतात. कारण तंत्रविद्या, सांख्यवादी (ईश्वराला मानणारे) यांच्या मते मोक्ष वगैरे काही नाही. मोक्ष असेल तर तो याच आयुष्यात आहे आणि ते म्हणजे अमरत्व अशी त्यांची समजूत असते. हे अमरत्व साध्य करण्यासाठी त्यांना अशी विशेष शक्ती हवी असते. हा त्यांचा मोह असला, तरीही त्यासाठीचा त्यांचा खडतर प्रवास त्यांना सत्यापर्यंतच नेत असतो. हे सत्य जाणल्यानंतर त्याचा उपयोग नीतिमत्तेने करायचा की नाही हे त्या साधकावर अवलंबून असते. अभ्यासकाचे मात्र तसे नसते, तो कुतूहलापोटी हे करतो.

दुसऱ्या प्रकारचे असतात ते तर तिच्याकडे मातृदेवता म्हणून बघणारे तिचे असंख्य भक्त, एखाद्या निरागस आणि असाहाय्य बालकांसारखे तिच्या आश्रयाला जातात. ती कितीही भयंकर, उग्ररूपी असली तरीही. तिने आपल्या भक्तांचे संरक्षण करावे, अशी अपेक्षा ते करतात. विशेषत: बंगालमध्ये कालीमातेविषयी अशी भक्ती चळवळ मोठ्या प्रमाणात रुजली. कालीमाता आणि स्वामी रामकृष्ण परमहंस यांचे नाते तर आई आणि मुलाचेच होते. कालीसारखे स्वरूप असलेल्या देवीकडे मातृभावनेने बघणारा भक्त निरागस असू शकतो. पण ही निरागसता अज्ञानामुळे नाही, तर त्या ज्ञानाच्याही पलीकडे गेलेल्या अपार भक्तिभावामुळे असते. हा भक्तिभाव इतका खरा आणि संपूर्ण असतो, की त्याला तिथे कालीचे भयंकर रूप, मृत्यू, क्रौर्य यांची भीती उरत नाही. त्याला ते

काहीही दिसत नाही. या सगळ्या लौकिक जीवनातील भावभावनांच्या पलीकडे तो गेलेला असतो. त्याची निस्सीम भक्ती, हेच त्याच्या आणि मातेमधील नाते दृढ करणारे असते. ही एक उत्कट भावावस्था आहे. इथे समोर काय आहे, यापेक्षाही भक्तांच्या मनातील श्रद्धा महत्त्वाची ठरते.

भक्त आणि शाक्त या दोघांच्याही पलीकडे असतो तो ज्ञानी, योगी जो कालीचे हे गूढ स्वरूप समजून घेण्याचा प्रयत्न करतो. इतर देवतांच्या तुलनेत काली अशी का आहे? जे जे निषिद्ध, त्याज्य, ते सगळे तिने का स्वीकारले आहे? कालीचे हे संस्कृतीविरुद्धचे बंड आहे का? अशा प्रश्नांची उत्तरे शोधण्याचा त्याचा प्रयत्न असतो. मानवाची जसजशी प्रगती होत गेली, तसतसे त्याने एक सुसंस्कृत समाजरचना निर्माण केली; जिथे नियम असतील, नीतिमूल्ये असतील. काही विशिष्ट परंपरा आणि प्रथा असतील. समाजातील एक घटक म्हणून सगळ्यांना या नीतिनियमांचे पालन करावे लागेल. असे सगळ्याच संस्कृतीमध्ये आहे. भारतातील वैदिक परंपरा आणि त्यानंतर आलेल्या इतर धर्मांमध्येही हे नीतिनियम आहेत. समाज रानटी नसावा, जंगलाचे कायदे इथे लागू होऊ नयेत म्हणून ही सर्वमान्य रचना करण्यात आली आहे. इथे 'बळी तो कान पिळी' नसते; म्हणजे किमान त्याला नैतिकतेचे, कायद्याचे अधिष्ठान तरी दिले जात नाही. आपल्या प्रगतीत आपण मानवतावादाचे तत्त्व रुजविले आहे, नैतिकता रुजवली आहे, करुणा आहे; जी आपल्या सगळ्यांना समान जगण्याचे, जणू देण्याच्या मूलभूत तत्त्वाचे संस्कार करते. आपण सगळेच समाजमान्य रूढिपरंपरांचे पालन करतो. ही समाजव्यवस्था सुरळीत चालण्यासाठी ते अनिवार्यच आहे, यात शंका नाही!

पण हे सगळे समाजाने मानवाच्या सुसंस्कृत जगण्यासाठी बनवलेले नियम आहेत, हे आपण अनेकदा विसरून जातो. एखाद्या नदीचा मार्ग हा तिने स्वत: निर्माण केलेला असतो. हळूहळू त्या नदीच्या काठांवर माणसे येतात, एक संस्कृती जन्म घेते, ती संस्कृती कालानुरूप प्रगत होते. नदीकाठावर वसलेली वस्ती दोन्ही बाजूंनी वाढत जाऊन नदीचे काठ बंदिस्त करते. या बंदिस्त काठांमधून नदीचा प्रवाह वाहत असतो, मात्र कधीतरी निसर्गचक्र बदलते, पाऊस वाढतो, नदीला पूर येतो आणि अचानक ती तिचे काठ ओलांडून वाहू लागते. नदी रौद्र रूप घेते. कालपर्यंत जीवनदायिनी असलेली नदी आता काळ बनून येते. माणसांचे जीव घेते, आयुष्याची घडी विस्कटून टाकते. तिचे शांत पण बंदिस्त रूप पाहिलेले आपण या रौद्र रूपाने अचंबित होतो. निसर्गाचा एक विमुक्त घटक असलेल्या नदीला आपण आपल्या सोयीसाठी बंदिस्त केले. मात्र, निसर्ग असा आपल्या तालावर नाचत नसतो. त्याला असे बंदिस्त करता येत नाही. अगदी तसेच, सामाजिक जडणघडण सुसंस्कृत, सभ्य असावी म्हणून तयार केलेले

नियम जेव्हा कुंपण ठरतात, श्वास घुसमटवणाऱ्या भिंती ठरतात, तेव्हा त्या भिंती तोडण्यासाठी कधीकधी उग्र रूप धारण करावे लागते, हेदेखील समाजाचे वास्तव आहे. काली हेच वास्तव आपल्याला दाखवते आहे. भक्ताची अशा प्रकारच्या प्रसंगांना तोंड देण्याची तयारी 'काली भक्ती' शिकवते.

संस्कृतीने विशेषतः पुरुषसत्ताक संस्कृतीने जी जी बंधने घातली, ती सगळी कालीने झुगारली आहेत. जे जे समाजाने नाकारले ते ते तिने अंगीकारले. समाजात त्या त्या वेळी जशी परिस्थिती असते, तेव्हाच्या मानवतेला ज्याची गरज असते तसे नियम, रूढी, प्रथा, परंपरा बनविल्या जातात. आणखी एक महत्त्वाची बाब म्हणजे, त्या त्या वेळी ज्या समुदायाचे वर्चस्व समाजावर असेल, ते आपल्याला सोयीचे असे नियम बनवतात. ही बाब तर आजही आपल्याला दिसते. मग त्या नियमांनुसार, अमुक काही शुद्ध, पवित्र, तर काही निषिद्ध असे ठरविले जाते. संस्कृतीने मारलेले हे शिक्के कालीने नाकारले आहेत. काली कृष्णवर्णी आहे, काळी आहे. केवळ भारतातच नव्हे; संपूर्ण जगात गौर वर्णाचे आकर्षण आहे. गौर वर्ण म्हणजे सुंदर, अशी धारणा समाजात पक्की रुजलेली आहे. आपल्याकडे देवांच्या सगळ्या प्रतिमा बघा, कोणत्याही धर्माचे संस्थापक, इतकेच काय आपल्या नेत्यांच्याही प्रतिमा, चित्रे रंगवताना आपण त्यांना गोरे, सुंदर, बांधीव रंगवतो. इतके आपल्याला गोऱ्या रंगाचे, अशा आखीव सौंदर्याचे आकर्षण आहे. काली आपल्या या सगळ्या समजुतींना धक्का देते. ती गोरी नाही, सुंदरही नाही. सौंदर्याच्या या साचेबद्ध कल्पना ती धुडकावून लावते. काळे, कुरूप असे काही समाजात असते, हे वास्तव बघायला आणि स्वीकारायला ती भाग पाडते.

मृत्यू अटळ असतो मात्र तरीही मृत्यूचा सामना करायला आपण कोणीही तयार नसतो. काली आपल्याला साक्षात मृत्यूचा सामना करायला शिकवते. मृत्यूचे भय घालवून, त्याकडे बघायला शिकवते. निर्भय बनवते, अघोर शिकवते.

आपण 'जगा आणि जगू द्या' अशी मानवतावादी संस्कृती स्वीकारली आहे. या संस्कृतीत हिंसेला स्थान नाही. तात्त्विक आणि वैचारिक पातळीवर आपण अहिंसा तत्त्व स्वीकारले आहे. मात्र प्रत्यक्षात आपल्याला काय दिसते? संस्कृती विकसित होण्यापूर्वीपासून समाजात हिंसा आहेच. हिंसा, युद्ध यांतूनच मानव उत्क्रांत झाला आहे, असेही आपल्याला दिसते. इथे हिंसेचे समर्थन नसले तरी ती अटळ आहे, याची केवळ जाणीव करून द्यायची आहे. ही जाणीव काली आपल्याला करून देते. विशेष म्हणजे, अहिंसेचे तत्त्वज्ञान वीराला, निर्भयालाच शोभा देणारे असते आणि काली वीरांना निर्भय बनवते. रणांगणावर शौर्य गाजवण्यासाठी ती बळ देते. ती ओजस्वितेची, पराक्रमाची देवता आहे. त्यामुळेच महाभारताच्या युद्धापूर्वी श्रीकृष्ण अर्जुनाला कालीची स्तुती

करण्यास, तिची प्रार्थना करण्यास सांगतो. युद्धात शत्रूचा पराभव करण्यासाठी, पराक्रम गाजवण्यासाठी अर्जुन दुर्गेची, कालीची स्तुती करतो. महाभारताच्या भीष्म पर्वात (अध्याय २३, श्लोक १ ते १७) या दुर्गास्तवनात त्याने दुर्गादेवी हीच कात्यायनी सौम्य देवता आणि विक्राळ रूपधारिणी काली आहे, असे वर्णन केले आहे.

नमस्ते सिद्ध-सेनानि, आर्ये मन्दर-वासिनी।
कुमारी कालि कापालि, कपिले कृष्ण-पिंगले॥ १॥
भद्र-कालि! नमस्तुभ्यं, महाकालि नमोऽस्तुते।
चण्डि चण्डे नमस्तुभ्यं, तारिणि वर-वर्णिनि॥ २॥
कात्यायनि महा-भागे, करालि विजये जये।
शिखि पिच्छ-ध्वज-धरे, नानाभरण-भूषिते॥ ३॥

कालीमातेच्या स्वरूपाचा आढावा घेत असताना आपण पाहिले की, योगी ज्ञानी महाकालाने कालीची स्तुती करणारे 'कालिका हृदयम्' स्तोत्र रचले आहे. प्रत्यक्ष देवांनी कालीच्या पराक्रमाचे वर्णन करणारा 'चंडी पाठ' रचला आहे. मार्कंडेय ऋषींनी 'देवी माहात्म्य' लिहून तिचे गुणगौरव केले आहे. इसवीसन पूर्व पाचव्या शतकात भारतात वैदिक सिद्धान्ताचे पुनरुज्जीवन करणारे, अद्वैतवादाची नव्याने मांडणी करणारे विद्वान, दार्शनिक आध्यात्मिक गुरु श्री आदि शंकराचार्य यांनी कालीमातेची स्तुती करणारे 'कालिका अष्टकम्' रचले आहे, त्यात कालीचे यथार्थ रूप वर्णन करणारे आहे.

गलदरक्तमुण्डावलीकण्ठमाला
महाघोररावा सुदंष्ट्रा कराला।
विवस्त्रा श्मशानालया मुक्तकेशी
महाकालकामाकुला कालिकेयम्॥ १॥

(**अर्थ :** ही भगवती कालिका माता, जिच्या गळ्यात रक्त सांडत असलेल्या मुंडक्यांची माळ आहे, तिच्या मुखात अत्यंत कठोर शब्द आहेत. तिच्या कराल दाढा असून तिचे स्वरूप अत्यंत भीतिदायक आहे. ती निर्वस्त्र आहे. तिचे वास्तव्य स्मशानात आहे. तिचे केस मोकळे आणि विस्कटलेले आहेत आणि ती महाकालसोबत, म्हणजे शिवासोबत रतिक्रीडेत नित्य मग्न आहे.)

भुजे वामयुग्मे शिरोऽसिं दधाना
वरं दक्षयुग्मेऽभयं वै तथैव।
सुमध्याऽपि तुंगस्तनाभारनम्रा
लसद्रक्तसृक्कद्वया सुस्मितास्या॥ २॥

(**अर्थ :** या चतुर्भुज देवीच्या दोन्ही डाव्या हातांत मस्तक आणि खड्ग आहे. तसेच

दोन्ही उजव्या हाताने ती वर देत असून, तिने अभयमुद्रा धारण केली आहे. तिचा कटिप्रदेश सुंदर आहे. तिचे स्तन उन्नत असून त्यांच्या भाराने ती झुकली आहे. तिच्या ओष्ठ्यद्वयाचा समोरचा भाग रक्ताने सुशोभित आहे. तिच्या मुखावर मात्र मधुर स्मितहास्य आहे.)

शवद्वन्द्वकर्णावतंसा सुकेशी
लसत्प्रेतपाणिं प्रयुक्तैककाञ्ची।
शवाकारमञ्चाधिरूढा शिवाभि-
श्चतुर्दिक्षुशब्दायमानाऽभिरेजे॥ ३॥

(**अर्थ :** तिच्या दोन्ही कानांत शवरूप कर्णकुंडले आहेत. तिचे केस सुंदर आहेत. तिच्या कमरेला मृत हातांनी बनलेला कटिबंध आहे. शवरूपी आसनावर ती विराजमान आहे आणि तिच्या चहूबाजूंना चीत्कार करणारे कोल्हे आहेत.)

विरञ्च्यादिदेवास्त्रयस्ते गुणांस्त्रीन्
समाराध्य कालीं प्रधाना बभूवुः।
अनादिं सुरादिं मखादिं भवादिं
स्वरूपं त्वदीयं न विन्दन्ति देवाः॥ ४॥

(**अर्थ :** ब्रह्मा, विष्णू आणि महेश हे तिन्ही देव तुझ्याच तीन गुणांचा आश्रय घेऊन आणि तुझी आराधना करून मुख्य पदावर पोहोचले आहेत. तू अनादि आहेस, देवतांमध्ये अग्रगण्य आहेस. तुझे स्वरूप आदिरहित आहे. देवतांमध्ये तू अग्रगण्य आहेस. प्रधान यज्ञस्वरूप आहेस आणि ब्रह्मांडाचे आदिरूप आहेस. तुझे स्वरूप नेमके कसे आहे, हे देवतांनाही ठाऊक नाही.)

जगन्मोहनीयं तु वाग्वादिनीयं
सुहृत्पोषिणीशत्रुसंहारणीयम्।
वचस्तम्भनीयं किमुच्चाटनीयं
स्वरूपं त्वदीयं न विन्दन्ति देवाः॥ ५॥

(**अर्थ :** तुझे हे स्वरूप सर्वांना मोहिनी घालणारे आहे, मुग्ध करणारे आहे. माझ्या वाणीने तुझी अनंत स्तुती करावी असे तुझे स्वरूप आहे. तू सज्जनांची तारणहार आहेस, शत्रूची विनाशिका आहेस. तुझे हे स्वरूप देवतांनाही कळत नाही.)

इयं स्वर्गदात्री पुनः कल्पवल्ली
मनोजांस्तु कामान् यथार्थं प्रकुर्यात्।
तथा ते कृतार्था भवन्तीति नित्यं
स्वरूपं त्वदीयं न विन्दन्ति देवाः॥ ६॥

(**अर्थ :** तू स्वर्गदात्री आहेस, कल्पकतेसमान आहेस. भक्तांच्या मनात आलेल्या कामना तू पूर्ण करतेस आणि त्यांना कृतार्थ करतेस. तुझे हे स्वरूप देवतांनाही कळत नाही.)

सुरापानमत्ता सुभक्तानुरक्ता
लसत्पूतचित्ते सदाविर्भवत्ते।
जपध्यानपूजासुधाधौतपंका
स्वरूपं त्वदीयं न विन्दन्ति देवाः॥ ७॥

(**अर्थ :** तू सुरापानात मग्न आहेस, आपल्या भक्तावर स्नेहवर्षाव करणारी आहेस. भक्तांच्या मनोहर आणि पवित्र हृदयात सतत तुझे वास्तव्य असते. जप, ध्यान आणि पूजारूपी अमृताने आपल्या भक्तांचा अज्ञानरूपी चिखल तू धुऊन टाकते आहेस. तुझे स्वरूप नेमके कसे आहे, हे देवतांनाही माहीत नाही.)

चिदानन्दकन्दं हसन् मन्दमन्दं
शरच्चन्द्रकोटिप्रभापुञ्जबिम्बम्।
मुनीनां कवीनां हृदि द्योतयन्तं
स्वरूपं त्वदीयं न विन्दन्ति देवाः॥ ८॥

(**अर्थ :** तुझे स्वरूप चिदानन्दघन आहे, तुझ्या स्वरूपात मंद मंद हास्य आहे. शरदकालीन चंद्रमेच्या प्रकाशपुंजाच्या प्रतिबिंबसदृश आणि मुनी, कवींच्या हृदयाला प्रकाशमान करणारे तुझे हास्य आहे. तुझे हे स्वरूप कसे आहे, याची प्रत्यक्ष देवांनाही कल्पना नाही.)

महामेघकाली सुरक्तापि शुभ्रा
कदाचिद् विचित्राकृतिर्योगमाया।
न बाला न वृद्धा न कामातुरापि
स्वरूपं त्वदीयं न विन्दन्ति देवाः॥ ९॥

(**अर्थ :** तू प्रलयंकारी घटेप्रमाणे कृष्णवर्णी आहेस. तू कधी रक्तवर्ण, तर कधी उजळवर्ण आहेस. तू विचित्र आकृती असलेली योगमायास्वरूपिणी आहेस. तू न बालिका आहेस, न वृद्धा आणि ना कामातुर युवती आहेस. तुझे स्वरूप नेमके कसे आहे, हे देवतांनाही माहीत नाही.)

क्षमस्वापराधं महागुप्तभावं
मया लोकमध्ये प्रकाशीकृतं यत्।
तव ध्यानपूतेन चापल्यभावात्
स्वरूपं त्वदीयं न विन्दन्ति देवाः॥ १०॥

(**अर्थ :** तुझ्या ध्यानाने पवित्र होऊन, चंचल मनाने तुझे हे अत्यंत गुप्त भाव मी जगासमोर

आणलेत. माझा हा अपराध तू पोटात घे. तुझे स्वरूप नेमके कसे आहे. हे देवांनाही माहीत नाही.)

ती सृष्टिनिर्माती म्हणून शक्ती आहे, जिच्यावाचून शिवतत्त्व-ब्रह्मतत्त्वही निष्क्रिय आहे. म्हणूनच शक्तीची उपासना केली जाते.

सौंदर्यलहरी या शक्तिउपासनेच्या ग्रंथात आदि शंकराचार्य यांनी शक्तीची स्तुती करताना म्हटले आहे...

शिवः शक्त्या युक्तो यदि भवति शक्तः प्रभवितुं
न चेदेवं देवो न खलु कुशलः स्पन्दितुमपि।
अतस्त्वामाराध्यां हरिहरविरिंच्यादिभिरपि
प्रणन्तुं स्तोतुं वा कथमकृतपुण्यः प्रभवति॥

(**अर्थ :** शिवदेखील शक्तीशिवाय एखाद्या शवासारखे आहेत. ते सदैव शक्तियुक्त आहेत. जर ते शक्तिविरहित असते, तर एखाद्या शवासारखे असते. मग विश्वाचे स्पंदन कसे झाले असते? विश्वदर्शनाचा हा प्रवाह, शुद्ध चैतन्य असलेल्या दिव्य शक्तीमुळेच आहे. त्यामुळे ती अपरा, महामायाच हरिहराचीदेखील आराध्य देवता आहे. उत्पत्ती, स्थिती आणि संहारक अशा त्रिशक्ती तिच्यात सामावलेल्या आहेत. अशा या महामायेच्या अनंत गुणांचे वर्णन आणि वंदना करण्याचे सौभाग्य एखाद्या पापी मनुष्याला कसे मिळू शकेल? हे सौभाग्य मिळालेला कोणी पुण्यवानच असला पाहिजे.)

१२

ललिता सहस्त्रनामातील चैतन्यमय प्रकृती वर्णन

प्रत्यक्ष महादेवापासून ते स्वामी विवेकानंदांपर्यंतच्या ज्ञानी, योगी परंपरेत कालीचे पूर्णत्व समजून तिची भक्ती केली आहे. एका दृष्टीने त्यांनी जीवनचक्राचे हे तत्त्वज्ञानच पूर्णत्वाने समजून घेण्याची दीक्षा या निरंतर प्रवाहातून जनसामान्यांना दिली आहे. भारतीय लोकसंस्कृतीच्या बहुजन परंपरेने, जितके कालीचे अस्तित्व जपले आणि वारसा म्हणून पुढे नेले आहे, तेवढेच या ज्ञानी संतांनीही तिच्या ब्रह्मत्वाचे गूढ स्वरूप आपल्या ग्रंथांतून उलगडण्याचा प्रयत्न केला आहे.

वैदिक संस्कृतीपूर्व काळ, वैदिक काळ आणि त्यातला शाक्त संप्रदाय यात शक्तीची उपासना कशा स्वरूपात होती, ते आपण यापूर्वी पाहिले आहे. मानवी आयुष्याची सुरुवात झाल्यावर मानवाला शक्तीचे महत्त्व सर्वांत प्रथम जाणवले आणि त्याने शक्तिउपासना सुरू केली. इथे शक्ती शब्दाचा आजचा रूढ अर्थ 'बल' असा मर्यादित अभिप्रेत नाही. तर शक्ती म्हणजे 'चैतन्य'! जवळपास सगळ्याच धर्मांत ईश्वर तत्त्व हे निराकार, निर्गुण मानले आहे. कारण जर तो सर्वव्यापी असेल, तर त्याला कुठल्या आकारात बद्ध करणे शक्य होणार नाही. त्यामुळे परमेश्वर तत्त्व, ब्रह्मतत्त्व निर्गुण, निराकारच आहे. ब्रह्मतत्त्व सर्व सृष्टीचे कारण आहे, असे वैदिक धर्म मानतो. मात्र ब्रह्मतत्त्व तर अकर्ता आहे, मग तो सृष्टिनिर्माता कसा होऊ शकेल; हाही प्रश्न उपस्थित होतो. या प्रश्नाचे उत्तर शोधताना वैदिक धर्म असे सांगतो, की या निर्गुण, निराकार ब्रह्मतत्त्वातील चैतन्य होते, त्याची शक्ती. त्या शक्तीनेच या निरूपाला सरूप बनविले. निष्क्रिय ब्रह्मतत्त्वाला सक्रिय केले. अव्यक्ताला व्यक्त बनवले. निर्गुण, निराकार परमेश्वराला तिने आकार दिला. एका अर्थाने ब्रह्मतत्त्वाला चैतन्य देणारी, साकार करणारी म्हणून ती 'माया' आहे, असे वैदिक तत्त्वज्ञान मानते. वेदांमधील चरम विकासाचा काळ म्हणजे उपनिषदांचे युग होय. उपनिषदांची मुख्य वस्तू म्हणजे ब्रह्मविद्या. जगाचे परमतत्त्व असलेले ब्रह्म. 'बृहदारण्यक' उपनिषदांत वर्णन आहे, की प्रारंभी ब्रह्म एकाकी होते. त्याला एकाहून अनेक होण्याची इच्छा झाली. तेव्हा त्याने स्वतःला द्विधेत विभक्त केले. हेच आदि मिथुन तत्त्व आहे. अद्वैतात विहित असलेली ही द्वैतवादाची कल्पना, तंत्रविद्येत अधिक सुस्पष्ट स्वरूपात विकसित झाली आहे.

'श्वेताश्वतर' उपनिषदात याच विचाराचे सांख्यवादी स्वरूप मिळते. यात विश्वाच्या सक्रीय सर्जनशक्तीच्या रूपात प्रकृतीचा उल्लेख येतो. हिलाच पुरुषाची वा परब्रह्माची शक्ती म्हटले आहे, ज्याद्वारे तो विश्वाची सृष्टी करतो. तो अनादि आहे. ती त्रिगुणात्मक आहे. जगताची सृष्टिकर्ता आहे. पुरुष स्वयं स्रष्टा नाही, तर एकदा प्रकृतीला सक्रिय करून विलग होतो. तो केवळ प्रेक्षकाच्या रूपात राहतो. अशा प्रकारे पुरुष आणि प्रकृतीच्या रूपात शक्तिउपासनेला एक दार्शनिक स्वरूप मिळते.

ब्रह्मांड पुराणात ललिता सहस्रनाम हे स्तोत्र आहे. भगवान हयग्रीव (श्री विष्णूचा अवतार) आणि महामुनी अगस्त्य यांच्यातील संवादात ललिता सहस्रनामाचा उल्लेख येतो. यात देवी ललिता, 'त्रिपुरसुंदरी'ची एक हजार नावे आहेत. यातील प्रत्येक नाव हे देवीचे वैशिष्ट्य, देवीचे स्वरूप स्पष्ट करणारे आहे. याची भाषा मोहक आहे. प्रत्येक नावाचा एक सामान्य आणि एक गहनगूढ अर्थ आहे. केवळ एवढेच नाही, तर शक्तीची उपासना करणाऱ्या सर्व पद्धती, मग त्या वैदिक, तांत्रिक, शाक्त किंवा

सांख्य असोत; त्यांचे संकेतरूपाने दर्शन आपल्याला या ललिता सहस्रनामात मिळते. प्राचीन भारतीय तत्त्वज्ञानातील सगळ्या विचारांचे दर्शन देणारी नावेही यात समाविष्ट आहेत. शंकराचार्यांचा अद्वैतवाद यात आहे. जैन, बौद्ध तत्त्वज्ञानाची उपासना करणाऱ्यांची देवता तारा, तिचादेखील या नामावलीत उल्लेख आहे. योगदर्शनाचा उल्लेखही यात आहे.

श्री चक्र/श्री यंत्र

या सगळ्यापेक्षा महत्त्वाचे म्हणजे तंत्रशास्त्राविषयी ब्रह्मांड पुराणात सविस्तर माहिती आहे. तंत्रशास्त्राला 'साधनाशास्त्र' म्हटले जाते. या साधनेत तंत्र, मंत्र आणि यंत्र या तिन्हींचा समावेश आहे. त्रिपुरसुंदरीची साधनाच श्रीविद्येची साधना होय. श्री विद्येच्या पूजायंत्राला 'श्री चक्र', 'श्री यंत्र' म्हणतात. समग्र विश्वच चक्रस्वरूप आहे. श्री शब्द विद्या आणि चक्र शब्द यंत्राचा द्योतक आहे. या सगळ्याचे अत्यंत गुप्त, गुह्य स्वरूपाचे ज्ञान यात दिले आहे. भगवान वेदव्यासांनी लिहिलेले शेवटचे पुराण म्हणजे, 'ब्रह्मांड पुराण' होय. याचे वैशिष्ट्य आणि श्रेष्ठत्व यासाठी, की इतर कुठेही न सांगितलेल्या गूढ तंत्र-मंत्र विद्या त्यांनी इथे प्रकाशात आणल्या आहेत. त्या सर्व विद्यांमध्ये श्रीविद्या सर्वश्रेष्ठ मानली जाते. तिचे प्रकाशन 'श्री ललिता सहस्रनाम स्तोत्रा'द्वारे केले आहे. हयग्रीव आणि अगस्त्यमुनी यांच्या संवादातून ही रहस्यमय श्रीविद्या उपासना सहस्रनामाच्या आवरणातून विशद केली आहे. भाष्यकारांच्या मते, हे स्तोत्र म्हणजे वेदानुसार तंत्रविद्येचे दर्शन आहे.

यानंतरच्या काळात, भक्ती संप्रदायाच्या युगात बंगालसह देशभरात कालीच्या मातृरूपाचे वर्णन करणारी कवने, स्तोत्रे लिहिली गेली आहेत. आज कित्येक वर्षांनंतरही कालीचे भक्त ही सगळी स्तोत्रे, कवने गातात. विशेष म्हणजे त्यातून काली जशी आहे, तसेच तिचे वर्णन केले आहे. एकाच वेळी तिला पराक्रमी, क्रूर आणि मातृरूपिणी म्हटले आहे. तिच्या स्वरूपाला कुठलाही मुलामा देण्याचा प्रयत्न करण्यात आलेला नाही. प्रत्यक्ष महादेवापासून ते स्वामी विवेकानंदांपर्यंतच्या ज्ञानी, योगी परंपरेत कालीचे पूर्णत्व समजून तिची भक्ती केली आहे. एका दृष्टीने त्यांनी जीवनचक्राचे हे तत्त्वज्ञानच पूर्णत्वाने समजून घेण्याची दीक्षा या निरंतर प्रवाहातून जनसामान्यांना दिली आहे.

भारतीय लोकसंस्कृतीच्या बहुजन परंपरेने, जितके कालीचे अस्तित्व जपले आणि वारसा म्हणून पुढे नेले आहे, तेवढेच या ज्ञानी संतांनीही तिच्या ब्रह्मत्वाचे गूढ स्वरूप आपल्या ग्रंथांतून उलगडण्याचा प्रयत्न केला आहे.

जे जे सुंदर आहे, शांत आहे, त्याचे आकर्षण असणे, मन तिकडे धावत जाणे, ते हवेहवेसे वाटणे साहजिक आहे. मात्र कधीकधी समाजरचनेत या सगळ्या आदर्शवत गोष्टी इतक्या घट्टपणे रुजून जातात, की त्याचे पक्के साचे तयार होतात. इतके पक्के की आपले मन, बुद्धी त्यापलीकडे विचार करायला तयार होत नाही. मग जे उग्र आहे, कुरूप आहे (सुंदर नाही) ते आपण स्वीकारतही नाही. म्हणूनच काली जेव्हा आपल्या धार्मिक श्रद्धांच्या मुख्य प्रवाहात येते, तेव्हा आपण तिचे क्रौर्य, तिची कुरूपता, तिची निर्वस्त्रता प्रथमदर्शनी स्वीकारू शकत नाही. आपण तिच्या क्रौर्याला नैतिक अधिष्ठान देण्याचा प्रयत्न करतो. तिचे अनावृत शरीर झाकण्याचा प्रयत्न करतो. तिची बाहेर असलेली खेचरी मुद्रेतील जिव्हा रक्ताने माखून लाल झालेली नाही, तर लज्जेने लाल झाली आहे, असे सांगण्याचा प्रयत्न करतो. मांसाहार आणि मद्यपान भद्र समाजात निषिद्ध मानले जाते, मात्र कालीला याचाच नैवेद्य अर्पण केला जातो. ती तिच्या पतीच्या छातीवर पाय देऊन उभी आहे, त्यालाही नैतिकतेच्या, स्त्रीलज्जेच्या मूल्यात कोंबण्यासाठी कथा रचल्या जातात. यांपैकी कोणती गोष्ट समाजात नाही? काळे सौंदर्य नाही? कुरूपता नाही? बीभत्सपणा नाही? निर्वस्त्रता, शरीरसंबंध नाही? मद्यपान, मांसाहार, हिंसा नाही? आणि अखेरीस मृत्यू नाही? हे सगळे आहे, याच समाजात आहे. मात्र आपण त्याला सतत नाकारत असतो. त्याचा सामना करण्यास कचरत असतो म्हणून त्याचा सामना करण्याचे आपले धैर्य होत नाही. समाजाला जे समजत नाही, उमगत नाही, आकळणार नाही अशा सगळ्या गोष्टींच्या बाबतीत समाजाने कायम दोनच गोष्टी केल्या. एक तर त्यांना नाकारणे किंवा मग त्याला आपल्याला हवे तसे रूप देणे. त्यामुळे कालीच्या बाबतीतही हेच झाले. निसर्गाचे हे रूप आपण कितीही नाकारले तरी ते आहेच. असतेच! ते रूप काली आपल्याला दाखवते आहे. संस्कृतीच्या गोंडस नावाखाली आपण करत असलेली दांभिकता तिच्या निर्वस्त्र स्वरूपातून ती आपल्याला दाखवते आहे.

मानवाने संस्कृती निर्माण केली म्हणजे तरी काय? त्या त्या काळात ज्यांचे वर्चस्व आहे, त्यांनी नीतिनियम बनवले, रूढी-प्रथा बनवल्या. 'चित्रलेखा' या जुन्या हिंदी चित्रपटातील साहिर लुधियानवीचे एक गाणे आहे...

यह पाप हैं क्या, यह पुण्य हैं क्या, रीतोंपर धर्म की मोहरे हैं
हर युग में बदलते धर्मों को, कैसे आदर्श बनाओगे?

धर्म, रूढीपरंपरा या निसर्गदत्त जगण्याला माणसाने लावलेले वळण आहे. या जगात सगळीकडे चांगल्या-वाईटाची, शुद्ध-अशुद्धाची, नैतिक-अनैतिकतेची विभागणी झाली आहे. काळानुसार ही मूल्ये बदलतही गेली आहेत. हे स्वीकृत, हे अस्वीकृत असे आहे. मग जे जे संस्कृतीने नाकारले असते, ते त्याज्य ठरते. या सगळ्यांचे अस्तित्व समाजात असले तरीही ते त्याज्य ठरते. काली निसर्ग आणि संस्कृती यांच्या सीमारेषेवर उभी आहे, ती या संस्कृतीला आव्हान देते आहे. संस्कृती, चालीरिती, पाप-पुण्याच्या कल्पना या सगळ्यांना ती आव्हान देते आहे. हेही जग आहे, हे स्वीकारण्यास ती मनुष्याला भाग पाडते आहे.

जे जे 'मंगल' म्हटले जाते, ते आपल्याला हवे आहेच, मात्र त्या सोबत जे 'अमंगल' समजले जाते, तेही स्वीकारा, असेच ती सांगते आहे. मांगल्याचे प्रतीक जसे गौरी आहे, तसेच या तथाकथित अमंगलाचे प्रतीक काली आहे आणि हे दोन्हीही तितकेच वास्तव आहे. खरे तर मातृदेवता आणि मृत्युदेवता या दोन्ही मिळून एक चक्र पूर्ण करत आहेत. कालीची दिशा, दक्षिण दिशा मानली जाते. दक्षिण ही मृत्यूची दिशा असल्याने एरवी ती अशुभ समजली जाते. मात्र याच मृत्यूच्या मार्गाने जीवनचक्र पूर्ण होते, हे तत्त्वज्ञान काली आपल्याला शिकवते. या अर्थाने तिचे आकलन होणारा ज्ञानी, संतसंस्कृती, रीतिधर्म यांच्या पलीकडे जात 'पूर्णत्वाकडे' पोहोचतो आहे.

कदाचित काही लोकांच्या मते, पवित्र, दैवी शक्ती, प्रेम आणि सौंदर्य याच पायावर असले पाहिजे. तिथे अमंगल काही असावेच का? असे असेल तर मग कालीचे अस्तित्वच का? असा प्रश्न पडू शकतो. गंमत म्हणजे, समाजरचना, संस्कृती निर्माण होण्यापूर्वीपासून, मंगल-अमंगलाची विभागणी होण्यापूर्वीच कालीचे स्त्रीशक्तीच्या रूपात अस्तित्व आढळते. संस्कृती जसजशी विकसित होत गेली, घट्ट होत गेली, धार्मिक रीतिपरंपरा जशा दृढ होत गेल्या, तसतसे कालीला या बदललेल्या स्वरूपात 'बसवण्याचे' प्रयत्न होत गेले. मात्र, या वैदिक संस्कृतीला समांतर असा कालीचा प्रवास सुरूच होता. सुमारे पाच हजार वर्षांनंतरही हा प्रवास सुरूच आहे. मात्र, त्याचे निर्मळ नजरेतून अवलोकन करून ते अध्यात्माच्या रूपाने पेलता आणि पचवता आले पाहिजे, हे संयमाने मिळणारे ज्ञान आहे.

माणसाने धर्माची निर्मिती केली. सृष्टी सुंदर बनवण्याचा ध्यास त्याने घेतला. मग अशा जगात त्याला कालीची गरज का वाटली? या प्रश्नाचे उत्तर हेच भारतीय संस्कृतीचे वैशिष्ट्य आहे. इथे अनेक परस्परविरोधी विचार, साध्यासोप्या धर्मकल्पनांसोबतच गूढ गहन तत्त्वज्ञान, भक्तीसोबतच ज्ञान आणि तंत्रविद्या सगळेच या संस्कृतीत सामावलेले आहे. असे विविध प्रवाह सामावून घेत, काळानुरूप बदलत हिंदू तत्त्वज्ञान समाजात रुजत गेले आहे. इथे वैराग्य आणि ब्रह्मचर्याच्या कल्पना आहेत, तशाच वैभव आणि

रती-मदनदेखील आहेत. कामसूत्रातून समागमाचे अत्यंत उन्नत स्वरूप आपल्याच संस्कृतीत मांडले आहे. हे जीवन संपूर्णपणे जगणारे तत्त्वज्ञान आहे. या प्रवाहाचाच एक भाग म्हणून कालीसारखी बंडखोर देवता आणि तिचे उपासक कसे वर्षानुवर्षे कायम राहिले आहेत. जे जे टिकून राहिले आहे, ते सत्य आहे. त्यामुळे मूल्ये, संस्कृती यांच्या आधी आणि त्यांच्या पलीकडे असलेले संपूर्ण जग कालीने स्वीकारले आहे. हे जग आपल्या सगळ्यांच्या मनाशी खोलवर कुठेतरी कायम दडलेले असते. आपण मूल्ये आणि नैतिकता, शासनव्यवस्था स्वीकारली आहे, ती समाजाचा समतोल कायम राहावा, समाजरचनेचे गाडे सुरळीत चालावे यासाठी. मात्र, हे चालवत असताना आपल्या मनाशी खोलवर असलेल्या अनेक भावना जर आपण स्वीकारल्या नाहीत, त्यांचे दमन केले, त्यांना नकार देत राहिलो, तरी ते विचार जाणार नाहीत. त्यावर मात करण्यासाठी आधी त्यांचा सामना आणि स्वीकार करणे आवश्यक आहे. किंबहुना तेच अधिक नैसर्गिक आहे. जर आपण त्यांचे दमन करत गेलो, त्यांना नकार देत राहिलो, तर ते कधीतरी विकृती बनून बाहेर येतील. त्यामुळे या सगळ्यांचा स्वीकार करा, हेही निसर्गाचे, जगण्याचे, अस्तित्वाचे एक रूप आहे, त्याला नाकारू नका, असे सांगणारी काली आपल्या मनाच्या खोलवर कुठेतरी रुजलेली असते.

यह भोग भी एक तपस्या हैं, तुम त्याग के मारे क्या जानो,
अपमान रचियता का होगा, रचना को अगर ठुकराओगे...

असे सांगत असते. तिचा सन्मान व्हायला हवा. पूर्णत्वाच्या या मार्गावरून आपल्याला ती ब्रह्मतत्त्वाकडे नेते. तुम्ही तिला नाकारा अथवा स्वीकारा, ती आहेच आणि असणार आहे!

अविद्यानामन्त-स्तिमिर-मिहिरद्वीपनगरी
जडानां चैतन्य-स्तबक-मकरन्द-स्रुतिझरी।
दरिद्राणां चिन्तामणिगुणनिका जन्मजलधौ
निमग्नानां दंष्ट्रा मुररिपु-वराहस्य भवति॥ ३॥

(श्रीमत् शंकराचार्य लिखित 'सौंदर्यलहरी')

(**स्वैर अनुवाद :** अविद्येमुळे ज्यांच्या हृदयात अंधकार दाटला आहे, तो दूर साधण्यासाठी तू ज्ञानरूपी सूर्याचे उद्दीपन करणारी आहेस. जडबुद्धी मनुष्यासाठी ज्ञानरूपी चैतन्याच्या पुष्पगुच्छातून निघणारा चैतन्यरूपी मकरंदाचा तू झरा आहेस. दरिद्री लोकांसाठी तू चिंतामणी माला आहेस आणि जन्ममरणाच्या भवसागरात बुडलेल्या मानवांसाठी, भगवान विष्णूच्या वराह अवतारातील दातांप्रमाणे तू त्यांची उद्धारकर्ती आहेस.

अर्थ : शक्तीच्या उपासनेने अज्ञानाचा नाश होतो, दरिद्री लोकांना धन मिळते, जडबुद्धी नष्ट होते आणि ही शक्तीच भवसागरात गटांगळ्या खाणाऱ्यांना तारून नेते.)

कालीमाता
ते
काळा कान्हा

काली म्हणजे आदिमाया, स्त्रीशक्तीचा काळ मानवी संस्कृतीच्या विकासापासूनच सुरू होतो, असे म्हटले तर वावगे ठरणार नाही. मानवाने सुसंस्कृत जीवन जगण्यास सुरुवात केली, तेव्हापासून त्याने प्रथम ज्यांची आराधना केली, त्यात स्त्रीशक्ती होती. सर्जनशक्ती, प्रचंड शक्तिमान अशी देवी म्हणून जवळपास प्रत्येक संस्कृतीत तिची पूजा झाली. भारताबाबत बोलायचे झाल्यास अनार्य काळ म्हणजे सिंधू संस्कृतीच्या निर्मितीपासूनच इथे सर्जनशक्तीचे पूजनही सुरू झाले. सिंधू संस्कृतीचा काळ ख्रिस्तपूर्व सुमारे ८००० वर्षांपूर्वीचा किंवा सुमारे ५००० वर्षांपूर्वीचा होता, या काळाविषयी अनेक मतभेद आहेत. म्हणजे तेव्हापासून देवीचे स्वरूप आणि तिची उपासना भारतीय संस्कृतीत होत होती. त्यामुळेच, आपण आधी कालीच्या संपूर्ण व्यक्तिमत्त्वाचा परामर्श घेतला.

प्रस्तुत पुस्तकाचा विषय 'काली आणि काला' म्हणजेच, कृष्ण आणि कालीमाता यांतील साम्य आणि विरोधस्थळे दोन्हींचा शोध घेणे हा आहे. त्याशिवाय, या दोन्ही देवतांची जनमानसात टिकून राहिलेली लोकप्रियता, अद्भुत चमत्कार, अक्राळविक्राळ स्वरूप असूनही त्यांच्यातील मानवी गुणधर्म यांमागील रहस्य उलगडण्याचा प्रयत्नही यात केला आहे. या पुस्तकाच्या पुढच्या भागात आपण पूर्णपुरुष, योगेश्वर कृष्णाचा, त्याच्या व्यक्तिमत्त्वातील विविध पैलूंचा परामर्श घेणार आहोत. कृष्ण देव होता की लोकोत्तर मानवी व्यक्तिमत्त्व? कृष्ण केवळ पौराणिक होता की ऐतिहासिक? असे सगळे वादप्रवाद आजही आहेत. मात्र भारतीय उपखंडात कृष्णभक्तीच्या प्राचीन परंपरा जागोजागी आढळतात. संपूर्ण भारताला कृष्णाच्या चरित्राने अखंड सूत्रात बांधले आहे. त्याशिवाय, देशाच्या कानाकोपऱ्यांत आजही कृष्ण जनमानसावर आपली घट्ट पकड ठेवून आहे. देवी-काली शक्तीप्रमाणेच, कृष्णभक्तीच्या खुणा आपल्याला जागोजागी आढळतात.

काही अभ्यासकांच्या मते, कृष्णाचा काळ इसवीसन पूर्व ५००० वर्षे जुना आहे, तर काही अभ्यासकांनी तो काळ अगदी अलीकडचा म्हणजे इसवी सन पूर्व १५०० वर्षे जुना मानला आहे. बंगळुरुचे पुरातत्त्व संशोधक डॉ. एस. के. राव यांनी १९८५ साली पश्चिमेला अरबी समुद्रात, गोमती नदीच्या मुखाजवळ खोल समुद्रात गाडली गेलेली श्रीकृष्णाची द्वारका नगरी शोधून काढली आणि कृष्णाच्या अस्तित्वाचे ऐतिहासिक पुरावे मिळाले. या उत्खननानुसार, कृष्णकाळ म्हणजे ज्याला धार्मिक वाङ्मयात 'द्वापार युग' म्हटले जाते, तो साधारण इसवी सन पूर्व १४०० वर्षे जुना आहे (आजपासून सुमारे ३५०० वर्षे मागे), असे पुरातत्त्वशास्त्र सांगते.

काली काय किंवा कृष्ण काय; त्यांची उत्पत्ती कोणत्या काळात झाली, त्यांना देवत्व कधी मिळाले, हे महत्त्वाचे नाही. या दोघांचेही कालातीत असणे हे अधिक

महत्त्वाचे आहे. हजारो वर्षांनंतर ही संस्कृती संपूर्ण ढवळून जात असताना, आक्रमणे झेलत असतानाही या कालप्रवाहात, काली आणि कृष्ण टिकून राहिले. एवढेच नाही, तर भविष्यात त्यांची उपयुक्तता अधिकच पटेल, अशा प्रकारे त्यांची मांडणी आज केली जात आहे. त्यांच्या व्यक्तिमत्त्वातील अनेक गूढ रहस्ये उलगडण्याचे काम आजही सुरू आहे. त्यांनी मांडलेले किंवा जीवनातून दाखवलेले तत्त्वज्ञान आजही मानवाला पूर्णपणे उमगले आहे, त्यांना स्वीकारण्याइतके त्याचे मन निर्लेप आणि परिपक्व झाले आहे, असे म्हणण्याचे धाडस आपण करू शकत नाही. म्हणूनच, त्यांच्या काळापेक्षा, कथांपेक्षाही त्यांच्या देवत्वाची प्रासंगिकता आणि कालातीतता अधिक महत्त्वाची ठरते. त्यांचे तत्त्वज्ञान, विचार अधिक महत्त्वाचा ठरतो. त्याच आधारावर या दोन्ही देवतांना एका सूत्रात बांधण्याचा प्रयत्न करतो आहोत. पुस्तकाच्या दुसऱ्या भागात आपण कृष्णाचे व्यक्तिमत्त्व बघणार आहोत.

भाग २

काला (श्रीकृष्ण)

१

बालमुकुंद

बालपणातील हा कृष्ण देवाच्या नैसर्गिक रूपाचे दर्शन घडवणारा आहे. बालपणात आपण अनेक गोष्टी करत असतो, ज्यामागे काही विशिष्ट उद्दिष्ट असे नसते. आपण आपल्या आनंदासाठी, कोणत्याही फळाची अपेक्षा न करता खेळत असतो. हिंदू तत्त्वज्ञान आपल्याला हेच सांगते, की कोणत्याही फळाचे उद्दिष्ट न धरता केवळ आनंदासाठी कर्म करा. कृष्णाच्या या निरुद्देश बाललीला आपल्याला रूपकार्थाने हेच दाखवतात. कृष्णाच्या या बालपणाने भारतीय वाङ्मय तर समृद्ध केलेच आहे, त्याशिवाय अध्यात्म्यासारख्या गहन, क्लिष्ट विषयात सुंदर रंग भरले आहेत.

भारतातल्या सगळ्या देवी-देवतांमध्ये सर्वाधिक कौतुक झालेला देव म्हणजे बाळकृष्ण! भारतातल्या जवळपास प्रत्येक आईला आपले बाळ कृष्णासारखे लोभस, खोडकर आणि खट्याळ असावे, अशी इच्छा असते. बाळकृष्णाच्या लीला, त्याचे खेळ, त्याचे पराक्रम यांची रसभरित वर्णने भागवतापासून ते आजकालच्या वाङ्मयापर्यंत व्यापून राहिलेली आहेत. काव्य, कथा, बडबडगीते, मूर्तिकला, चित्रकला, संगीत अशा सगळ्या कलांना श्रीकृष्णामुळेच वैभव प्राप्त झाले आहे. श्रीकृष्णाचा जन्म, जन्मानंतर लगेचच मथुरेतल्या वसुदेव-देवकीपासून ते गोकुळात नंद-यशोदेच्या घरी अष्टमीच्या रात्रीच मुसळधार पावसात झालेला चित्तथरारक रोमहर्षक प्रवास, नंदाघरी गेलेले बालपण, कंसाने पाठवलेल्या राक्षसांचा बालपणी केलेला निःपात, माता यशोदेला दाखवलेले ब्रह्मांड या सगळ्या पौराणिक कथांमध्ये बरीचशी कल्पनेची सरमिसळ आहे, हे समजून घेत त्या केवळ रोमांचक कथा म्हणून ऐकल्या-वाचल्या जाऊ शकतात. या सर्व कथानकांनी श्रीकृष्णाचे बालपण अत्यंत रोमहर्षक आणि मनोरंजक झाले आहे, यात दुमत नाही. मात्र, यापलीकडे श्रीकृष्णाच्या बालपणातील ज्या इतर आस्तिक, ऐतिहासिक आणि महत्त्वाच्या गोष्टी आहेत, त्या 'कृष्ण' समजून घेण्यासाठी आणि कृष्णतत्त्वाची वर्तमानाशी सांगड घालणाऱ्या आहेत. यदुवंशी क्षत्रिय कुळात जन्म घेतलेला कृष्ण नंद-यशोदेच्या घरी गोकुळात गोपालक म्हणून वाढला. त्याचे सगळे सवंगडीदेखील असेच सर्वसामान्य शेतकरी, गोपाल होते. या सगळ्या बालगोपाळांचा 'मेळा' कृष्णाने तयार केला होता. गोधन, गोवर्धन, पशुपालन यांचे महत्त्व सांगणारा कृष्ण सर्वसामान्यांचा सखा होता, मित्र होता. मैत्री कशी जपावी याची शिकवण श्रीकृष्णाने आजन्म आपल्या वर्तणुकीतून दिली. गायी चरायला नेताना सगळ्या गरीब, अठरापगड जातींच्या सवंगड्यांचा शिधा एकत्र करून 'गोपाळकाला' बनवणारा कान्हा, बासरीवादन करून रंजवणारा, व्यायाम आणि खेळात प्रावीण्य मिळवणारा, शेतीचे आणि जलाचे महत्त्व सांगणारा गोपाल, स्वतःच्या कर्मावर, 'मेहनतीवर

लोभस, खोडकर आणि खट्याळ बाळकृष्ण

विश्वास ठेवा, पावसासाठी इंद्राची आराधना करण्याची गरज नाही' हे सांगणारा गोवर्धनधारी कृष्ण अशी त्याची विविध रूपे सर्वसामान्य मानवांवरील त्याचे प्रेम, त्याची आत्मीयता सांगणारे आहे. समानता-समरसता आणि मानवता ही तत्त्वे त्याने सहज आपल्या आचरणातून लोकांना शिकवली. विशेष म्हणजे, हे सगळे तत्त्वज्ञान त्याने 'देव' म्हणून किंवा कोणी 'विशेष व्यक्ती' म्हणून उपदेश करून सांगितले नाही, तर तो स्वत:ही सामान्य मानवी आयुष्य जगला. जगण्यातल्या चुकाही त्याने केल्या, खोड्या केल्या. अनेकदा शिष्टसंमत नसणाऱ्या गोष्टी त्याने समरसून केल्या. त्याचे बालपण शिस्तप्रिय, आदर्श बालपण नव्हते, तर ते खरे, रसरशीत जगणे होते. त्या खऱ्या घटना असतील किंवा आख्यायिका; तो भाग दुय्यम आहे. अगदी आख्यायिकाही असल्या तरी कृष्णाच्या चरित्राभोवती गुंफल्या गेलेल्या त्याच्या बालपणीच्या कथा, काही अविश्वसनीय चमत्कार सोडले तर त्याचे सामान्य मानवी रूप वर्णन करणाऱ्या आहेत. त्याच्या या लोभसवाण्या सामान्य रूपामुळेच इतका काळ उलटूनही भारतीयांच्या मनात 'बाळकृष्ण' तेवढाच ताजा आहे, जिवंत आहे.

आजही भारताच्या अनेक भागांत मुलगी लग्न होऊन सासरी जाते, त्या वेळी आई तिला 'अन्नपूर्णा' आणि 'बाळकृष्णा'ची मूर्ती देव्हाऱ्यात पूजायला देते. या प्रथेमागे देव म्हणून त्यांचा आधार, आशीर्वाद असावा, ही भावना तर असतेच, त्यापेक्षाही मानवी रूपातील अन्नपूर्णा आणि बाळकृष्ण आपल्यात जिवंत असावेत, अशी कामना असावी असे अधिक वाटते. त्यातही ज्यांचे बालपण भारतीय संस्कृतीत खूप वर्णिले गेले असे दोन देव आहेत, एक श्रीराम आणि दुसरा श्रीकृष्ण! श्रीराम आदर्श पुरुष होते. बालपणी त्यांनी खेळताना चंद्र मागितला, त्यासाठी हट्ट केला, असा उल्लेख काव्यात आढळतो. मात्र एरवी प्रभू रामचंद्रांचे बालपणही राजमहालातच गेले. पण कृष्णाचे तसे नाही. तो मुक्त आकाशी विहरणारा पक्षी होता. रानावनांत, सर्वसामान्य बाळगोपाळांत, नदीत, मातीत खेळणारा 'कृष्ण' अस्सल भारतीय आहे, मानवी आहे, लोकदैवत आहे. सर्वसामान्य माणसांना आचरता येईल अशी 'मैत्री' त्याने या बालपणातून मानवजातीला दिली. ती त्याची अनमोल आणि कालातीत देणगी आहे.

इतर कुठल्याही धर्मात देवाचे लहानपण, त्याच्या बाललीला यांचे इतके रसभरित वर्णन नसेल, जेवढे कृष्णाच्या बालपणाचे आहे. विष्णू भागवत पुराणासह सूरदासासारखे अनेक कवी कृष्णाच्या बाललीलांनी वेडे झाले आहेत. त्यात रममाण झाले आहेत. कृष्णाने बालपणात काय नाही केले? प्रचंड खेळला, हुंदडला, रानावनांत मस्ती केली. अनेक भीतिदायक साहसेदेखील केली. यमुनेत कालियामर्दन केले, पुतना राक्षसीचा वध केला, कंसाने त्याला मारण्यासाठी पाठवलेल्या कित्येक महाभयंकर

राक्षस-दैत्यांचा त्याने नि:पात केला आणि नंतर कंसवधही केला, अशा कथा आपण वाचतो. पण आश्चर्य म्हणजे, हे वाचताना, ऐकताना आपल्या मनात भीती उत्पन्न होत नाही, इतक्या सहज त्या 'लीला' कृष्णाने केल्या आहेत.

बालपणातील हा कृष्ण देवाच्या नैसर्गिक रूपाचे दर्शन घडवणारा आहे. बालपणात आपण अनेक गोष्टी करत असतो, ज्यामागे काही विशिष्ट उद्दिष्ट असे नसते. आपण आपल्या आनंदासाठी, कोणत्याही फळाची अपेक्षा न करता खेळत असतो. हिंदू तत्त्वज्ञान आपल्याला हेच सांगते, की कोणत्याही फळाचे उद्दिष्ट न धरता केवळ आनंदासाठी कर्म करा. कृष्णाच्या या निरुद्देश बाललीला आपल्याला रूपकार्थाने हेच दाखवतात. कृष्णाच्या या बालपणाने भारतीय वाङ्मय तर समृद्ध केलेच आहे, त्याशिवाय अध्यात्म्यासारख्या गहन, क्लिष्ट विषयात सुंदर रंग भरले आहेत.

मूर्तिकलेत व चित्रकलेत कृष्णचरित्रावरील जन्मापासूनचे प्रसंग निर्माण केलेले सापडतात. इ.स. पहिल्या शतकापासून ते पाचव्या शतकाच्या काळातील मूर्तिशिल्पे मथुरेच्या परिसरात सापडली आहेत. वसुदेव कृष्णाला सुपात घेऊन यमुना पार करतो, असे शिल्प पहिल्या शतकातील आहे. पाचव्या-सहाव्या शतकांतील शिलापट्टांवर 'गोवर्धनधारण' आणि 'कालियामर्दन' अंकित केले आहे. बंगालमधील पहाडपूर येथे धेनुकासुरवध, दोन अर्जुनवृक्ष उलथणे, चाणूर-मुष्टिकांशी मल्लयुद्ध, राधाकृष्ण अशा मृत्तिकामूर्ती सापडल्या आहेत. जोधपूरजवळ 'गोवर्धनधारण', 'यशोदेचे दधिमंथन', 'नवनीतचौर्य' इत्यादी दृश्ये तोरणस्तंभावर चौथ्या शतकात कोरलेली उपलब्ध झाली आहेत. मध्य प्रदेशातील देवगड येथे कृष्णजन्म, शकट उलथणे, कृष्ण व सुदामा इत्यादी दृश्ये कोरलेली सापडली आहेत. मध्यप्रदेशातील पठारी येथेही कृष्णजन्माचे शिल्प सापडले आहे. याशिवाय महाबलीपुरम, खजुराहो, राजस्थान आणि गुजरात येथेही उत्खननांत विविध कृष्णशिल्पे मिळाली आहेत. सहाव्या-सातव्या शतकांतील विष्णुधर्मोत्तर पुराणात पूजेसाठी रुक्मिणी व सत्यभामा यांच्यासह कृष्णमूर्ती कशी तयार करावी, याचे तंत्र सांगितले आहे. उडुपीला रांगता बालकृष्ण; मुरलीधर, राधाकृष्ण, सत्यभामा-कृष्ण किंवा पार्थसारथी कृष्ण या रूपातील मूर्ती दक्षिणेकडे हंपी, कांची, महाबलीपुरम आदी ठिकाणी आढळतात. भारतीय चित्रकलेतही कृष्णलीला चित्रित केलेल्या आहेत. गुजराती, राजपूत, कांग्रा, ओरिसा, काशी इ. शैलींमध्ये कृष्णलीला चित्रित केलेल्या आहेत. नंदलाल बोस, जामिनी रॉय अशा आधुनिक चित्रकारांनीही कृष्णचित्रे साकारलेली आहेत.

२

कृष्णसखा गमला

संसारात राहून, ब्रह्माची अनुभूती म्हणजे 'रास'. ही अनुभूती येण्यासाठी कृष्णाने माध्यम निवडले ते गायन, वादन आणि नृत्याचे. नृत्य ही सर्वांत आदिम कलांपैकी एक कला, माणसाला तल्लीन करणारी कला! एका लयीत, घुमत, पावले टाकत, कधी ठहराव घेत, तर कधी वेग पकडत हळूहळू आनंदातून ब्रह्मानंदाची अनुभूती देतो तो रास. आपण आणि परमेश्वर एकच असल्याची अनुभूती देतो तो रास! यात शरीर आकर्षण नाही, उलट शरीर हे माध्यम वापरून अध्यात्माकडे होणारी ही वाटचाल आहे.

गोकुळ-वृंदावनातला तरुण कृष्ण आठवायचा, तर रासक्रीडा वगळून चालणार नाही. श्रीकृष्णाच्या गीतेचे अन्वयार्थ उलगडण्यासाठी आजवर प्रचंड लेखन झाले आहे आणि आजही लिहिले जात आहे. त्या खालोखाल द्वापारयुगातल्या या कृष्णाविषयी लिहिले गेले. भागवत पुराणापासून ते गीतगोविंद आणि अगदी अलीकडेपर्यंत या रासाविषयी अनेक अप्रतिम काव्ये जवळपास भारतातल्या सगळ्या भाषांमध्ये लिहिली गेली. लोककाव्यातून, लोककलांमधून, बाउल या बंगाली लोकसंगीतातून या रासक्रीडेची कवने, मधुराभक्तीची काव्ये लिहिली गेली आहेत, गायली गेली आहेत. एकाच वेळी गीतेतून गहन कर्मयोग मांडणारा 'योगेश्वर कृष्ण' आणि शृंगाराने रसरसलेला, रास खेळणारा 'लीलाधर' यात वरवर पाहता विरोधाभास वाटेल. ज्यांना यात विरोधाभास किंवा कृष्णाची दोन परस्परविरोधी रूपे दिसली, त्यांना कृष्ण कळला नाही. खरे तर, सच्चिदानंदाची, परमेश्वराची, परमोच्च अद्वैताची अनुभूती देण्याचे हे दोन मार्ग कृष्णाने एकाच जन्मात आपल्याला जगून दाखवले आहेत. भारतीय तत्त्वज्ञानानुसार हे मानवाच्या उन्नतीचे सोपान आहेत. मधुराभक्तीतून किंवा मग ज्ञानप्राप्तीतून 'सोऽहम'चा शोध घेण्याचे ते मार्ग आहेत, अर्थातच, आपल्यासारख्या सर्वसामान्य माणसांसाठी! ज्ञानी माणसांनाही या पायऱ्या चढाव्याच लागतील. पण कृष्ण तर 'पूर्ण पुरुष' आहे, परमेश्वर

गोपिकांसोबत रासलीलेत मग्न श्रीकृष्ण

आहे. त्यामुळे बालपणातल्या मैत्रीतली समरसता, रासक्रीडेतील मधुराभक्ती आणि गीतेतील कर्मयोग-भक्तियोग-विश्वरूपदर्शन तो आपल्याला एकाच अवतारकाळात दाखवतो. जणू हात धरून तोच आपल्यासोबत हे सगळे सोपान ओलांडतो आहे आणि अर्जुनाच्या मध्यस्थीने विश्वरूप समजून घेण्याच्या दिव्यदृष्टीपर्यंत तो नारायण आपल्याला पोहोचवतो आहे.

रासलीलेची जी वर्णने काव्यांत आली आहेत, त्यातील बहुतांश काव्ये शृंगारिक वर्णनाची आहेत, त्यामुळे कृष्ण हा शृंगारिक लीलांमध्ये मग्न असलेला 'गोपा मधुर', शारीरिक रतिसुख मिळवणारा-देणारा पुरुष होता, असा अपसमज झाला आहे.

अधरं मधुरं वदनं मधुरं
नयनं मधुरं हसितं मधुरम्।
हृदयं मधुरं गमनं मधुरं
मधुराधिपतेरखिलं मधुरम्॥ १॥

(गमन - जाणे, गति, चाल, अभियान / शत्रूवर हल्ला करणे, सहवास)

(**स्वैर अनुवाद :** अधर मधुर तव। वदन मधुर तव। नयन मधुर तव। हास्य मधुरतर। हृदय तुझे रे। मधुर सुकोमल। लळा लावुनी। जाणे सुंदर। संगत सोबत। तुझी सख्या रे। अमृतमय अति मधुर निरंतर। शत्रूवरची। चाल मनोहर। मधुराधिपते सकल मधुर तव॥ १॥)

वचनं मधुरं चरितं मधुरं
वसनं मधुरं वलितं मधुरम्।
चलितं मधुरं भ्रमितं मधुरं
मधुराधिपतेरखिलं मधुरम्॥ २॥

(**स्वैर अनुवाद :** बोल मधुरतर। कथा मधुरतम। वस्त्र रेशमी। तुझे मनोरम। खट्याळ नेत्री भाव मधुर तव। वळुनी बघता मन मोहे मम। डौलदार ही चाल मधुर तव। यमुनातीरी भ्रमण मधुर तव। मधुराधिपते सकल तुझे रे। मधुर मधुरतर मधुर मनोरम॥ २॥)

वेणुर्मधुरो रेणुर्मधुरः
पाणिर्मधुरः पादौ मधुरौ।
नृत्यं मधुरं सख्यं मधुरं
मधुराधिपतेरखिलं मधुरम्॥ ३ ॥

(**स्वैर अनुवाद :** तव अधरीच्या स्पर्शानेही। वेणू बोले मधुर मधुर ही। पराग, रजकण माखुन अंगी। मूर्ती दिसे तव मधुर मधुरशी। मधुर तुझे कर, मधुर पावले। मधुर मधुर अति

कोमल सुंदर। नृत्य तुझे हे सख्या मधुर रे। सख्य तुझे रे बरसे अमृत। मधुर तुझे रे अवघे अवघे। मधुराधिपती जीवन उज्ज्वल॥ ३ ॥)

गीतं मधुरं पीतं मधुरं
भुक्तं मधुरं सुप्तं मधुरम्।
रूपं मधुरं तिलकं मधुरं
मधुराधिपतेरखिलं मधुरम्॥ ४ ॥

(**स्वैर अनुवाद :** गानलुब्ध रे गीत मधुर तव। गोकुळातले दहिदूध प्राशन। गोप शिदोरी वाटून खाणे। कमललोचना मधुर असे तव। निद्राधीनचि रूप तुझे हे। लोभसवाणे मधुर गमे मज। तिलक भाळीचा मधुर दिसे तव। माधुर्याचे तूच मधुरपण। मधुर तुझे रे अवघे अवघे। मधुराधिपती जीवन उज्ज्वल॥ ४ ॥)

करणं मधुरं तरणं मधुरं
हरणं मधुरं रमणं मधुरम्।
वमितं मधुरं शमितं मधुरं
मधुराधिपतेरखिलं मधुरम्॥ ५ ॥

(**स्वैर अनुवाद :** करशील ते ते। मधुर असे तव। यमुना पोहुन जाणे सुंदर। दहिदूध चोरी मधुर असे तव। रमुनी जाणे तुझे मधुरतम। बोल मुखातून जे जे येती। अमृतमय ते मधुर मधुरतम। चिंतनात वा गढुनी जाणे। शांत राहणे तेहि मधुर तव। माधुर्याचा तूची गाभा। मधुराधिपती सकल मधुर तव॥ ५ ॥)

गुंजा मधुरा माला मधुरा
यमुना मधुरा वीची मधुरा।
सलिलं मधुरं कमलं मधुरं
मधुराधिपतेरखिलं मधुरम्॥ ६ ॥

(**स्वैर अनुवाद :** रानफुलांची माळ सुगंधी। रुळते मधुरा तुझिया कंठी। त्यावर भुंग्यांची ही दाटी। मधुर गुंजनी गेली गढुनी। तुझ्या संगती येई जे जे। मधुर मधुरतम होई ते ते। मधुर असे अति कालिंदी ही। कृष्ण-तरंगे मधुर जाहली। सलिल मधुर हे कमल मधुर हे। मधुराधिपती सकल मधुर तव॥ ६ ॥)

गोपी मधुरा लीला मधुरा
युक्तं मधुरं मुक्तं मधुरम्।
दृष्टं मधुरं शिष्टं मधुरं।
मधुराधिपतेरखिलं मधुरम्॥ ७ ॥

(**स्वैर अनुवाद :** हरिमय गोपी मधुर तुझ्या या। मधुर तुझा हा रास रंगला। गोपींसंगे रमुनी जाणे। मधुर दिसे तू त्यांच्या संगे। सहज सोडुनी जाणे त्यांना। मधुर असे रे तेही सखया। तुझे पहाणे गोड मधुर हे। शिष्टाई तव अनुपम सुंदर। मधुर तुझे रे अवघे अवघे। मधुराधिपती जीवन उज्ज्वल॥ ७॥)

गोपा मधुरा गावो मधुरा।
यष्टिर्मधुरा सृष्टिर्मधुरा।
दलितं मधुरं फलितं मधुरं।
मधुराधिपतेरखिलं मधुरम्॥ ८ ॥

(**स्वैर अनुवाद :** गोप बालके मधुर तुझी ही। मधुरचि तांबू कपिला गायी। हाती काठी तव ही मधुरा। सृष्टी रचिली तू ती मधुरा॥ निर्दाळून तू टाकी स्वकुला। कौरवसहिता कौरवसेना। आग लावुनी जाळी खांडव। तेहि असे तव मधुरचि दर्शन॥ विना याचना सुदाम्यास जे। दिलेस सुख ते अमर मधुरतर। पार्थालाही सखा मानुनी। केला तू उपदेश मधुरतर॥ वस्त्र पुरविण्या पांचालीसी। धावून येणे तुझे मधुरतम। कृपा असो वा क्रोध तुझा रे। मधुर माधवा अतिशय सुंदर। मधुर तुझे रे अवघे अवघे। मधुराधिपती जीवन उज्ज्वल॥ ८ ॥)

(वल्लभाचार्यकृत मधुराष्टकम्, **भावानुवाद – अरुंधती दीक्षित**)

त्यामुळे महाभारतातील तथ्यांच्या आधारे काही गोष्टींचा खुलासा आधीच करायला हवा. कृष्णाचा मथुरा, वृंदावनातील काळ त्याच्या आयुष्यातला साधारणतः दहा ते बारा वर्षांचा काळ आहे. या काळातल्या रासक्रीडा काव्यात वर्णन केलेल्या शारीर क्रीडा नाहीत. तेव्हाच्या उत्तर भारतात रात्रीच्या वेळी विरंगुळ्यासाठी रानावनात एकत्र जमणे, नृत्य-नाट्य-गायनातून मनोरंजन करणे हा प्रघात होता. त्यात सगळेच गोप-गोपिका सहभागी होत. कृषी आणि पशुपालन हा मुख्य व्यवसाय असलेले गोपालक विरंगुळ्याची साधने वनविहारात शोधणे स्वाभाविकच होते. त्यात अनेक वैष्णव कवींनी वृंदावनाचे जे अद्भुत निसर्गसौंदर्य वर्णिलेले आहे, ते तर इथे या पृथ्वीवरच स्वर्ग असल्याची अनुभूती देणारे आहे. 'जिथे फक्त प्रेमच प्रेम आहे, अशी स्वयंप्रकाशित जागा, जिथे दुःखाला थारा नाही, वार्धक्य नाही, वेदना नाही, मृत्यूही नाही. जिथे फक्त आनंद, प्रेम आणि कृष्णाच्या बासरीचे अविरत वाहणारे सूर आहेत, अशी जागा म्हणजे वृंदावन,' असे वर्णन आजही कृष्णभक्तांना ती रम्य अनुभूती देणारे आहे.

मात्र या सगळ्या वर्णनात कृष्णाभोवती ज्या अद्भुतरम्य कथा रचल्या आणि गायल्या गेल्या, त्या रासलीलांमध्ये केवळ कृष्णाची गोपिकांसोबतची नृत्येच

प्रेमाचे सर्वोच्च प्रतीक - राधाकृष्ण

राहिली आणि कृष्ण-गोपी रासक्रीडा एवढाच रंग लक्षात राहिला. अनेक कवींना त्यात शृंगाररस ओतण्याचा मोह आवरला नाही. हे घडण्यामागचे कारण जनसामान्यांची शृंगाराची ओढ, त्याचे वर्णन करण्याची आसक्ती हे असावे का? की श्रीकृष्णाविषयीच्या या काव्याचा आणखी काही सखोल अर्थ आहे? अगदी अलीकडच्या काळातील विदर्भातील संत आणि तत्त्वज्ञ प्रज्ञाचक्षू गुलाबराव महाराजांच्या मधुराभक्ती संप्रदायात, तत्त्वज्ञानात तो लख्खपणे दिसतो. गुलाबराव महाराजांनी आपल्या अध्ययन आणि संशोधनातून मधुराभक्ती आणि अद्वैत तत्त्वज्ञानाचा सिद्धान्त मांडला आहे. विशेष म्हणजे, भारतातील सर्व धर्म आणि पंथ यांच्यातून प्रतीत होणारा विचार एकाच प्रवाहाला येऊन मिळतो. तो म्हणजे, आत्मा आणि परमात्म्याचे मीलन आणि हे अद्वैत साधण्याचा मार्ग मधुराभक्ती आहे. असा नवा 'मधुराद्वैतवाद' त्यांनी मांडला. ते स्वत:ला ज्ञानदेवांची कन्या आणि कृष्णपत्नी असे मानत असत.

परमात्मा प्राप्तीसाठी मधुराभक्तीचा मार्ग भारतात सर्वाधिक लोकप्रिय झाला. या मधुराभक्तीविषयी सर्व काळात काव्ये रचली गेली. अद्वैतप्राप्तीसाठी भगवंताने सांगितलेला, सर्वांनाच शक्य होईल असा साधासरळ मार्ग म्हणजे भक्तिमार्ग! भगवंतावर, परमेश्वर प्राप्तीच्या ज्ञानावर केवळ काही लोकांचाच अधिकार नाही. देवळातले पंडित, पुजारी, तपस्या करणारे तपस्वी, ज्ञानी, ब्राह्मण्य जाणणारे वेदाध्यायी यांचीच ती मक्तेदारी नाही, तर कुठल्याही ओबडधोबड साध्यासरळ शब्दांत, किंबहुना शब्दांचाही आधार न घेता व्याकूळ मनाने त्याची करुणा भाकली, त्याची पूर्ण श्रद्धेने भक्ती केली तरीही तो भक्ताला पावतो. हे प्रत्यक्ष भगवंतानेच सांगून ठेवले आहे. मधुराभक्तीमध्ये भक्त हा ईश्वराला प्रियकर, सखा, पती मानून स्वत:कडे स्त्रीची भूमिका घेतो आणि या नात्यातून परमेश्वरावर अपरंपार प्रेम करतो. त्याच्या विरहाने व्याकूळ होतो. हे नाते मित्रत्वाचे, प्रेमाचे असते. बरोबरीचे असते, अद्वैत साधणारे

असते. संसाररूपी माया आणि परमात्म्याचे ब्रह्मस्वरूप यांचा संगम म्हणजे अद्वैत! संसारात राहून, ब्रह्माची अनुभूती म्हणजे 'रास'. ही अनुभूती येण्यासाठी कृष्णाने माध्यम निवडले ते गायन, वादन आणि नृत्याचे. नृत्य ही सर्वांत आदिम कलांपैकी एक कला, माणसाला तल्लीन करणारी कला! एका लयीत, घुमत, पावले टाकत, कधी ठहराव घेत, तर कधी वेग पकडत हळूहळू आनंदातून ब्रह्मानंदाची अनुभूती देतो तो रास. आपण आणि परमेश्वर एकच असल्याची अनुभूती देतो तो रास! यात शारीर आकर्षण नाही, उलट शरीर हे माध्यम वापरून अध्यात्माकडे होणारी ही वाटचाल आहे. अत्यंत साध्या, मात्र उत्कट भक्तीची परीक्षा पाहणारा हा मधुराभक्तीचा मार्ग आणि त्याचा आविष्कार म्हणून रासक्रीडा ही कृष्णाने मानवाला दिलेली देणगीच आहे.

परमेश्वर ज्या ज्या वेळी ब्रह्मविद्या, कर्मकांडे, पांडित्य यांच्या जंजाळात अडकला आणि सर्वसामान्य जनतेला पारखा झाला, त्या त्या वेळी या मधुराभक्तीनेच सर्वसामान्य, भोळ्याभाबड्या, निरागस जनतेला परमेश्वराशी जोडले. कधी अभंग-ओव्या, कधी लोकनाट्ये, लोकनृत्ये यांच्या रूपाने, तर कधी विमुक्त जगणाऱ्या पारंपरिक आदिवासी आणि इतर संस्कृतींच्या परंपरातून, बाउलमधून (बाउल हा पश्चिम बंगालमधील प्रसिद्ध आणि प्राचीन लोकगीत प्रकार आहे. बंगालच्या लोकसंस्कृतीचा वाहक असणारा हा लोकसंगीताचा अत्यंत गोड प्रकार आहे. बाउल हा शब्द बावरा शब्दावरून तयार झालाय. कलंदर, वेडा असा त्याचा अर्थ. पण बा म्हणजे वारा, अनिरुद्ध आणि उल म्हणजे बंगाली भाषेनुसार संधान-शोध! शरीरात प्राणरूपी चैतन्य असते ते वायुप्रमाणेच दिसत नाहीत. त्या चैतन्याचा शोध घेण्याचा प्रवास तो बाउल!), कधी संतांच्या विरहिणी, कबीर-मीरा-आंदाळ यांसारख्या भक्तांच्या काव्यातून, तर कधी ग्रामजीवनातील ओव्यांतून ही मधुराभक्ती आपल्याला वेगवेगळ्या रूपात भेटत राहिली आणि आजही भेटते.

मधुराभक्तीच्या या विविध रूपांनी सगळ्या भारतात, विशेषतः सर्वसामान्य लोकांमध्ये कृष्ण, कृष्णाविषयीचे प्रेम अस्तित्वात राहिलेले आहे आणि या भक्तीच्या धाग्याने सगळ्या देशाला इतकी वर्षे जोडून ठेवले आहे. भारताच्या विविध प्रांतांत या मधुराभक्तीची विविध रूपे दिसतात. दक्षिण भारत, बंगाल, महाराष्ट्र, राजस्थान, उत्तर भारतासारख्या प्रांतांत भक्ती संप्रदायाची दीर्घ आणि समृद्ध परंपरा निर्माण झाली. या परंपरेत विविध रूपातला कृष्णच आपल्याला केंद्रस्थानी दिसतो.

मध्ययुगात कित्येक शतके विविध नावांनी सुरू असलेल्या या भक्ती आंदोलनाने कृष्णाला सर्व बहुजन समाजाशी जोडून ठेवण्याचे काम तर केलेच; शिवाय

भगवद्भक्तीची अद्वैत भूमिका सहजपणे जनमानसात पोहोचवली आणि त्याचा आधार होता, कृष्णभक्ती! कृष्ण-राधा आणि रासक्रीडा.

कृष्णाचा कालखंड सुमारे साडेचार हजार वर्षांपूर्वीचा मानला जातो. मात्र, आज इतक्या वर्षांनंतरही समर्पित आणि निर्मोही प्रेमाचे सर्वोच्च प्रतीक राधा-कृष्ण हेच आहे. राधा काल्पनिक होती का? कृष्णसखी होती का? विवाहिता गवळण असूनही ती कृष्णमय झाली होती का? या सगळ्या प्रश्नांचा ऊहापोह अभ्यासकांनी आणि चिकित्सकांनी केला आहे. महाभारतात राधा नाही, भागवत पुराण, हरिवंशातही ती नाही. त्या आधारावर राधा ही ऐतिहासिक व्यक्तिरेखा नाही, असे म्हणता येईल. पण ती खरोखर होती की नाही, याचे पुरावे शोधण्याची गरज भारतातल्या जनमानसाला कधीही वाटली नाही. कारण सर्वसामान्यांसाठी राधाकृष्णाच्या प्रेमातील अद्वैत महत्त्वाचे आहे, हे त्यांना कळले होते. ही प्रेमभावना, मधुराभक्तीचे हे उत्कट प्रतीक लोकांसाठी पुरेसे होते. त्या मानवी देहाशी, त्या देहाच्या नात्याशी त्यांना काहीही देणेघेणे नव्हते. हे प्रेमाचे सर्वोच्च रूप आहे. हिंदू किंवा प्राचीन धर्मपरंपरेतले मधुराभक्तीतून साकारलेले प्रेमाचे हे सर्वोच्च रूप इतर कुठल्याही धर्मात दिसत नाही. परमेश्वराची भक्ती, हा बहुतांश धर्मांमध्ये अत्यंत गंभीर विषय आहे. त्याचे शास्त्र पाळण्याची, विधिपद्धतीनुसारच देवपूजा, कर्मकांडे करण्याची प्रथा बऱ्यापैकी पाळली जाते, ते विधी कुठे सोपे असतील, कुठे कठीण. हिंदू धर्मातही ते आहेत आणि त्यात सगळ्या देवदेवतांना अडकवून ठेवले गेले आहे. मात्र, त्याला अपवाद भक्तिमार्गाचा! ज्यात कुठलेही कर्मकांड न पाळता केवळ अत्युच्च भक्तीच्या जोरावर भक्त भगवंताला भेटू शकतो, अद्वैत साध्य करू शकतो. कर्मकांड, शास्त्र न जाणणाऱ्या भोळ्याभाबड्या जनतेलाही भक्तिमार्गाने हा देव भेटू शकतो, याचे प्रत्यंतर आपल्याला या मधुराभक्तीतून येते.

भारताच्या विविध प्रांतांत आजही मधुराभक्तीची ही परंपरा प्रत्येक ठिकाणी अस्तित्वात आहे. कर्मकांडांच्या शास्त्र-विधीचा आग्रह धरणाऱ्या परंपरांना आव्हान देत, त्यांच्याशी बंडखोरी करत एकाच वैदिक (हिंदू) धर्माचे रूप अधिकाधिक व्यापक करत जाणारी ही परंपरा, जिचे उन्नयन ज्ञानेश्वर माउलींनी वारकरी संप्रदायातून केले. 'भावार्थ दीपिका' म्हणजेच 'ज्ञानेश्वरी' हा श्रीमद्भगवद्गीतेवरील टीकाग्रंथ श्री ज्ञानेश्वर माउलींनी लिहिला आणि आजवर संस्कृत भाषेत असलेले हे जीवनाचे तत्त्वज्ञान प्राकृतातून सर्वसामान्यांसाठी खुले केले. अतिशय किचकट, क्लिष्ट, रोखठोक, कोरड्या, भावहीन स्वरूपात असलेली गीता माउलींनी अतिशय रसाळ, व्यापक, मधुर आणि वैभवी स्वरूपात सर्वसामान्यांसमोर आणली. गीतेतील सगळे तत्त्वज्ञान

श्रीमद्‌भगवद्‌गीतेवरील 'ज्ञानेश्वरी' हा टीकाग्रंथ लिहिणारे संतश्रेष्ठ ज्ञानेश्वर महाराज

त्यांनी उलगडून दाखवले असले, तरीही त्यात सर्वांत लोकप्रिय ठरला तो भक्तिमार्ग, भक्तियोग (अध्याय बारावा). ज्ञानियांच्या या परंपरेतच पुढे तुकाराम, एकनाथ, चोखामेळा, जनाईपासून ते कान्होपात्रा अशी सगळी संतपरंपरा याच वेड्या भक्तिमार्गावरून चालत गेलेली दिसते.

श्रीकृष्णाने श्रीमद्‌भगवद्‌गीतेत निर्गुण निराकाराच्या प्राप्तीसाठी, मानवजीवनाच्या उन्नतीसाठी योगमार्ग, ज्ञानमार्ग आणि भक्तिमार्ग असे तीन मार्ग सांगितले आहेत. मात्र प्रत्यक्ष कृष्ण जे जगला किंवा गोकुळ-वृंदावनातल्या ज्या आख्यायिका त्याच्याभोवती गुंफल्या गेल्या, त्यातून त्याचे गोपिकांविषयीच्या आणि राधेविषयीच्या अनुरागातून प्रेमाचे सर्वांगसुंदर स्वरूप क्वचितच आढळेल. प्रेमाचे इतके उदात्त स्वरूप इतर कोणत्याही संस्कृतीत आपल्याला आढळणार नाही. कृष्णाने प्रेमविवाह केला, रुक्मिणीशी आणि इतरही राजकन्यांशी. मात्र कृष्ण आठवला की आपल्याला जोडीने आठवते ती राधा. राधा खरेच अस्तित्वात होती किंवा नाही, ती असेल तर तिचे वय आणि कृष्णाशी असलेले नाते नेमके कसे होते? या सगळ्या प्रश्नांची उत्तरे इतिहासात किंवा पौराणिक ग्रंथात कदाचित मिळणार नाहीत, किंबहुना ती महत्त्वाची नाहीतच. महत्त्वाचे आहे, ते इतक्या वर्षांनंतरही कृष्ण आणि राधा ही भारतात आजही असलेली अलौकिक प्रेमाची ओळख! 'प्रेम' आणि प्रेमातील समर्पण या संकल्पनेचे हे सर्वोत्तम साकार रूप मानवसंस्कृतीला भारताने दिलेले मोठे वरदान आहे.

श्रीविष्णू आणि श्रीलक्ष्मी देवी यांचे नाते व एकमेकांवरील प्रेम सर्वश्रुत आहे. श्रीविष्णू जेव्हा अवतार घेत असत, त्या वेळी लक्ष्मी देवी त्यांच्या अवतारकार्यात सहभागी होत असे. महाभारतात विष्णूने श्रीकृष्णाचा अवतार घेतला होता, तर राधा ही लक्ष्मीमातेचा अंश होती, असा एक मतप्रवाह आहे. त्याचप्रमाणे विष्णूच्या मानवी

अवतारातील एकही प्रेमकथा पूर्ण झाली नाही. जसे राम-सीता, कृष्ण-राधा, असे सांगितले जाते. श्रीकृष्णाला अन्य कोणत्याही गोष्टींपैकी दोन गोष्टी सर्वाधिक प्रिय होत्या. एक म्हणजे बासरी आणि दुसरी म्हणजे राधा.

राधा ही श्रीकृष्णाची प्रेयसी नसून, त्याची निस्सीम भक्त होती, असा एक मतप्रवाह आहे. राधेच्या निस्सीम भक्तीमुळे ती कृष्णाशी अद्वैत पावली होती. त्यांच्यात द्वैत भाव उरलाच नव्हता. तिच्या श्वासांत कृष्णनाम होते. कृष्णभक्तीचा तिला ध्यास होता आणि म्हणूनच ती हृदयाने, आत्म्याने कृष्णरूपात एकरूप झाली होती, असे मानले जाते.

श्रीकृष्णाच्या बासरीमधून निर्माण होणाऱ्या मंजूळ संगीतामुळे राधा कृष्णावर मोहित झाली होती आणि त्यामुळेच ते एकत्र आले होते. याच कारणामुळे श्रीकृष्ण राधेएवढेच आपल्या बासरीवरही प्रेम करत असत. कृष्ण आणि राधा काही परिस्थितीमुळे एकमेकांपासून दूर झाले असले, तरी ती बासरी नेहमी त्यांच्यामधील दुवा साधायची. त्या बासरीमधून मंत्रमुग्ध करणारे अवीट गोडीचे संगीत बाहेर पडत असे, जे थेट राधेपर्यंत पोहोचत असे, असे सांगितले जाते. राधा विवाहित होती. जेव्हा राधेने एका सामान्य यादव कुळातील तरुणाशी विवाह केला, तेव्हा श्रीकृष्णाने वृंदावन सोडून मथुरेला जाण्याचा निर्णय घेतला. कृष्णाला समजले होते की, आता राधा कधीच त्याची होऊ शकणार नाही. म्हणून तिच्या आठवणीमध्ये कृष्ण सतत बासरीवादन करत असे, असा एक मतप्रवाह आहे. मात्र, याबाबत स्पष्टता नाही.

कृष्ण आणि राधा प्रेमाचे उत्कट स्वरूप का आहेत, याचा शोध घेताना आणखी एक गोष्ट जाणवते. ती म्हणजे, हे दोघेही आपल्या ठिकाणी पूर्ण आहेत. कृष्ण जसा पूर्णपुरुष आहे, तशीच राधाही पूर्णस्त्री आहे. एकमेकांवर उत्कट प्रेम असलेले ते कुठेही एकमेकांवर अवलंबून मात्र नाहीत. त्यांच्यात कायम बरोबरीचे नाते आहे. हे अधिक सखोलपणे समजून घ्यायचे असेल, तर सुप्रसिद्ध संपादक, नाटककार, लेखक-कवी धर्मवीर भारती यांच्या अत्यंत विलक्षण अशा 'कनुप्रिया' या दीर्घकाव्यातला अथांग विचार जाणून घ्यायला हवा. कनु म्हणजे 'कृष्ण' आणि त्याची प्रिया राधा, म्हणजे कनुप्रिया- या काव्यात कनुप्रियेचा तिच्या सख्याशी संवाद आहे. मात्र कनुप्रिया तिथे आहे आणि नाहीही. हा एका विरहिणीचा कृष्णसख्याशी होत असलेला स्वगत संवाद आहे. राधेचे हे सर्वांत उच्च रूप आहे. कृष्ण ही असामान्य व्यक्ती होती, त्याच्या जिवंतपणी आणि नंतरही त्याला देवत्व प्राप्त झाले आहे. 'कनुप्रिया' या काव्यातील राधा वर्तमानातील आहे. कृष्णाचे तिच्या आयुष्यात महत्त्वाचे स्थान आहे, त्यांच्यामध्ये अनेक नाती आहेत, मात्र ती सगळी मानवी पातळीवरची आहेत. तिला त्याच्या देवत्वाशी काही देणेघेणे नाही. उलट ज्या मानवी संवेदना तिने तन्मयतेने अनुभवल्या,

त्या सहजसुंदर जगण्याचा आग्रह ती कृष्णाकडे धरते आहे. या काव्यात्म संवादातून हे 'सहजतत्त्व' जपत तिचा कनुसह होणारा प्रवास स्वयंजागृतीचा, प्रबुद्धतेचा प्रवास आहे. मूर्त जगाचा हा अमूर्त तत्त्वाच्या दिशेने जाणारा प्रवास आहे.

पाच खंडांतल्या या दीर्घकाव्यातून विरहिणी 'कनुप्रिया' उलगडत जाते. 'पूर्वराग' या पहिल्याच खंडात, पाच कवितांमधून निसर्गातील विविध प्रतिमांचा रूपक म्हणून वापर करत, राधा आणि कृष्णाचे नाते व्यक्त केले आहे. अशोक वृक्ष आणि पृथ्वीचे नाते, प्रकृती आणि पुरुषतत्त्व मांडणारे आहे. संगीतदेखील त्यांच्यातील अद्वैत सांगणारे आहे. कदंब वृक्षाखाली ध्यानमग्न असलेला कृष्ण आणि मनुष्यकर्तव्यात गुंतलेली राधा त्याच्याकडे ओढली जाते आहे, त्याला प्रणाम करते आहे. त्याचा प्रतिसाद येत नाही, त्यामुळे तिला तो निर्लिप्त, वैरागी वाटतो आहे. मात्र, त्याला तिचा येता-जाता केलेला प्रणाम नको आहे, त्याला तिची संपूर्ण भक्ती, संपूर्ण तन्मयता हवी आहे. निर्लेप असला, तरीही कृष्ण संपूर्णतेचा लोभी आहे. मधुराभक्तीच्या दृष्टीने याकडे पाहिल्यास, परमेश्वराला भक्ताची औपचारिक कर्मकांडे नको असतात, त्याला संपूर्ण श्रद्धा हवी असते, मात्र त्यालाही ती 'हवीच' असते हे महत्त्वाचे!

चौथ्या कवितेत यमुनेच्या काळ्या डोहात उतरणाऱ्या राधेला त्या जळात कृष्ण जाणवतो, त्याचे सर्वव्यापी रूप तिला सामावून घेत आहे, तिच्यात सामावले जात आहे, याची अनुभूती तिला येते. हे तिचे अद्वैत प्रेमाकडे टाकलेले आणखी एक पाऊल आहे. तर पाचव्या कवितेत एकरूपत्व अधिक गहिरे झाले आहे. इथे ती रासाचा उल्लेख करते आहे. 'रास' हा कृष्णभक्तीतील अत्यंत वैशिष्ट्यपूर्ण टप्पा आहे. या संपूर्ण ब्रह्मांडाच्या जाणिवेचे एक सूक्ष्म दर्शन आपल्याला रासक्रीडेतून होते. रासक्रीडेत कृष्ण पुरुषतत्त्वाचे रूप आहे तर राधा प्रकृतितत्त्वाचे! ब्रह्मांडाची निर्मिती करणाऱ्या या दोन तत्त्वांचे मीलन येथे झाले आहे आणि या समागमाचे, तल्लीनतेचे माध्यम आहे, कृष्णाचे वेणुवादन आणि नृत्य; जिथे आपल्याला आपल्या देहाचा विसर पडतो. या मीलनातून मिळालेली संपूर्णता आणि त्यानंतर अपरिहार्यपणे आलेला विरह राधाकृष्णाला कायमचे एकत्र जोडणारा दुवा आहे.

कृष्ण तिथे प्रत्यक्षात नाही, याची जाणीव या कवितेच्या शेवटी होते. तर पुढच्या 'मंजरी परिणय' खंडातून विरहिणीच्या मुखातून राधाकृष्णाचे प्रेम उत्कटपणे अभिव्यक्त होते आहे. प्रेमाचा हा बहर व्यक्त करायला कवीने आम्रवृक्षाच्या मोहोराची प्रतिमा वापरली आहे. मात्र, या उत्कट क्षणांचा राधेला पूर्णत्वाने स्वीकार करता येत नाही. इथे ती त्यात अडकली आहे आणि त्याच्यापासून मुक्तही आहे. ती पूर्णपणे अडकलेली नाही आणि ती कनुप्रिया त्याच्यापासून मुक्तही होऊ शकत नाही. या दुहेरी द्विधा

मन:स्थितीची व्याकूळता उत्कटपणे व्यक्त झाली आहे.

तुम्हारा अजीब सा प्यार हैं
जो सम्पूर्णतः बाँध कर भी
सम्पूर्णतः मुक्त छोड़ देता हैं!
छोड़ क्यों देता है प्रिय?
क्या हर बार इस दर्द के नये अर्थ
समझने के लिए?

मधुराभक्तीतील विरहिणीचे वैशिष्ट्य म्हणजे ती शारीरिक मीलनापेक्षाही विरहवेदनांमध्ये अधिक गुंतलेली असते. ही वियोग-भक्ती तिला भवसागरातील जगण्यातला संयम शिकवते. परमेश्वराकडे जाऊन, त्यांच्या संपूर्णतेने भारले गेल्यानंतरही पुन:पुन्हा येणारे रितेपण आणि त्यातून वाढत जाणारी अस्वस्थता तिला पुन:पुन्हा त्याच्याकडे खेचत नेते. संसारातून मन जसजसे रिते होत जाते, तसतसे ते दैवी स्पर्शाने भरले जाते. रिते होणे आणि भरण्याचा हा प्रवास टप्प्याटप्प्यात झाला आहे. हे निर्भेळ, परमोच्च सुख कदाचित अचानक आपल्यासमोर आले, तर आपले मन त्याचा पूर्ण स्वीकार करायला घाबरेल, ते तयार नसेल. 'सुखाच्या परमोच्च क्षणी दाटून येणारी अनामिक उदासीनता' हा माणसाचा स्वभाव असतो. हीच अनुभूती अनेक हळुवार प्रतिमांचा वापर करत इथे व्यक्त केली आहे.

इतक्या व्याकूळतेने आपल्याकडे आलेल्या या प्रेयसीला संपूर्णतः भारून टाकणारा तिचा सखा मात्र, तरीही त्या अनुभूतीपासून अलिप्त राहू शकतो. हा नेमका आहे तरी कसा आणि कोण, या विचाराने तिची व्याकूळता अधिकच वाढली आहे...

और तुम मेरे कौन हो
और इस निराधार भूमि पर
चारों ओर से पूछे जाते हुए प्रश्नों की बौछार से
घबरा कर मैंने बार-बार
तुम्हें शब्दों के फूलपाश में जकड़ना चाहा है।
सखा-बन्धु-आराध्य
शिशु-दिव्य-सहचर
और अपने को नयी व्याख्याएँ देनी चाही हैं
सखी-साधिका-बान्धवी-
माँ-वधू-सहचरी

और मैं बार-बार नये-नये रूपों में
उमड़-उमड़ कर
तुम्हारे तट तक आयी
और तुम ने हर बार अथाह समुद्र की भाँति
मुझे धारण कर लिया-
विलीन कर लिया-
फिर भी अकूल बने रहे
मेरे साँवले समुद्र
तुम आखिर हो मेरे कौन
मैं इसे कभी माप क्यों नहीं पाती?

इथे शारीरिक नाते उरलेले नाही. आता अंतर्मन अधिक अर्थपूर्ण झाले आहे आणि ते ज्ञानाने नाही, तर भक्तीने झाले आहे. प्रकृतीचे आणि पुरुषाचे अस्तित्व एकरूप झाले आहे. त्यातून एक नवा इतिहास घडवण्यासाठी.

पुढच्या 'सृष्टि संकल्प' या खंडात, राधा कृष्णाची सर्जन संगिनी, त्याची स्फूर्तिदेवता झाली आहे. त्याच्यासोबत काळाच्या अनंत वाटेवरून ती चालते आहे. ब्रह्मांडाचे हे जीवनचक्र अव्याहतपणे चालणे हे सृष्टिनिर्मात्याच्या इच्छेने घडत असेल, तर त्या निर्मितीमागची प्रेरणा 'मी' आहे, असे कनुप्रिया त्याला ठासून सांगते.

तुम्हारे सम्पूर्ण अस्तित्व का अर्थ है
मात्र तुम्हारी सृष्टि
तुम्हारी सम्पूर्ण सृष्टि का अर्थ है
मात्र तुम्हारी इच्छा
और तुम्हारी सम्पूर्ण इच्छा का अर्थ है
केवल मैं!
केवल मैं!!
केवल मैं!!!

'विप्रलब्धा' या पुढच्या प्रकरणात, महाभारताच्या युद्धाविषयी ती बोलते. तिचे प्रेम, तो रास, त्यांनी एकमेकांसोबत घालवलेले ते निरागस, आत्यंतिक तन्मयतेचे, प्रणयाचे क्षण, सगळे काही भावनेचा आभास होते का? हे युद्ध खरे आहे का? असे प्रश्न तिला पडतात. पण सृष्टीची चेतना चालवणारे प्रेम आणि प्रणय जर केवळ आकर्षण असेल, आभास असेल तर मग आयुष्यात सार्थक काय, असे ती विचारते. तिथेच ती थांबत नाही, तर युद्ध अपरिहार्य असले तरीही ते विध्वंसक आहे आणि म्हणूनच

निरर्थक आहे, असेही सांगते.

श्रीकृष्णाने युद्धभूमीवर अर्जुनाला सांगितलेला स्वधर्म-कर्माचा सिद्धान्त सगळा फोल आहे, असे ती सांगते आहे. युद्धभूमीवरच्या तत्त्वज्ञ, रणकुशल कृष्णापेक्षा, गोकुळातला बासरी वाजवणारा, गोधन सांभाळणारा सामान्य कृष्ण अधिक 'खरा' आहे, हे ती ठासून सांगते. न्यायाचा पक्ष घेताना हाती सुदर्शन घेणाऱ्या श्रीकृष्णाला स्वतःला प्रिय असणारी बासरी कायमची फेकून द्यावी लागली, हे इथे विसरून चालणार नाही.

नरहर कुरुंदकर लिखित 'व्यासांचे शिल्प' या पुस्तकाचे मुखपृष्ठ

बिना मेरे कोई भी अर्थ कैसे निकल पाता
तुम्हारे इतिहास का
शब्द, शब्द, शब्द...
राधा के बिना
सब
रक्त के प्यासे
अर्थहीन शब्द!

तू देव असलास, तरी तुझे देवत्व काही पुरेसे ठरणार नाही, असे सांगत राधेची ही मधुराभक्ती त्याला मानवतेच्या पातळीवर आणते. इथे ती त्याच्यापेक्षाही मोठी ठरली आहे - तत्त्वज्ञानापेक्षा मानवतेची भावना अधिक उच्च ठरली आहे. कनुप्रियेच्या प्रणय-विरहाची गाथा आता अशा उंचीवर पोहोचली आहे, जिथे भूत, भविष्य, विरह, मीलन सगळेच आता वर्तमान बनले आहे - एक शाश्वत वर्तमान! इथे राधाच एक स्वयंशक्ती ठरली आहे. युद्धामुळे, युद्धातील अपरिमित हानीमुळे निराश झालेल्या कृष्णाला पुन्हा एकदा ती चेतना देते. इथे 'ती' संपूर्ण झाली आहे. निराशेच्या आणि वेदनेच्या या क्षणांमध्ये तिचा कनु तिच्याकडेच येईल, याची तिला खात्री आहे. धर्म-अधर्म, चूक-बरोबर असे तर्क सोडून त्याला तिच्या प्रेमाकडेच वळावे लागणार, हेही तिला ठाऊक आहे आणि ती त्याच्यासाठी त्या वाटेवर पाय रोवून उभी आहे.

तुमने मुझे पुकारा था न!
मैं पगडण्डी के कठिनतम मोड़ पर
तुम्हारी प्रतीक्षा में
अडिग खड़ी हूँ, कनु मेरे!

मधुराभक्तीचा आणि जगातील कुठल्याही प्रेमकल्पनेचा हा परमोच्च क्षण कनुप्रिया आपल्याला दाखवते. तत्त्वज्ञ, कुशल राजनीतिज्ञ, योद्ध्या कृष्णाला ती पुन्हा एकदा प्रेमाच्या, भक्तीच्या मार्गावर आणते आहे. विनाशाचे संपूर्ण चित्र पाहिलेल्या कृष्णाला ती पुन्हा एकदा सर्जनाकडे घेऊन जाते, जणू राधाकृष्ण मिळून पुन्हा एकदा लय आणि उत्पत्तीचे चक्र पूर्ण करीत आहेत.

प्रेमतत्त्व हे जगातील सर्वांत मोठे सौंदर्य आहे आणि त्या सर्वांत मोठ्या सौंदर्याचे सर्वांत उत्कट स्वरूप दाखवणारा कृष्ण एक पूर्णपुरुष आहे! पुरुषोत्तम आहे!

नरहर कुरूंदकर यांनी 'व्यासांचे शिल्प' या लेखसंग्रहात म्हटल्याप्रमाणे, ''आमच्या प्रेमाचे सर्वोच्च रूप आहे राधा! राधा कृष्णाला म्हणते, 'हे प्रियकरा! तू माझ्याशी लग्न करावेस ही अपेक्षा नाही. तू माझ्याशी लग्न करणार नसशील तर नको करूस; पण दुसऱ्या कुणाशीही लग्न करू नकोस हीही अपेक्षा नाही.' श्रीकृष्णाच्या आयुष्यात सोळा हजार एकशे आठ बायका आल्या, त्याला राधेचा आक्षेप नाही. विवाहामुळे निर्माण होणाऱ्या प्रतिष्ठेची, संरक्षणाची अपेक्षा नाही; विवाहाची अपेक्षा नाही. राधा त्याहीपलीकडे गेली आहे. ज्या क्षणी राधा हे म्हणते की 'हे माझ्या प्रियकरा, तू माझ्याशी विवाह करावा ही अपेक्षा नाही, नित्य सहवास लाभावा हीसुद्धा अपेक्षा नाही,' त्या क्षणी हे प्रेम वासनेपलीकडे निघून जाते. त्या प्रीतीत वासना वर्ज्यही नाही आणि वासना त्या प्रीतीचा आधारही नाही! ही जी निरपेक्ष प्रीतीची कल्पना राधेच्या रूपाने आपल्या संस्कृतीने उभी केली आहे, ती जगभरातील वाङ्मयातल्या 'प्रेम' या कल्पनेचे सर्वांत मधुर आणि उदात्त असे स्वरूप आहे. ख्रिश्चन, इस्लाम वा इतर कोणत्याही संस्कृतीने यापेक्षा निर्लेप प्रेमकल्पना आणि तिचे प्रतीक उभे केलेले मला आढळलेले नाही.''

३

वेणुगोपाल

कृष्णाची बासरी ही आनंदाचे, जीवनाचे प्रतीक आहे. कृष्णाची त्रिभंग मुद्रा, त्याचे गूढ हास्य आणि त्याची बासरी आपण त्याच्यापासून विलग करूच शकत नाही. जसे ख्रिस्ताचा प्रतीक त्याचा क्रूस आहे, तशीच कृष्णाची बासरी! त्याच्या शरीराचे ते अविभाज्य अंग आहे. मात्र क्रूस करुणेची जाणीव करून देतो, तर बासरी चिरआनंदाची!

आपल्या बासरीवादनाने समस्त वृंदावन-वासीयांना मोहित करणारा वेणुगोपाल

कृष्ण अत्यंत देखणा आहे, तर बाळकृष्ण अतिशय गोंडस आहे. त्याला केवळ बघण्यासाठी गोपिका वेड्या होत असत. तारुण्यातला कृष्णही अत्यंत सुंदर, विलोभनीय आहे. सावळ्या रंगाचा, सुंदर नेत्र असलेला, तेजस्वी, चेहऱ्यावर गूढ हसू असलेला कृष्ण गोकुळ-वृंदावनात संपूर्ण आनंद भरून टाकणारा आहे. त्याच्या सौंदर्याची वर्णने करताना कवींची कल्पनाशक्ती भरारी घेते, त्यांची लेखणी थकत नाही.

कृष्णाइतकीच देखणी आहे त्याची बासरी! त्याच्या वेणूचा नाद समस्त वृंदावनावर जादू पसरवणारा आहे. या जादूपासून कोणीही सुटू शकत नाही. गोपिका, राधा या तर त्याच्या वेणूने सैरभैर होतातच; शिवाय वृंदावनातील पशू, पक्षी, नद्या, झाडे सगळेच या बासरीच्या स्वराने स्तब्ध होतात. गोकुळ-वृंदावनात सुरू असलेल्या सर्व क्रिया, कामे थांबवून सर्व जग मोहिनी घातल्याप्रमाणे स्तब्ध होते. त्याची बासरी केवळ संगीत नाही, तर ते एक आवाहन आहे. आकृष्ट करणारे, त्याच्याकडे बोलवणारे, माणसांच्या आत्म्यालाच थेट साद घालणारे. एका साध्या, पोकळ बांबूपासून तयार झालेली ही बासरी सरळ आत्म्याला साद घालते; कारण त्यात कृष्णाने प्राण फुंकलेले असतात...

बाजे रे मुरलिया बाजे।
अधर धरे मोहन मुरली पर,
होंठ में माया बिराजे॥
बाजे रे मुरलिया बाजे॥

त्याच्या ओठांवर असलेली 'माया' सर्वांना, विशेषतः गोपिकांना त्यांची कर्तव्ये, बंधने, पाश सोडून त्याच्याकडे धाव घ्यायला बाध्य करते आहे. अगदी विवाहित गोपिकादेखील त्याच्या पाव्याचे सूर ऐकताच निःसंग होतात, असे वर्णन भागवत पुराणात आहे. राधा तर त्याच्या सुरांनी वेडीपिशी झाली आहे. कृष्णाची ही बासरी, तिचे सूर त्यांना अशा जगात घेऊन जाते, जिथे नैतिकतेचे, समाजाचे कुठलेही नियम नसतात,

जिथले जगणे पूर्णपणे निसर्गाधीन आणि बंधमुक्त असते. इतकेच काय, तर देवांनाही त्याच्या या बासरीचे सूर मंत्रमुग्ध करतात. त्याचा पावा वृंदावनात प्रत्यक्ष स्वर्ग निर्माण करतो, असे वर्णन भागवत पुराणात आहे. सर्व सजीव तत्त्वांना, ब्रह्मतत्त्वाशी जोडणारे त्याच्या बासरीचे सूर, माणसाला स्वतःचे अस्तित्व, जगातील मोहमाया, द्वेष-राग, सगळ्या भावना विसरून चिदानंदाची अनुभूती देतात. गावात सामान्य माणसासारखा राहणारा हा गोपाळ कृष्ण त्याच्या अस्तित्वाने वृंदावनात एक चिरआनंद निर्माण करणारा आहे.

कृष्णचरित्राचे अभ्यासक, अमेरिकन लेखक डेव्हिड किन्सले यांनी त्यांच्या ‘The Sword and the Flute’ या पुस्तकात या गोकुळातल्या कृष्णाचे वर्णन करताना म्हटले आहे...

“The cowherd youth reveals the divine as free and spontaneous, rambunctious and anarchical. He also reveals it as exquisitely beautiful and graceful, attracting all who sense his presence. And he reveals it as a presence that incites man to frenzy, abandon, and passionate involvement. The divine as embodied in Krishna the cowherd youth beckons man to leave the world of the humdrum and ordinary, to join him in an ‘other’ world of incomparable bounty, beauty and ecstasy. He reveals the divine as eminently approachable, a presence to be intimately enjoyed in love rather than adored in humility.” (**स्वैर अनुवाद :** या तरुण गोपाळाने सर्वसामान्यांना, मुक्त, उत्स्फूर्त आणि अनिर्बंध अशा दैवी जगाचे दर्शन घडविले. तसेच परमात्मा अप्रतिम, अत्यंत सुंदर आणि नयनरम्य असून,

डेव्हिड किन्सले लिखित ‘द स्वोर्ड अँड द फ्ल्यूट’ या पुस्तकाचे मुखपृष्ठ

त्रिभंग मुद्रेतील श्रीकृष्णाचे चित्र.

त्याच्या अस्तित्वाची ज्यांना जाणीव होते, त्यांना तो आकर्षित करतो आणि त्याच्या अस्तित्वाने माणसाला एका उन्मादी, सर्वसंगपरित्याग करत अत्यंत तीव्र भावनेने परमात्मा तत्त्वाची ओढ लागते. ही अनुभूतीही कृष्ण आपल्याला देतो. या साध्या गोपाळामध्ये असलेली दैवी शक्ती, माणसाला सर्वसामान्य लौकिक जग सोडून 'दुसऱ्या' अलौकिक जगाकडे जाण्यास बाध्य करते. हे जग अतुलनीय, अत्यंत सुंदर आणि परमानंदाने भारलेले आहे. सर्वांत महत्त्वाचे म्हणजे, परमात्मा किंवा ब्रह्मानंद मिळवणे अशक्य नाही, तर सहजसाध्य आहे. नम्रतेपेक्षाही अत्युच्च प्रेमाने त्याची अनुभूती मिळवता येते, हेही त्याने दाखवून दिले आहे.)

आणखी एक वैशिष्ट्य म्हणजे, कृष्णाची बासरी ही आनंदाचे, जीवनाचे प्रतीक आहे. कृष्णाची त्रिभंग मुद्रा, त्याचे गूढ हास्य आणि त्याची बासरी आपण त्याच्यापासून विलग करूच शकत नाही. जसे ख्रिस्ताचा प्रतीक त्याचा क्रूस आहे, तशीच कृष्णाची बासरी! त्याच्या शरीराचे ते अविभाज्य अंग आहे. मात्र क्रूस करुणेची जाणीव करून देतो, तर बासरी चिरआनंदाची!

४

आख्यायिका आणि लोकसंस्कृतीतील मेघःश्याम

श्रीकृष्णाचे समाजात एवढे मिसळून गेलेले राजस, सुकुमार, मदनाच्या पुतळ्यासारखे लोभस विठूरूप कदाचितच इतर कुठे आपल्याला दिसेल! हा विठोबा महाराष्ट्राच्या सांस्कृतिक आणि भक्ती परंपरेचा कणा, मूलाधार आहे. एकात एक विरघळून जाणाऱ्या सामाजिक समरसतेचे, भेदाभेद मिटवणारे ते एक प्रत्यक्ष मूर्त स्वरूपात अस्तित्वात असलेले तत्त्वज्ञान आहे. दगडांच्या देशातली ही पाषाणमूर्ती आपल्यासारखीच आहे.

भारतात अनेक ठिकाणी श्रीकृष्णाची मंदिरे आहेत. वेगवेगळ्या नावांनी ही मंदिरे ओळखली जातात. तसेच कृष्णाचे रूपही वेगवेगळे आहे. या सगळ्या ठिकाणच्या स्थानिक संस्कृतींत श्रीकृष्णाविषयीच्या विविध रोचक आख्यायिका आहेत, ज्यावरून त्या काळच्या परिस्थितीची जाणीव तर होतेच; शिवाय श्रीकृष्णाचे लोकसंस्कृतीतील स्थानदेखील समजून घ्यायला मदत होते. आज जरी ही सगळी मंदिरे प्रसिद्ध, श्रीमंत, अभिजन वर्गाची झाली असली, तरी इथले कृष्णाचे मूळ रूप आणि कथा मात्र तिथल्या मातीशी नाळ जोडणाऱ्या आहेत.

आंध्रप्रदेशातील तिरुपती बालाजी मंदिर

तिरुमला हे भारतातील सर्वांत प्रसिद्ध तीर्थक्षेत्रांमध्ये मोडते. तिरु म्हणजे लक्ष्मी. लक्ष्मीचा पती म्हणजे तिरुपती, हे विष्णूचे रूप असल्याचे मानले जाते. कृष्ण हा विष्णूचाच अवतार असल्याने हे कृष्णाचे देवस्थानही मानले जाते.

तिरुपती बालाजी, आंध्र प्रदेश

कर्नाटकातील उडुपी इथले कृष्णमंदिर

हे मंदिर ही प्रसिद्ध आहे. खरे तर हे मंदिर नव्हे, भक्तांचा आश्रम आहे. तेराव्या शतकात, वैष्णव संत मध्वाचार्य यांनी या मंदिराची स्थापना केली, असे सांगितले जाते. कर्नाटकमधल्या सर्वांत प्राचीन मंदिरांपैकी एक असलेल्या या मंदिराची कथा विलक्षण आहे. श्रीकृष्णाचे अनन्यभक्त असलेले कनकदास यांना या मंदिरात प्रवेश करण्यास बंदी होती. त्यामुळे, कान्हाच्या दर्शनासाठी व्याकूळ झालेल्या कनकदास यांनी बाहेरूनच देवाची आळवणी सुरू केली. त्यांची भक्ती बघून प्रसन्न झालेल्या भगवंताने केवळ त्यांना दर्शन मिळावे, यासाठी मागच्या बाजूला एक खास खिडकी त्यांच्यासाठी करून दिली. आजही भक्त या खिडकीतूनच देवाचे दर्शन घेतात आणि तिथूनच श्रीकृष्णाची पूजा केली जाते. सामाजिक समरसतेचा संदेश देणारी ही कथा महाराष्ट्रातील संत चोखोबा आणि विठू माउलीच्या कथेशी मिळतीजुळती आहे.

उडुपीचा आणखी एक संदर्भ, महाभारतातील पौराणिक कथेशी आहे. उडुपीच्या राजाने कौरव-पांडवांच्या युद्धात यांपैकी कोणाचीही बाजू न घेता, तटस्थ राहण्याचे ठरविले. मात्र, श्रीकृष्णाच्या विनंतीवरून या राजाने युद्धाचे सर्व अठरा दिवस दोन्ही सैन्यदलांच्या भोजनाची संपूर्ण व्यवस्था केली होती. युद्धाच्या दिवसाच्या आदल्या रात्री श्रीकृष्ण जेवढे भोजन करत असे, त्यावरून उद्या युद्धभूमीवर 'काळ' किती लोकांचा घास घेणार आहे, याचा अंदाज या राजाला येत असे. त्यानुसार तो भोजन तयार करत असे. त्यामुळे या युद्धकाळात दोन्हीकडील सैन्यदलासाठी कधीही भोजन कमी पडले नाही, अशी आख्यायिका आहे.

कृष्ण मूर्ती, उडुपी

ओडिशातील जगन्नाथ पुरी

श्रीकृष्णाचे हे मंदिर केवळ भारतातच नाही, तर जगात सुप्रसिद्ध आहे. चार धामांपैकी एक असलेल्या या मंदिरात श्रीकृष्ण, बलराम आणि सुभद्रेच्या ओबडधोबड अशा दिसणाऱ्या, मोठे गोल डोळे असलेल्या लाकडी मूर्ती आहेत. जगन्नाथाची रथयात्रा देशविदेशात प्रसिद्ध असून, ओडिशातील तो एक मोठा सांस्कृतिक उत्सव आहे. या

डावीकडून भगवान बलराम, देवी सुभद्रा व भगवान श्रीकृष्ण यांची प्रतीकात्मक चित्रे

श्रीकृष्णाचे जगप्रसिद्ध जगन्नाथ मंदिर, पुरी, ओडिशा

वेळी तीन वेगवेगळ्या अत्यंत सुशोभित रथांमधून श्रीकृष्ण, बलराम आणि सुभद्रा यांच्या यात्रा निघतात.

या मंदिराशी संबंधित अनेक रहस्यमय आख्यायिका आहेत. असे म्हणतात, की श्रीकृष्णाने जेव्हा देहत्याग केला, तेव्हा त्याच्या पार्थिवाला येथील समुद्रकिनाऱ्यावर अग्नी देण्यात आला. त्या वेळी श्रीकृष्णाचा संपूर्ण देह जळला, मात्र त्याचे हृदय तसेच राहिले. ते हृदय आजही या मूर्तीमध्ये जिवंत असल्याची भाविकांची श्रद्धा आहे. मंदिरातील मूर्तींना दर बारा वर्षांनी लेपन केले जाते. हा लेपन विधीदेखील एकांतात आणि रहस्यमय पद्धतीने केला जातो. त्या वेळी लेपन करणाऱ्यांच्या डोळ्यांवर पट्टी बांधली जाते, असेही सांगतात. जगन्नाथ पुरीच्या मंदिराचे स्थापत्य अत्यंत देखणे आहे. या मंदिराच्या आसपास असलेल्या चुंबकीय शक्तीमुळे तिथे काही निसर्गविपरीत गोष्टी घडतात. असेही म्हटले जाते. मंदिराच्या कळसावरील ध्वज नेहमी वाऱ्याच्या उलट दिशेने वाहतो, मंदिराचा मुदपाकखाना अत्यंत भव्य असून, ५०० बल्लवाचार्य इथे सात मोठ्या भांड्यांच्या उतरंडीवर महाप्रसाद तयार करतात. त्यात सगळ्यात वरच्या भांड्यातील प्रसाद आधी शिजतो, नंतर क्रमाक्रमाने खालच्या भांड्यातील प्रसाद शिजत जातो, असे म्हणतात.

द्वारका येथील श्रीकृष्ण मंदिर

'द्वारकेचा राणा' म्हणून प्रसिद्ध असलेल्या श्रीकृष्णाचे ऐतिहासिक मंदिर गुजरातच्या द्वारकेला आहे. अत्यंत भव्य असे हे मंदिर खूप प्राचीन आहे. इथल्या समुद्रात गडप

श्रीकृष्णाचे ऐतिहासिक द्वारकाधीश मंदिर, द्वारका, गुजरात

झालेल्या द्वारकानगरीचे अवशेषही सापडले आहेत. त्यामुळे हे मंदिर द्वारकाधीशाच्या अस्तित्वाचे ऐतिहासिक पुरावा आहे. गोमती नदीकाठावरचे हे शहर यादवांची राजधानी होते. आज मात्र ही नदी वाळूमय झाली आहे.

केरळ इथले गुरुवायुर कृष्ण मंदिर

'दक्षिणेची द्वारका' म्हणून प्रसिद्ध असलेले गुरूवायुर, केरळमधील श्रीकृष्ण मंदिर

हे मंदिर सुमारे ४००० वर्षे जुने आहे असे म्हणतात. इथे बाळकृष्णाची मूर्ती आहे. या मंदिराला 'दक्षिणेची द्वारका' असेही म्हटले जाते. गुरू म्हणजे बृहस्पती आणि वायू म्हणजे वायुदेव यांनी या मंदिराची स्थापना केली होती, अशी श्रद्धा आहे.

वृंदावन येथील प्रेममंदिर

वृंदावनात कृष्णाची अनेक मंदिरे आहेत. त्यापैकी एक तर प्रेममंदिर आहे. तसेच मथुरेला असलेले रंगजी मंदिर हे दक्षिण भारतीय स्थापत्यकलेनुसार बांधण्यात आले आहे.

प्रेम मंदिर, वृंदावन, उत्तरप्रदेश

पंढरपूर येथील श्री विठ्ठल मंदिर

महाराष्ट्रातील कृष्णाचे रूप म्हणजे महाराष्ट्राचे लाडके आराध्य दैवत विठू माउली! कृष्णाचेच लोकरूप असलेला हा निःशस्त्र, काळा आणि बांधेसूद देव आहे. अवघ्या महाराष्ट्रातील बहुजनांचे, वारकऱ्यांचे दैवत असलेला हा पांडुरंग भक्ती संप्रदायाचे एक अत्यंत उत्कट रूप आहे. महाराष्ट्रातील संतपरंपरेने त्याला 'विठू माउली' म्हणत एका वेगळ्या उंचीवर पोहोचवले आहे. सर्व संतांसाठी आणि आता वारकऱ्यांसाठी त्यांचा हा सावळा देव त्यांचा मित्र आहे, सखा आहे. भक्तांसाठी तेवढाच कासावीस होणारा आहे, भक्तांना 'वेड' लावणारा आहे. जनाबाईसोबत तो कष्ट करतो, तर कान्होपात्रेला तो मायेने जवळ घेतो. गोरा कुंभाराचा तो सखा आहे, तर चोखोबाचे रूप घेऊन त्याची सर्व कामे करतो. तो ज्ञानेश्वर माउलींचा आहे, तुकारामांचा आहे, नामदेवांचा आहे, चोखोबांचा आहे. तो सर्वांचा आहे. त्याचे घननीळ रूप सृष्टीमध्ये व्यापून राहिलेले आहे. त्याचे भक्त त्याला एकेरी हाक मारतात; त्याच्याकडे कळवळून आपली आर्तता मांडतात;

महाराष्ट्राचे आराध्य दैवत विठू माउली

त्याच्याशी कडाकडा भांडतात; त्याला बोल लावतात; त्याच्यावर विलक्षण प्रेम करतात; त्याच्या सावळ्या, अथांग रूपात एकरूप होऊन जातात.

अवघा रंग एक झाला।
रंगि रंगला श्रीरंग॥ १॥
मी तूंपण गेले वायां।
पाहतां पंढरीच्या राया॥ २॥

श्रीकृष्णाचे समाजात एवढे मिसळून गेलेले राजस, सुकुमार, मदनाच्या पुतळ्यासारखे लोभस विठू रूप कदाचितच इतर कुठे आपल्याला दिसेल! हा विठोबा महाराष्ट्राच्या सांस्कृतिक आणि भक्ती परंपरेचा कणा, मूलाधार आहे. एकात एक विरघळून जाणाऱ्या सामाजिक समरसतेचे, भेदाभेद मिटवणारे ते एक प्रत्यक्ष मूर्त स्वरूपात अस्तित्वात असलेले तत्त्वज्ञान आहे. दगडांच्या देशातली ही पाषाणमूर्ती आपल्यासारखीच आहे. त्याचे सावळेपण तर इतके आपल्यासारखे आहे, की ज्ञानोबा-तुकोबांपासून ते अगदी मर्ढेकरांपर्यंत सगळ्यांना त्याने वेड लावले आहे. आजच्या कामगारात, काळ्या कोळसेवाल्यातही बा. सी. मर्ढेकरांना हा 'नव्या मनुतील गिरिधर पुतळा' दिसतो. चमत्कार करणारा, नवसाला पावणारा, महापराक्रमी वगैरे कुठलीही बिरुदे अंगावर न ठेवणारा हा विठोबा गेली कित्येक शतके श्रद्धावान, भोळ्याभाबड्या भाविकांना जगण्याची ऊर्जा देतो आहे. केवळ नामाच्या भक्तीने या जिवांना हा देव शांत आणि तृप्त करतो आहे, हाच मुळी एक चमत्कार आहे. या देवाकडे कुठलाही कृत्रिम डौल नाही, बडेजाव नाही, रीतीभाती-कर्मकांडे नाहीत, श्रीमंतीचा कृत्रिम मोठेपणा नाही. 'जळो वरील तें झळाळ' असा तो साधाभोळा देव आहे. त्याच्यात चंद्रभागेचा ओलावा आहे. देवाचा मानवाकडे झालेला इतका अद्भुत प्रवास भारतात काय, कदाचित जगातही इतरत्र कुठे दिसणार नाही. देवाचे, कृष्णाईचे हे सर्वात उत्कट असे 'मानव' रूप आहे.

५

चक्रपाणी

अशक्य गोष्टीही निश्चय आणि धैर्याने शक्य करता येतात, याची शिकवण कृष्णाने आपल्या कृतीतून दिली. कंसवध करून त्याने अन्याय्य राजवटीचा अंत केला. इतक्या लहान वयात त्याने ज्या प्रकारे कंसाला मारले, त्यावरून तो एक चांगला पुष्ट मल्लयोद्धा असावा, असे समजता येईल. कंसवध केल्यानंतर मथुरेच्या प्रजेची जुलमी राजवटीतून सुटका केल्यामुळे त्या काळच्या प्रथेनुसार कृष्ण मथुरेचा राजा होऊ शकला असता. मात्र त्याने ते राजपद पुन्हा एकदा सन्मानाने राजा उग्रसेनला दिले. आपले कर्तृत्व सिद्ध करतानाच त्याने हे न्यायासाठी 'धर्मयुद्ध' असल्याचेही दाखवून दिले.

कृष्ण वीरयोद्धा आहे, हातात सुदर्शनचक्र असलेला चक्रपाणी आहे. 'धर्मसंस्थापने'साठी आपण हा अवतार घेतला आहे, असे त्याने स्वतःच सांगितले आहे. इतिहासात, पुराणात खूप योद्धे झाले, पण कृष्णाचे वेगळेपण असे, की त्याच्या जीवितकार्यात त्याने जेव्हा जेव्हा युद्ध किंवा हिंसा केली, ती न्याय व धर्मासाठी केली. त्यात त्याचा व्यक्तिगत स्वार्थ शून्य होता.

श्रीकृष्ण हा भारतीय संस्कृतीचा महानायक आहे. त्याच्या संपूर्ण आयुष्याचा पट आपण पाहिला, तर विविध स्वरूपाचे दर्शन होते. एकाच जन्मात वेगवेगळ्या स्वरूपाचे व्यक्तिमत्त्वाचे पैलू पाहिले, तर आपण थक्क होतो. हेच त्याचे 'पूर्ण पौरुषत्व' आहे.

लहानपणापासून त्याचा स्वभाव बंडखोर आहे. कालिया, पुतना, कंस यांसारख्या दुष्ट प्रवृत्तींचा नाश करणारा कृष्ण... अन्यायाची चीड असणारा श्रीकृष्ण... गोकुळात श्रीकृष्णाने सर्व गोकुळवासीयांना एकत्र आणले. पावसासाठी इंद्राची आराधना करण्याची, त्याची करुणा भाकण्याची गरज नाही, हा विचार ज्या वेळी त्याने मांडला, त्या वेळी कृषिवल गोपाळांना त्याने निसर्गाचे महत्त्व सांगितले. स्वशक्तीची जाणीव त्यांना करून दिली. गोवर्धन पर्वत करंगळीवर उचलण्याची गोष्ट आपण प्रतीकात्मक अर्थाने समजून घ्यायला हवी. एकतेची ताकद अधोरेखित करणारी, सर्वसामान्यांना त्याचा प्रत्यय देणारी ही कथा आहे. कदाचित पूर आलेल्या वृंदावनाच्या सखल भागातील गोपालकांना आणि गोधनाला त्याने गोवर्धन पर्वतावर नेऊन सुरक्षित ठेवले असेल, असाही या कथेचा अर्थ असू शकेल. हीच शक्ती, अन्यायाविरुद्ध लढण्याची ताकद त्याने गोकुळानंतर मथुरावासीयांना शिकवली. श्रीकृष्णावर जनमानसाचे प्रचंड प्रेम होते, अपरिमित विश्वास होता. त्यांना तो त्यांच्यातलाच एक वाटत असे, हे त्याचे मोठे बलस्थान होते आणि आहे. त्यामुळेच लहानपणी त्याने केलेले सगळे पराक्रम लोकांनी दैवी मानले नाहीत, तर अशक्य गोष्टीही निश्चय आणि धैर्याने शक्य करता येतात, याची शिकवण कृष्णाने आपल्या कृतीतून दिली. कंसवध करून त्याने अन्याय्य राजवटीचा अंत केला. इतक्या लहान वयात त्याने ज्या प्रकारे कंसाला मारले, त्यावरून तो एक चांगला पुष्ट मल्लयोद्धा असावा, असे समजता येईल. कंसवध केल्यानंतर मथुरेच्या प्रजेची जुलमी राजवटीतून सुटका केल्यामुळे त्या काळच्या प्रथेनुसार कृष्ण मथुरेचा राजा होऊ शकला असता. मात्र त्याने ते राजपद पुन्हा एकदा सन्मानाने राजा उग्रसेनला दिले. आपले कर्तृत्व सिद्ध करतानाच त्याने हे न्यायासाठी 'धर्मयुद्ध' असल्याचेही दाखवून दिले. राजपदाचा मोह ठेवला नाही. त्यानंतरही तो कायम मथुरेचा संरक्षक म्हणून उभा राहिला. मथुरेसारख्या छोट्या राज्यावर जरासंधासारख्या विशाल सम्राटाने केलेल्या सतरा स्वाऱ्या त्याने परतवल्या. मात्र या सततच्या स्वाऱ्यांमुळे

चक्रपाणी अर्थात सुदर्शनचक्रधारी श्रीकृष्ण

राज्य खिळखिळे होत आहे, याची जाणीव झाल्यानंतर त्याने आपले राज्य दूर द्वारकेला हलवण्याचा व्यावहारिक निर्णयही घेतला.

रुक्मिणीच्या विनंतीवरून त्याने तिच्या स्वयंवरप्रसंगी जाऊन एकट्याने सर्व राजांचा युद्धात पराभव करून रुक्मिणीचे हरण केले. नरकासुराच्या तावडीतून सोडवलेल्या सर्व स्त्रियांना त्याने आश्रय दिला. सामाजिक आधार आणि प्रतिष्ठा मिळवून दिली.

हरिवंशातील केवळ कृष्णाची कीर्ती व रुक्मिणीच्या सौंदर्याचे वर्णन कानावर आल्यामुळे, दोघांची प्रीती एकमेकांवर बसली, असे म्हटले आहे. भागवतात गोपी आणि कृष्ण यांच्या शृंगाराचे उत्तान वर्णन आले आहे. तसेच कृष्ण व गोपींची रासक्रीडा खुलवून सांगितली आहे. हरिवंशात हा शृंगार आणि क्रीडा सूचक रूपाने आला आहे. महाभारत, हरिवंश व भागवत यांमध्ये कृष्ण हा गोपींचा प्राणवल्लभ म्हणून निर्दिष्ट केलेला असला, तरी तेथे कोठेही राधेचा निर्देश नाही. हालसातवाहनाच्या गाथा सप्तशतीमध्ये (सु. पाचवे शतक) राधा व कृष्ण यांच्या प्रणयाचा उल्लेख आला आहे. राधा ही इतर गोपींप्रमाणेच विवाहित असूनही कृष्णावर प्रेम करणारी आहे, असे एक मत धरून काही मध्ययुगीन काव्ये लिहिली आहेत. तर राधा व कृष्ण यांचा विवाह झाला, असे धरून काही काव्यांमध्ये वर्णन आहे. 'राधा ब्रह्मवैवर्त पुराण' व कवी

जयदेव रचित 'गीतगोविंद' यांमध्ये कृष्णाची परमप्रिया म्हणून समोर जाते. ब्रह्मवैवर्तात विष्णूची आदिमायाशक्ती हीच राधा बनली. मूळ महाभारतात जशी कालांतराने भर पडत गेली, तशी मूळ हरिवंशातही ती पडत गेली व मूळ ग्रंथ दुप्पट अथवा तिप्पट झाले.

महाभारताचे युद्ध हे तर भारतीय संस्कृती-इतिहासात घडलेल्या इतर कोणत्याही युद्धांपेक्षा वेगळे होते. धर्म आणि अधर्म, न्याय आणि अन्याय यांतील ते युद्ध होते, हे स्वतः कृष्णानेच सांगितले होते. पांडवांनी गावांवर सांगितलेला हक्कही त्यांना नाकारण्यात आला. त्यामुळे कौरव-पांडवातील हे युद्ध अटळ ठरले. युद्धाचे हे प्रयोजन असले, तरी महाभारताचे युद्ध हे नीती आणि धर्म विरुद्ध अधर्म आणि अन्याय असेच होते. हे लक्षात घेतले, तर पांडवांच्या विजयाची आणि कौरवांच्या पराजयाची यथार्थ मीमांसा करता येईल. या युद्धात पांडवांकडूनही अनेक 'पापमय' वाटाव्यात, अशा गोष्टी झाल्या होत्या. मात्र, तरीही त्यांची बाजू न्यायाची आणि धर्माची होती. त्याशिवाय, त्याच्या (कृष्णाच्या) कारकिर्दीत त्याने इतरही अनेक युद्धे केली. कालयवन वध, शाल्व वध, शिशुपाल वध... या सगळ्या कथांमधून कृष्णाच्या पराक्रमाचेच दाखले आपल्याला मिळतात.

६

कृष्ण : एक न सुटणारे कोडे

या जगात जास्तीत जास्त न्यायाचे राज्य निर्माण करणे आणि 'न्याय आहे, अंतिमतः तो मिळतोच,' हा विश्वास लोकांच्या मनात निर्माण करणे, हे परमेश्वराच्या हातात आहे. 'काळ' म्हणून श्रीकृष्ण तेच करत असतो.

कृष्ण हा महाभारतातले 'कोडे' आहे. तो एक 'गूढ' आहे म्हणजे केवळ साहित्यातील, पुराणातील गूढ नाही, तर भारतातील देवी-देवतांमध्ये कृष्ण नावाप्रमाणेच एक काळी किनार असलेला देव समजला जातो. भारतात, दोन व्यक्तिरेखांच्या चेहऱ्यावरचे हसू सर्वांच्या नेहमीच स्मरणात राहील असे आहे. एक म्हणजे भगवान बुद्ध आणि दुसरे म्हणजे श्रीकृष्ण. बुद्धाच्या चेहऱ्यावरील स्मितहास्य म्हणजे शांत चेहरा आणि करुणामयी स्मितहास्य! तर कृष्णाच्या चेहऱ्यावरचे स्मितहास्य त्याच्याप्रमाणेच गूढ आहे. हजार अर्थ दडले आहेत त्या स्मितहास्यामागे. त्याच्या स्मितहास्यामागे एकाच वेळी अनेक व्यक्तिमत्त्वे दडलेली आहेत. प्रा. बिमल कृष्ण मतिलाल यांनी म्हटल्याप्रमाणे, "Krishna is a riddle, a paradox of anything, he appears to be a devious diplomat. Why should he, as he does, claim to be the Supreme being? If he is God, then God must be a great diplomat. Greatly devious, in whom diplomacy was the other name of duplicity and fraud."

(**स्वैर अनुवाद :** कृष्ण एक कोडे आहे, एक विरोधाभासी व्यक्तिमत्त्व आहे. त्याचे चरित्र एखाद्या कुटिल राजनीतिज्ञाप्रमाणे भासते. गीतेत त्याने 'मीच परमात्मा', 'मीच सर्वशक्तिमान' असल्याचा दावा केला आहे. तो दावा त्याने कशाला केला असावा? जर तो देव असेल, तर हा देव एक कुटिल मुत्सद्दी असावा. एक असा मुत्सद्दी, ज्याच्यासाठी कुटनीती हे दुटप्पीपणाचे आणि लबाडीचे दुसरे नाव असेल!)

कालोऽस्मि!

श्रीकृष्णाने ज्या युद्धभूमीवर अर्जुनाला श्रीमद्भगवद्गीता सांगितली, जिथे त्याने स्वतःचा उल्लेख साक्षात देव असा केला, विश्वरूपदर्शन पाहिल्यानंतर त्या विराट रूपाने थक्क झालेल्या पार्थाने जेव्हा त्याला विचारले की तू नक्की कोण आहेस, तेव्हा श्रीकृष्णाने थेट उत्तर दिले आहे - कालोऽस्मि! म्हणजे मी काळ आहे!

कालोऽस्मि लोकक्षयकृत्प्रवृद्धो
लोकान्समाहर्तुमिह प्रवृत्तः।
ऋतेऽपि त्वां न भविष्यन्ति सर्वे
येऽवस्थिताः प्रत्यनीकेषु योधाः॥ ३२ ॥

(अध्याय ११ - श्रीमद्भगवद्गीता)

('कालोऽस्मि'- म्हणजे मी काळ आहे! जगाचा विध्वंस करणारा महाकाळ! हिंदू तत्त्वज्ञानात काळ हा सर्वशक्तिमान मानला गेला आहे. काळ जगाची निर्मितीही करतो आणि काळच विध्वंसही करतो. विध्वंसातून पुन्हा सृष्टीची निर्मिती होते.)

तरी मी काळु गा हें फुडें। लोक संहारावयालागीं वाढें।
सैंघ पसरिलीं आहाती तोंडें। आतां ग्रासीन हें आघवें॥ ४५१॥
एथ अर्जुन म्हणे कटकटा। उबगिलों मागिल्या संकटा।
म्हणौनि आळविला तंव वोखटा। उवाइला हा॥ ४५२ ॥
तेवींचि कठिण बोलें आसतुटी। अर्जुन होईल हिंपुटी।
म्हणौनि सवेंचि म्हणे किरीटी। परि आन एक असे॥ ४५३ ॥
तरी आतांचिये संहारवाहरे। तुम्हीं पांडव असा बाहिरे।
तेथ जातजातां धनुर्धरें। सांवरिले प्राण॥ ४५४ ॥
होता मरणमहामारीं गेला। तो मागुता सावधु जाहला।
मग लागला बोला। चित्त देऊं॥ ४५५ ॥
ऐसें म्हणिजत आहे देवें। अर्जुना तुम्ही माझें हें जाणावें।
येर जाण मी आघवें। सरलों ग्रासूं॥ ४५६ ॥
वज्रानळीं प्रचंडीं। जैसी घापे लोणियाची उंडी।
तैसें जग हें माझिया तोंडीं। तुंवा देखिलें जें॥ ४५७ ॥
तरी तयामाझारीं कांही। भरंवसेनि उणें नाहीं।
इये वायांचि सैन्यें पाहीं। वल्गिजत आहाती॥ ४५८ ॥
ऐसा चतुरंगाचिया संपदा। करित महाकाळेंसीं स्पर्धा
वांटिवेचिया मदा। वळंघले जे॥ ४५९ ॥
हे जे मिळोनियां मेळे। कुंथती वीरवृत्तीचेनि बळें।
यमावरी गजदळें। वाखाणिजताती॥ ४६० ॥
म्हणती सृष्टीवरी सृष्टी करूं। आण वाहूनि मृत्यूतें मारूं।
आणि जगाचा भरूं। घोंटु यया॥ ४६१ ॥
पृथ्वी सगळीचि गिळूं। आकाश वरिच्यावरी जाळूं।
कां बाणवरी खिळूं। वारयातें॥ ४६२ ॥
बोल हतियेराहूनि तिखट। दिसती अग्निपरिस दासट।
मारकपणें काळकूट। महुर म्हणत॥ ४६३ ॥
तरी हे गंधर्वनगरींचे उमाळे। जाण पोकळीचे पेंडवळे।
अगा चित्रीव फळें। वीर हे देखें॥ ४६४ ॥
हां गा मृगजळाचा पूर आला। दळ नव्हे कापडाचा साप केला।
इया श्रृंगारूनियां खाला। मांडिलिया पैं॥ ४६५ ॥

(अध्याय ११ - श्रीज्ञानेश्वरी)

याच युद्धभूमीवर अनादी काळापर्यंत मनुष्यजातीला मार्गदर्शक ठरणारे तत्त्वज्ञान सांगणाऱ्या कृष्णाने, प्रत्यक्ष युद्धात मात्र अशी अनेक कृत्ये केली किंवा करून घेतली जी धर्माधिष्ठित म्हणता येणार नाही. इतकेच काय, युद्धनीतीच्या नियमांचेही त्याने अनेकदा उघडपणे उल्लंघन केले आणि तरीही ते 'धर्मयुद्ध' होते! तर्काच्या कसोटीवर आपण हे तपासून पाहिले, तर कदाचित आपल्याला ही कोडी कधीच सुटणार नाहीत. मात्र आश्चर्याची गोष्ट म्हणजे, गेली हजारो वर्षे कृष्णाची निस्सीम भक्ती करणाऱ्या, त्याच्यावर प्रचंड प्रेम करणाऱ्या भारतीयांनी हा कृष्ण 'जसा आहे तसा' स्वीकारला आहे. नव्हे; जोपासला आहे. त्यांना तो जसा भावला, त्याची जेवढी रूपे आवडली, रुचली, पटली आणि पचली, तेवढी त्यांनी स्वीकारली, आराध्य मानली. कृष्णाचे पूर्ण व्यक्तिमत्त्व लक्षात घेतले, तर कदाचित हे केवळ हिमनगाचे टोक आहे. पण कृष्णाला 'देव' म्हणून न बघता, त्याच्याकडे असामान्य बुद्धी असलेला योद्धा, मुत्सद्दी तसेच न्यायाची व योग्य-अयोग्यतेची आणि नैतिकतेची सूक्ष्म आणि तीक्ष्ण जाणीव असलेला मानव म्हणून बघितले, तर आपल्याला हे गूढ काही अंशी सोडवता येईल.

महाभारतातल्या कुरुक्षेत्रावर झालेल्या युद्धाला 'धर्मयुद्ध' असे म्हटले आहे. न्यायाची प्रतिष्ठापना करण्यासाठी धर्मरक्षणासाठी हे युद्ध झाले. मात्र धर्माची व्याख्या काय? कोणती बाजू धर्माची, नीतीची म्हणायची? कोणत्या कृत्यांना धर्मसंमत म्हणायचे? असे प्रश्न उपस्थित होतात. तसेच भगवान श्रीकृष्णाने हे युद्ध थांबवले का नाही? या युद्धामुळे होणारा प्रचंड नरसंहार त्याने रोखला का नाही? यावरही बराच ऊहापोह केला जातो. श्रीकृष्णाचे गुंतागुंतीचे व्यक्तिमत्त्व समजून घ्यायचे असेल, तर या युद्धाविषयीची आणि प्रत्यक्ष युद्धातील त्याची भूमिका आपल्याला समजून घ्यावी लागेल. हे युद्ध चांगले आणि वाईट यांच्यातले होते का? दुष्ट शक्ती (कौरव) आणि सुष्ट शक्ती (पांडव) यांच्यातील होते का? तर असे शुभ्र पांढरे आणि काळेकुट्ट जगात खरे तर काहीच नसते, कधीच नसते. उलट संपूर्ण जगात जे काही आहे, त्या राखाडी छटा असतात, ज्याला आपण इंग्रजीत 'ग्रे शेड्स' म्हणतो. हेच वास्तव जग आहे, जे श्रीकृष्णाच्या त्रेतायुगातही होते आणि या परिस्थितीतूनच त्याला अधिक चांगल्याची निवड करायची होती. जगाचे वर्णन करताना अमेरिकन तत्त्वज्ञ Issac Levi याने आपल्या 'Hard Choices' या पुस्तकात म्हटले आहे, की आपल्यासमोर असलेल्या परिस्थितीत अनेकदा न सोडवता येण्यासारखे पेचप्रसंग उभे राहतात. नैतिकतेच्या व्याख्येनुसार निर्णय घेता येईल, अशी स्थिती नसते. अशा वेळी आपल्याला काही कठीण निर्णय घ्यावे लागतात, जे तत्कालीन समाजाच्या व्यापक हिताचे असतात आणि महाभारत ही आदर्शवादाची नव्हे, तर तत्कालीन वास्तववादाची सत्यकथा आहे.

वर म्हटल्याप्रमाणे पांडव किंवा कौरव या दोन्ही बाजूंकडे काही योग्य, नीतिमान, शास्त्रसंमत गोष्टी होत्या; तर काही त्रुटी, अधर्मदेखील दोन्ही बाजूंकडून झाला.

लाक्षागृहात पांडवांना जाळून मारण्याचा प्रयत्न, पांडवांना त्यांचे हक्काचे राज्य न देता तेरा वर्षे वनवासात पाठवणे, भरसभेत कुरुवंशाची सून द्रौपदीवर झालेला अन्याय, अपमान आणि त्या वेळी धर्मसंस्थेच्या रक्षकांचे मौन ही घटना कौरवांची बाजू अधिक काळी करणारी ठरली. तिथून पांडवांना झुकते माप मिळू लागले. त्या काळातील सर्वांत शक्तिमान साम्राज्य भरतवंशाच्या कुलवधूच्या सन्मानाचे धिंडवडे निघत असतानाही आपल्या प्रतिज्ञेला आणि राजनिष्ठेला महत्त्व देत शांत बसून राहिलेले भीष्माचार्य, द्रोणाचार्य, कृपाचार्य, महाराज धृतराष्ट्र या सगळ्यांना पुढचे आयुष्यभर शिक्षापात्र आणि उत्तरदायी ठरवण्यात आले. हे पाप एवढे गंभीर होते, की त्याचे प्रायश्चित म्हणून एका महाप्रचंड युद्धाने धर्माधिष्ठित समाजाची नव्याने पुनर्रचना करण्याचा मार्ग श्रीकृष्णाला निवडावा लागला.

या युद्धाच्या आधीही पांडवांवर अन्याय करणाऱ्या अनेक घटनांची महाभारतात नोंद आहे. त्यानंतर महाभारताचे युद्ध सुरू झाले. या युद्धात अभिमन्यूचा वध ज्या पद्धतीने करण्यात आला, त्या वेळी गुरू द्रोणाचार्य यांच्यासह सर्वांनीच युद्धशास्त्राचे नियम पायदळी तुडवले होते. त्यामुळे त्यानंतरचे युद्ध, धर्मयुद्ध उरलेच नाही. मग केवळ जे अधिक नीतिमान आहे, त्याचा विजय व्हावा, यासाठी प्रयत्नांची शर्थ करणे एवढेच श्रीकृष्णाच्या हातात कदाचित उरले असावे.

कृष्ण देव होता, तो सर्वशक्तिमान होता असे जर आपण गृहीत धरले, तर मग हे युद्ध एकाच दिवसात संपवणे त्याला शक्य नव्हते का? प्रा. बिमल कृष्ण मतिलाल म्हणतात की, महाभारतकारांना कृष्णाला सर्वशक्तिमान दाखवणे सहज शक्य होते, मात्र त्यांनी तसे केले नाही. उलट, अत्यंत प्रखर आणि सम्यक बुद्धिमत्ता, न्याय-अन्यायाच्या संकल्पना स्पष्ट असलेला, धर्मरक्षक असामान्य पुरुष - पूर्णपुरुष असे त्याचे एकूण व्यक्तिमत्त्व रंगवले गेले आहे. युद्धकाळात, प्रत्येक प्रसंगी पांडवांचा विजय होईल की नाही याची त्याला चिंता होती. या युद्धात किंबहुना एकूणच कौरव-पांडव संघर्षात तो पांडवांपेक्षाही सतर्क आहे. पांडवांचा विजय कसा होईल, यासाठी विविध तर्क, युक्त्या, क्लृप्त्या तो करीत असतो. या सर्व कृतींना तो धर्माचे अधिष्ठानही देतो. युद्धकाळात द्रोणाचार्यांचा वध आणि त्या वेळी कृष्णाने धर्मराज युधिष्ठिराला खोटे बोलण्याचा दिलेला सल्ला हे कदाचित कृष्णाच्या आयुष्यातील सर्वात काळे, पण अपरिहार्य कृत्य असेल. मात्र युद्धाच्या पंधराव्या दिवशी सेनापती म्हणून द्रोणाचार्य पांडवसैन्याचा विध्वंस करत असताना पांडवांना वाचवण्यासाठी द्रोणवध हा एकमेव

मार्ग होता, हे कृष्णाला लगेचच कळले होते. शिवाय, द्रोणाचार्यांची भूतकाळातील कर्मे, एकलव्यावर केलेला अन्याय ही पार्श्वभूमी द्रोणाचार्य वधाला न्याय्य घटना ठरविणारी होती. दुर्योधन आणि कर्ण यांचा वध करताना युद्धनीतिशास्त्राचे वचन मोडण्याचा श्रीकृष्णाने भीमाला आणि अर्जुनाला दिलेला सल्ला आणि त्याचे स्पष्टीकरण पाहता, कृष्णाला पांडव या युद्धात न्यायासाठी जिंकायला हवे होते, हेच अधोरेखित करणारे आहे. अभिमन्यूचा कपटाने वध करण्यात आल्यावर संतप्त झालेल्या अर्जुनाने जेव्हा रागाच्या भरात 'उद्या सूर्यास्त होण्यापूर्वी मी जयद्रथाचा वध करेन, नाहीतर स्वतःला संपवेन' अशी आततायी प्रतिज्ञा केली, तेव्हा त्याची ती प्रतिज्ञा पूर्ण करण्यासाठी काय करता येईल, या काळजीने कृष्ण रात्रभर तळमळत होता.

जर कृष्ण सर्वशक्तिमान परमेश्वर असेल, तर तो हे युद्ध थांबवू शकत नव्हता का? याचे उत्तर स्वतः कृष्णानेच उतंक ऋषींबरोबर झालेल्या संभाषणात दिलेले आढळते. महाभारताचे युद्ध संपवून ज्या वेळी कृष्ण द्वारकेला परत जात होता, त्या वेळी आजच्या राजस्थानच्या वाळवंटी प्रदेशात त्याची भेट उतंक ऋषींशी होते. प्रचंड नरसंहार घडवणारे हे युद्ध श्रीकृष्णाने रोखले का नाही, असा संताप त्यांनी व्यक्त केला. त्या वेळी श्रीकृष्ण त्यांना म्हणतो, की हे युद्ध रोखणे त्याच्यासाठीही अशक्य होते. कारण दोन्ही बाजूंनी हे वैर शिगेला पोहोचले होते. त्याची पाळेमुळे इतकी खोलवर रुजली होती, की ती काढणे कृष्णालाही शक्य नव्हते. त्यामुळे हे युद्ध अपरिहार्य होते. या युद्धानंतर न्याय प्रस्थापित होईल, एवढी काळजी घेणे, हेच श्रीकृष्णाच्या हातात होते आणि तेच त्याने केले. त्याने अयशस्वी का होईना, पण कृष्णशिष्टाई केली. द्रौपदीचा या शिष्टाईला तीव्र विरोध असतानाही त्याने युद्ध थांबवण्यासाठी ही शिष्टाई केली. कौरवांकडे जाण्यात धोका असूनही त्याने तो धोका पत्करला, अवमान सहन केला. या युद्धाचे विनाशकारी परिणाम काय होतील याचे सत्यरूप कौरवांना दाखवण्यासाठी त्याने विराटरूपाचेही दर्शन दिले. हे सगळे त्याने युद्ध थांबवण्यासाठीच तर केले. एवढेच करून तो थांबला नाही, तर त्याने कर्णाची भेट घेतली. कर्णाला त्याचे जन्मरहस्य सांगून त्याने त्याला सर्वांत मोठा पांडव म्हणून पांडवांच्या बाजूने येण्याचे आवाहन केले. त्यासाठी राज्यपद, पांडवांसारख्या श्रेष्ठ भावंडांचे प्रेम, कुंतीमातेचे प्रेम मिळेल, क्षत्रिय म्हणून मानसन्मान मिळेल, अशी प्रलोभने दाखवली. त्याच्याही एक पाऊल पुढे जात, ज्येष्ठ पांडव म्हणून द्रौपदीदेखील तुला मिळेल असे प्रलोभनही त्याने कर्णाला दिले. हे सगळे रहस्य कळल्यानंतर कर्ण पांडवांना येऊन मिळेल आणि कर्ण नसला तर एकट्या दुर्योधनाला युद्ध करण्याचे धैर्य होणार नाही, असा कयास कृष्णाने बांधला असावा. जरी कर्ण दुर्योधनाला सोडून आला नाही, तरी आपण समोर ज्यांच्याशी लढतो आहोत ते

आपले सख्खे बंधू आहेत, ही जाणीव त्याला आतून तोडणारी, विव्हळ करणारी होती; ज्यामुळे त्याचा पांडवांबद्दलचा राग कमी होऊन एक योद्धा म्हणून तो दुर्बल ठरेल, अशी व्यवस्था कृष्णाने केली. यासाठी नंतर त्याने कर्ण, द्रौपदी, कुंती आणि पांडव या सगळ्यांचे शिव्याशापदेखील सहन केले.

हे युद्ध धर्मसंस्थापनेसाठी होते, हे स्वतः कृष्णानेच अनेकवार स्पष्ट केले आहे. जगाची पुनर्रचना करूनच ही धर्मस्थापना होणार होती. युद्धापूर्वी शिष्टाई करण्यासाठी कृष्ण धृतराष्ट्राच्या दरबारात गेला होता. ही शिष्टाई सफल होणार नाही, याची त्याला पुरेपूर जाणीव होती. परंतु त्यामागे त्याचा आणखी एक हेतू होता. कौरव, विशेषतः दुर्योधनाची भूमिका अन्यायाची आहे. त्यामुळे त्याचा निःपात करणे योग्य आहे, हे कृष्णनीती सांगत होती. ही नीती जगन्मान्य ठरावी या हेतूने कृष्णाने राजदरबारात धृतराष्ट्राला खडे बोल सुनावले आणि पांडवांवर होणारा अन्याय, हे युद्ध तसेच त्यातून होणाऱ्या विध्वंसाला सम्राट म्हणून तोच जबाबदार असेल असेही सांगितले. कृष्णाच्या या थेट आरोपांनी गोंधळलेल्या धृतराष्ट्राने आपली सगळी जबाबदारी दुर्योधनावर टाकून दिली आणि 'माझा पुत्र माझे ऐकत नाही. तूच त्याला समजावून सांग,' अशी पळवाट शोधली. त्यानुसार दुर्योधनाची, त्याच्या चुकीच्या वागण्यासाठी निर्भर्त्सना करण्याची संधीच कृष्णाला मिळाली. कृष्णाने दरबारात सर्वांदेखत दुर्योधनाचे वर्तन धर्म आणि नीतीच्या विरुद्ध कसे आहे, हे पटवून दिले. अप्रत्यक्षपणे त्याने युद्धाचे आणि त्याच्या परिणामांचे सर्व दायित्व उघडपणे धृतराष्ट्र, कौरवसेना आणि दुर्योधन यांच्यावर टाकले आणि पांडवांना नाइलाजाने या युद्धाला सामोरे जावे लागत आहे, अशी भूमिका अधोरेखित केली. ही सगळी कृष्णनीती धर्मसंस्थापनेसाठी असल्याने कृष्ण दोषी ठरत नाहीच, उलट कूटनीतीचा वास्तव संदेश तो या कृत्यातून देतो.

महाभारतात ज्या वेळी पांडवांनी राजसूय यज्ञ केला, त्या वेळी सर्वश्रेष्ठ पुरुष म्हणून श्रीकृष्णाला सन्मान देण्याचा निर्णय पितामह भीष्म यांनी जाहीर केला होता. या वेळी त्यांनी श्रीकृष्णाचे गुणवर्णन करताना त्याला 'पुरुषोत्तम' अशी उपाधी देत आद्यपूजेचा मान दिला.

भीष्माचार्यांनी आणखी एका ठिकाणी म्हटल्याप्रमाणे,

यतः कृष्णस्ततो धर्मो यतो धर्मस्ततो जयः

(**स्वैर अनुवाद :** जिथे श्रीकृष्ण तिथेच धर्म असतो, आणि विजय हा धर्माचाच होतो.)

हे उल्लेख कृष्णाला 'देव' म्हणून सादर करणारे आहेत. तसेच, महाभारताचाच भाग असलेल्या श्रीमद्भगवद्गीतेत स्वतः कृष्ण, आपण कोण आहोत, याचा स्पष्ट शब्दांत उल्लेख करताना म्हणतो - 'कालोऽऽस्मि'! सनातन हिंदू तत्त्वज्ञान असेही सांगते, की

जन्माला येणारा प्रत्येक जण आपापल्या कर्मानुसार त्याची फळे भोगत असतो आणि त्यातूनच जगरहाटी सुरू असते. म्हणजेच मनुष्याच्या भल्याबुऱ्या कर्मांची जबाबदारी परमेश्वराची नसते, ना तो त्यात काही हस्तक्षेप करतो. पण ज्या वेळी मनुष्याच्या पापांचा, द्वेषाचा, अनीतीचा घडा भरतो, न्याय आणि धर्म या मूळ संकल्पनेलाच धक्का लागतो, त्या वेळी धर्माचा उद्धार करायला, अधर्माचा नाश करण्यासाठी आपण अवतार घेतो, असे श्रीकृष्णानेच गीतेच्या चौथ्या अध्यायात म्हटले आहे, हे तर सर्वश्रुतच आहे.

यदा यदा हि धर्मस्य ग्लानिर्भवति भारत।
अभ्युत्थानमधर्मस्य तदात्मानं सृजाम्यहम्॥
परित्राणाय साधूनां विनाशाय च दुष्कृताम्।
धर्मसंस्थापनार्थाय सम्भवामि युगे युगे॥

(**स्वैर अनुवाद :** जेव्हा जेव्हा धर्माचा ऱ्हास आणि अधर्माची वाढ होत असते, तेव्हा तेव्हा मी आपले रूप रचतो, म्हणजेच आकार घेऊन लोकांसमोर प्रकट होतो. सज्जनांच्या उद्धारासाठी, पापकर्म करणाऱ्यांचा नाश करण्यासाठी आणि धर्माची उत्तम प्रकारे स्थापना करण्यासाठी मी युगायुगात प्रगट होतो.)

प्रा. बिमल कृष्ण मतिलाल यांनी म्हटल्याप्रमाणे, "Krishna as Kala* is passionless, free from any human virtues. Here, if not anywhere else, the end justifies the means. He told Arjuna that as Kala he has already destroyed (was going to destroy) all the kings of Kauravas and the Pandavas. Next he would destroy his own race Yadavas. All these were needed to release the burden of sin. People with their freedom had acted following their instincts and thereby a sad mess has been created. He, acting as the manipulator of every being, would bring about their intended destruction. Therefore, he described himself as Kala* काळ."

(**स्वैर अनुवाद :** काळ म्हणून कृष्ण अत्यंत पाषाणहृदयी, कठोर आहे. त्याच्यात कुठल्याही मानवी भावभावना नाहीत. इथे या धर्मयुद्धादरम्यान, त्याने अनेक अधर्म कृत्ये केली. मात्र 'ज्याचा शेवट चांगला ते सगळे चांगले' या न्यायानुसार त्याची ही सगळी कृत्ये न्याय्य ठरली. त्याने विराटरूप दाखवताना अर्जुनाला सांगितले की, ज्या आप्तांशी तू लढू शकत नाही असे तू म्हणतो आहेस, त्यांना मी काळ म्हणून आधीच संपवले आहे. (मी नष्ट करणार आहे.) यात सर्व कौरव आणि पांडवांकडील राजांचाही समावेश आहे. त्यानंतर त्याने आपल्या यदुवंशाचाही नाश केला. पृथ्वीवरील

पापक्षालनासाठी हे आवश्यक होते. लोकांना स्वातंत्र्य मिळाल्यावर त्यांनी स्वैराचार केला आणि त्यातून पृथ्वीवर अनाचार माजला. त्यामुळे सर्व ब्रह्मांडाची व्यवस्था करण्याची जबाबदारी असल्याने त्याने जाणूनबुजून हा विध्वंस घडवून आणला, या अर्थाने मी 'काळ' आहे असे कृष्णाने स्वतःचे वर्णन केले आहे.)

पण मग परमेश्वराने निर्माण केलेली ही सृष्टी आदर्श का नाही होऊ शकली, असा प्रश्न पडू शकतो. त्यावर स्पष्टीकरण देताना असे सांगता येईल, की हे जग आजही पारंपरिक संस्कृतीप्रमाणे आदर्श नाही आणि तेव्हाही नसावे. ते तसे कधीच असू शकत नाही, कारण वास्तवात तसे नसतेच. त्यामुळेच या जगात जास्तीत जास्त न्यायाचे राज्य निर्माण करणे आणि 'न्याय आहे, अंतिमतः तो मिळतोच,' हा विश्वास लोकांच्या मनात निर्माण करणे, हे परमेश्वराच्या हातात आहे. 'काळ' म्हणून श्रीकृष्ण तेच करत असतो.

श्रीकृष्णाचे पूर्णस्वरूप त्याने स्वतःच अर्जुनाला श्रीमद्भगवद्गीता सांगताना 'विश्वरूपदर्शना'त दाखवले आहे. संपूर्ण कृष्ण समजून घ्यायचा, तर हे विश्वरूप म्हणजे काय ते समजून घेणे आवश्यक आहे.

श्रीकृष्णाने अर्जुनाला कर्मसिद्धान्त सांगितल्यानंतर अर्जुनाचे अज्ञान दूर झाले. परंतु कृष्णाने त्याच्या मूळ स्वरूपाची जाणीव करून दिल्यानंतर ते मूळ स्वरूप बघण्याची इच्छा त्याच्या मनात उत्पन्न झाली. त्यामुळे त्याने विनंती केल्यावर श्रीकृष्णाने आपल्या या लाडक्या भक्ताला आपले विराट विश्वरूप दाखवले. प्रत्यक्ष अर्जुनानेच त्याचे वर्णन केले आहे. हे विराटरूप पाहिल्यानंतर आकाशात हजार सूर्य एकदम उगवले असता जो प्रकाश पडेल, तोही त्या विश्वरूप परमात्म्याच्या प्रकाशापेक्षा कमी पडेल, असे जणू अर्जुनाला वाटले.

दिवि सूर्यसहस्रस्य भवेद्युगपदुस्थिता।
यदि भाः सदृशी सा स्याद्भासस्तस्य महात्मनः॥ १२ ॥

(अध्याय ११ - श्रीमद्भगवद्गीता)

अनेक प्रकारांत विभागलेले संपूर्ण जग अर्जुनाने त्या विश्वरूपी श्रीकृष्णाच्या ठायी पाहिले. त्याच्या दिव्य देहात संपूर्ण देवांना तसेच अनेक भूतांच्या समुदायांना, कमळाच्या आसनावर विराजमान झालेल्या ब्रह्मदेवाला, शंकराला सर्व ऋषींना तसेच दिव्य सर्पांना पाहत आहे, असे अर्जुन म्हणाला. अनेक बाहू, शरीरे, मुखे आणि डोळे असलेल्या या विश्वरूपाचा त्याला अंत, मध्य आणि आरंभ काहीही दिसेना. श्रीकृष्ण परब्रह्म, परमात्मा आहे. अनादी धर्माचा रक्षक आणि अविनाशी पुरुष आहे, असे वर्णन अर्जुनाने केले आहे.

श्रीकृष्णाने अर्जुनाला दिलेले विराट विश्वरूप दर्शन

अनेक मुखे, डोळे, हात, मांड्या, पाय आणि कराल दाढा यांमुळे अत्यंत भयंकर दिसणारे हे रूप पाहून अर्जुन व्याकूळ झाला. आकाशाला जाऊन भिडलेले, तेजस्वी, अनेक रंगांनी युक्त, पसरलेली तोंडे व तेजस्वी विशाल डोळे यांनी युक्त असे कृष्णाचे विराट रूप पाहून अंतःकरणापासून भयभीत झालेल्या अर्जुनाचे धैर्य व शांती नाहीशी

झाली, असे खुद्द अर्जुन म्हणाला. दाढांमुळे भयानक दिसणारी व प्रलयकाळाच्या अग्नीसारखी प्रज्वलित कृष्णाची तोंडे पाहून मला दिशा कळेनाशा झाल्या असून माझे सुखही हरपले आहे, असे तो म्हणतो.

दंष्ट्राकरालानि च ते मुखानि
दृष्ट्वैव कालानलसन्निभानि।
दिशो न जाने न लभे च शर्म
प्रसीद देवेश जगन्निवास॥ २५॥

(अध्याय ११ - श्रीमद्भगवद्गीता)

धृतराष्ट्राचे सर्व पुत्र राजसमुदायासह आपल्यात प्रवेश करीत आहेत आणि पितामह भीष्म, द्रोणाचार्य तसेच तो कर्ण आणि आमच्या बाजूच्याही प्रमुख योद्ध्यांसह सगळेच आपल्या दाढांमुळे भयंकर दिसणाऱ्या तोंडात मोठ्या वेगाने धावत धावत जात आहेत आणि कित्येक डोकी चिरडलेले आपल्या दातांच्या फटीत अडकलेले दिसत आहेत.

अमी च त्वां धृतराष्ट्रस्य पुत्राः
सर्वे सहैवावनिपालसङ्घैः।
भीष्मो द्रोणः सूतपुत्रस्तथाऽसौ
सहास्मदीयैरपि योधमुख्यैः॥ २६ ॥
वक्त्राणि ते त्वरमाणा विशन्ति
दंष्ट्राकरालानि भयानकानि।
केचिद्विलग्ना दशनान्तरेषु
संदृश्यन्ते चूर्णितैरुत्तमाङ्गैः॥ २७ ॥

(अध्याय ११ - श्रीमद्भगवद्गीता)

ज्याप्रमाणे नद्यांचे पुष्कळसे जलप्रवाह स्वाभाविकतः समुद्राच्याच दिशेने धाव घेतात, अर्थात समुद्रात प्रवेश करतात, त्याचप्रमाणे ते मनुष्यलोकांतील वीर आपल्या प्रज्वलित तोंडात शिरत आहेत. जसे पतंग नष्ट होण्यासाठी पेटलेल्या अग्नीत अतिशय वेगाने धावत शिरतात, तसेच हे सर्व लोकही स्वतःच्या सर्वनाशासाठी आपल्या तोंडात अतिशय वेगाने धावत प्रवेश करीत आहेत. आपण त्या सर्व लोकांना प्रज्वलित तोंडांनी गिळत गिळत सर्व बाजूंनी वारंवार चाटत आहात. हे विष्णो, आपला प्रखर प्रकाश सर्व जगाला तेजाने पूर्ण भरून तापवीत आहे. असे भयंकर वर्णन स्वतः अर्जुनाने केले आहे. श्रीकृष्णाकडून दिव्य दृष्टी लाभलेल्या अर्जुनाला हे रूप बघता आले, मात्र त्याच्यासारख्या वीर योद्ध्यालाही ते झेपले नाही, सहन झाले नाही. म्हणून त्याने कृष्णाला पुन्हा एकदा त्याच्या मूळ रूपात येण्याची विनंती केली. गीतेच्या अकराव्या अध्यायातील कृष्णाचे

हे विरक्त-विराटरूप अर्जुनाला जन्म-मृत्यू, कर्म हे किती निरर्थक आहे, क्षणभंगुर आहे, याचे दर्शन घडवणारे आहे; तद्वतच श्रीकृष्णाचे पूर्ण स्वरूपदेखील दाखवणारे आहे.

विश्वरूप दर्शन किंवा कृष्णाने गीतेत जागोजागी स्वतः देव, सर्वशक्तिमान असल्याचा दावा केला आहे. त्यामुळे कृष्ण अवतार पुरुष होता की देव होता, याबाबत संभ्रम निर्माण होतो. कारण महाभारतात इतर कुठेच कृष्णाचे असे दैवी वर्णन किंवा देव असल्याचा दावा दिसत नाही. गीता महाभारतात प्रक्षिप्त असल्याचे मान्य केले, तर कदाचित हा संभ्रम होणार नाही. मात्र कृष्णानेच हे तत्त्वज्ञान सांगितले असे मानायचे असल्यास त्याच्या स्वतःहून देव असल्याच्या दाव्याचा विचार गांभीर्याने करावा लागेल. इथे प्रा. डॉ. राम बिवलकर यांच्या 'प्रवासी पूर्णत्वाचा' या प्रबंधवजा ग्रंथातील विचार लक्षात घ्यायला हवा. त्यांच्या मते, ''गीता कृष्णानेच सांगितली असे मानले, तर स्वमुखाने आपण परमेश्वर किंवा ईश्वरावतार असल्याचे सांगून कृष्ण आपल्या अनुयायांवर प्रभाव पाडण्याचे तंत्र अवलंबितो आणि आपल्या शत्रूवर आपल्या महान तथाकथित शक्तीचा दबाव आणण्याचा प्रयत्न करून आपले राजमंडलातील नेतृत्व प्रस्थापित करू पाहणारा चाणाक्ष राजकारणी ठरतो. अनेक प्रकारच्या विरोधातून ज्याला आपले नेतृत्व सिद्ध करायचे असते, अशा जगातील अनेक नेत्यांनी आपण ईश्वराचे अंश आहोत, आपण ईश्वराचे प्रेषित आहोत, आपल्या अंगामध्ये ईश्वरी संचार होतो किंवा आपल्या मुखाने ईश्वर बोलतो, अशा तऱ्हेच्या गोष्टी समाजात प्रसृत करून, आपले नेतृत्व बळकट केल्याचे पुरावे, इतिहासावर सहज नजर टाकली तरी पाहायला मिळतात. कुणाचा अधिक्षेप करायचा म्हणून नव्हे, पण जगात अनेकांनी अवलंबिलेले हे एक तंत्र असावे,'' असे प्रस्तुत लेखक डॉ. राम बिवलकर यांचे मत आहे.

७

श्रीकृष्णाची धर्म आणि नीतिकल्पना

आपल्या आकांक्षांची आणि हेतूची पूर्तता धर्मपालन करत करावी, असे कृष्णनीती सांगते. एखाद्या खेळाच्या नियमाप्रमाणेच हे आहे आणि म्हणूनच नीतीनियमांनुसार लढल्या गेलेल्या युद्धाला 'धर्मयुद्ध' म्हटले गेले. मात्र धर्माचे नियम हे त्या त्या काळातील परिस्थितीनुसार ठरलेले असतात, बदलत असतात. त्यामुळे परिस्थिती बदलली, तर धर्माच्या नियमांचाही पुनर्विचार आणि पुनर्रचना करायला हवी, असे कृष्णनीती सांगते.

भारतीय परंपरेतील धर्म आणि नीती यांच्या अनुषंगाने आपण श्रीकृष्ण चरित्राकडे पाहिल्यास, आपल्याला त्याचे मर्म थोडे अधिक समजून घेता येईल.

संत साहित्याचे अभ्यासक डॉ. सदानंद मोरे यांनी त्यांच्या 'या सम हा' - योगेश्वर कृष्णाचे वैचारिक चरित्र, या पुस्तकात म्हटल्याप्रमाणे,

''महाभारतातील कृष्णाचा वावर हा राजनीतिनिपुण या रूपात आहे; पण त्याची मुत्सद्देगिरी विधिनिषेधशून्य राजकारण्याची नसून धर्माची म्हणजेच नैतिक आणि न्यायिक मूल्यांची चाड बाळगणाऱ्या तत्त्ववेत्त्याची आहे. हे तत्त्वज्ञान म्हणजे केवळ अर्थ देणे नसून कर्माचे तत्त्वज्ञान आहे, विशेषकरून राजकीय तत्त्वज्ञान आहे. डावपेच खेळत प्रतिस्पर्ध्यावर मात करणे, एवढ्यापुरतीच त्याची नीतिकल्पना मर्यादित नाही.''

कृष्ण जसा नीतिनिपुण आहे, तसाच तो धर्मज्ञसुद्धा आहे. किंबहुना, धर्म आणि नीती यांच्या मर्यादा जाणून घेऊन, त्यांचा समन्वय करणे व तोही धर्माच्या रक्षणासाठी, हे त्याचे जीवनव्रत आहे. त्याची सर्व कर्मे याच उद्देशाने प्रेरित झालेली असतात. तथापि, त्याची धर्माची संकल्पना ग्रांथिक, यांत्रिक वा साचेबद्ध नाही. धर्म मानवाला शक्य असलेल्या सर्व कर्मांचे सार्वत्रिक वर्गीकरण उपलब्ध करून देतो. पण धर्माच्या या ठोकळेबाज संकल्पनेला चिकटून राहिल्यास धर्म आणि धर्माचरण करणारे लोकच संकटात येण्याची शक्यता असते. अशा वेळी धर्माला अपवाद करून केलेले कार्य समर्थनीय ठरते, हीच नीती आहे.

कृष्णाच्या नीतीची ही संकल्पना प्रसिद्ध काश्मिरी पंडित कवी क्षेमेंद्र (इसवी सन १०२५-१०६६) याने स्पष्ट केली आहे. नीती म्हणजे अमला प्रज्ञा आणि सूक्ष्म दृष्टी. नीतीच्या साहाय्याने धर्माच्या वैश्विक चौकटीला अपवाद करण्याची स्थळे दिसू लागतात. या अर्थाने ती सूक्ष्म दृष्टी आहे; पण या सूक्ष्म दृष्टीवर अमला म्हणजे विशुद्ध पक्षपातरहित प्रज्ञेचे नियंत्रण असेल, तर तिचा दुरुपयोग करण्याचा मोह होत नाही

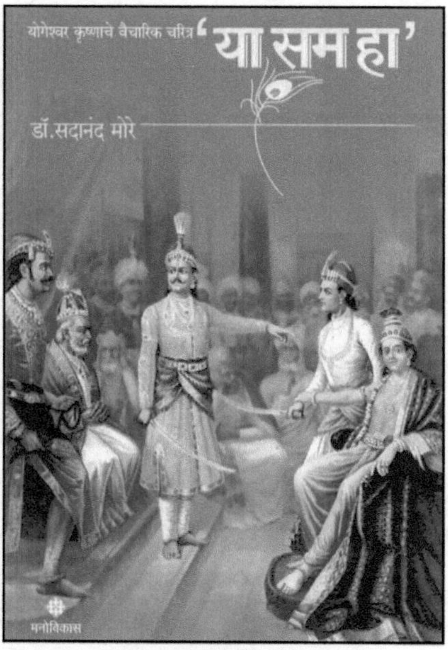

डॉ. सदानंद मोरे लिखित 'या सम हा' हे पुस्तक

व अंतिमतः ती धर्माशी सुसंगत व धर्मास पूरकच ठरते.

अपवादात्मक परिस्थिती ओळखून तिच्यात वरकरणी हे अधर्मी वाटणारे; परंतु अंतिमतः धर्म ठरणारे कृत्य म्हणजे योग. कृष्ण हा धर्मज्ञ, नीतिज्ञ आणि योगेश्वर आहे. हिंदू तत्त्वज्ञानात तीन महायोगी समजले जातात. महायोगी आदिनाथ महादेव शिव, योगनिपुण हनुमान व योगेश्वर कृष्ण.

कृष्णाविषयीच्या अनेक ग्रंथांमध्ये त्याला देव किंवा ईश्वरी अवतार मानले गेले आहे. महाभारतातही काही ठिकाणी त्याचा उल्लेख आढळतो. मात्र, त्याच्या देवत्वाबद्दल विचार करताना एक गोष्ट लक्षात ठेवायला हवी, की भारतीय संस्कृतीमध्ये एखादी व्यक्ती दैवी गुणांनी संपन्न असणे, ही काही असाधारण घटना मानली गेलेली नाही. परंतु कृष्णाच्या बाबतीत देवत्वाची कल्पना पूर्णत्वाला गेलेली आहे. परंपरेनुसार कृष्ण केवळ पूर्णावतारच नसून प्रत्यक्ष ईश्वरच असल्याचे मानले गेले आहे. विशेष म्हणजे कृष्णाला देवत्व देण्याची प्रक्रिया त्याच्या जिवंतपणीच सुरू झाली होती. त्याच्या आयुष्यातील दैवी अंश किंवा देवत्वाचे वलय पूर्णपणे नाकारता येत नाही. पण ते थोडे बाजूला ठेवून मानवी नजरेने त्याकडे पाहत, त्याला चमत्कारांच्या पातळीवरून मानवी क्षमतांच्या पातळीवर आणून त्याच्या चरित्राचा निखळ अभ्यास करायला हवा.

कृष्णाकडे एक माणूस म्हणून पाहायचे असेल, तर त्याच्या अवतारांचे मानवीकरण करणे, दंतकथांची ऐतिहासिक स्वरूपात पुनर्मांडणी करणे आवश्यक आहे. महाभारत हे एक नैतिक संदेश देणारे आर्ष महाकाव्य आहे, असे लोकमान्य टिळकांनी म्हटले आहे. नीतितत्त्वामधील एक सर्वांत महत्त्वाचे अंग म्हणजे राजनीती. "कृष्णाला महाभारतकारांनी एक उत्कृष्ट राजकारणी आणि मुत्सद्दी म्हणून वर्णिला आहे. त्याचे राजकीय मार्गदर्शन आणि चातुर्य हे पांडवांच्या यशाचे मुख्य गमक आहे. त्याने जो उपदेश केला, जे घडवून आणले, त्यामागे त्याची स्वतंत्र आणि निश्चित अशी राजकीय विचारधारा होती. ती जीवनाच्या सर्व अंगांना स्पर्श करणारी होती. मानवी जीवनातील कर्मासंबंधी जो मूळ विचार आहे, त्या विचारात यांची पाळेमुळे लपली आहेत."

येथे नीती म्हणजे आदर्श तत्त्वांचा मार्ग, न्याय्य आचरण तसेच पुरुषसिद्धीसाठी ऊर्जा देणारी अवघड वर्तमान परिस्थिती बदलण्यासाठी सक्रिय हस्तक्षेप करणारी शक्ती होय. हा हस्तक्षेप म्हणजे काटेकोरपणे बनवलेला, कठोर असा कार्यपद्धतीचा मार्ग नव्हे. त्यात वस्तुस्थिती-प्रत्यक्ष घटना विचारात घेतल्या जातात. त्यातील सकारात्मक आणि नकारात्मक बाजूंचा साकल्याने विचार होतो आणि आपत्तिजनक परिस्थितीत कोणत्या गोष्टी कराव्या लागतील, हे लवचीकपणे ठरवावे लागते.

राजनीतीबद्दलचा कृष्णाचा सुमारे साडेचार हजार वर्षांपूर्वीचा हा विचार आजही

धर्मरक्षणासाठी महाभारताच्या युद्धात अर्जुनाच्या रथाचे सारथ्य करणारा श्रीकृष्ण

तेवढाच 'समकालीन' आहे. किंबहुना तो भविष्यातील विचार आहे, कालातीत विचार आहे आणि म्हणूनच ही कृष्णनीती आजही व्यवहारात लागू पडते. तात्त्विक आणि व्यावहारिक गोष्टींचा कृष्णाने कौशल्याने वापर केला आणि अनेक गोष्टी साध्य केल्या. कृष्ण ज्या कुळात जन्माला आला होता, त्या सात्वत (यदुकूळ) कुळाच्या राजकीय प्रणालीत आणि ग्रीक प्रजासत्ताकामधील राजकीय प्रणालीत कमालीचे साम्य आढळते. प्लेटो श्रीकृष्णानंतर सुमारे साडेतीन हजार वर्षांनी जन्मला असला, तरीही दोन्ही विचारप्रणाली एकमेकींशी समांतर आहेत. नीतिधर्माच्या दृष्टीने कृष्णचरित्राकडे पाहिले तर असे वाटते, की व्यासांना ज्या प्रकारचा आदर्श नमुना, ज्या प्रकारचे आदर्श जीवन इतरांसमोर सादर करायचे होते, त्याचे प्रतिनिधित्व कृष्ण करत होता.

कृष्णाला देव किंवा अवतारपुरुष म्हणणारे अभ्यासक गीतेतील '*यदा यदा हि धर्मस्य...*' या श्लोकाचा दाखला देतात, ज्यात त्याने म्हटले आहे, की जेव्हा जेव्हा धर्म नाशाच्या किंवा अवनीतीच्या स्थितीला पोहोचतो आणि अधर्माचे प्राबल्य वाढते, तेव्हा तेव्हा 'तो' अवतार घेतो. मात्र, या श्लोकाचा अन्वयार्थ आणखी एका दृष्टीने लावता येईल, असे प्रा. सदानंद मोरे यांनी म्हटले आहे. कृष्णाच्या या जगातल्या लौकिक

जीवनाचा आधार घेऊन असे सांगता येईल, की कृष्ण एकदाच जन्मला आणि या एकाच आयुष्यात जेव्हा जेव्हा अधर्म, अनीती प्रबळ झाली, त्या वेळी त्याला विरोध करत कृष्ण कृतिशील सहभागासह उतरला. त्याने धर्माचे रक्षण केले, सज्जनांना संरक्षण दिले, दुष्ट शक्तींचा नाश केला, स्वधर्माची पुनःस्थापना केली!

धर्माची पुनःस्थापना आपण म्हणतो, त्या वेळी धर्म आणि पुरुषार्थ म्हणजे काय, हेही स्पष्ट करायला हवे. सामान्यतः समाजाच्या अस्तित्वाची एक आवश्यक अट असे आपण धर्माविषयी म्हणू शकतो. वैदिक किंवा भारतीय संस्कृतीत जे चार पुरुषार्थ मानले गेले आहेत - धर्म, अर्थ, काम, मोक्ष - त्यांत धर्म इतर तीन पुरुषार्थ घेऊन येतो. कृष्णाच्या मते, उर्वरित पुरुषार्थ म्हणजेच अर्थ, काम आणि मोक्ष साध्य करण्याचा उपाय म्हणजे धर्म होय. न्याय याचा अर्थ असा, की धर्माच्या आधारे कर्म, काम आणि मोक्ष साध्य करणे आणि या मार्गाचे पालन न करता आपल्या पुरुषार्थाची अविवेकी पूर्तता करणे म्हणजे अधर्म. आपल्या आकांक्षांची आणि हेतूची पूर्तता धर्मपालन करत करावी, असे कृष्णनीती सांगते. एखाद्या खेळाच्या नियमाप्रमाणेच हे आहे आणि म्हणूनच नीतीनियमांनुसार लढल्या गेलेल्या युद्धाला 'धर्मयुद्ध' म्हटले गेले. मात्र धर्माचे नियम हे त्या त्या काळातील परिस्थितीनुसार ठरलेले असतात, बदलत असतात. त्यामुळे परिस्थिती बदलली, तर धर्माच्या नियमांचाही पुनर्विचार आणि पुनर्रचना करायला हवी, असे कृष्णनीती सांगते. याचाच अर्थ असा, की कायमच प्रत्येक युगात समाजाला केंद्रस्थानी ठेवून समाजहिताच्या दृष्टीने आचार आणि कर्म यांची लवचीक आणि विवेकी संहिता तयार केली गेली पाहिजे आणि तिचा केंद्रबिंदू न्याय हा हवा.

भारतीय परंपरेत आणि संस्कृतीत वेगवेगळ्या रूपांत श्रीकृष्णाचे स्थान अव्वल आहे. यशोदेचा कृष्ण, बालसवंगड्यांचा कृष्ण, पुतनेचे विष पचवणारा बाळकृष्ण, कालियामर्दन करणारा कृष्ण, लोणी चोरणारा कृष्ण, गवळणींच्या खोड्या करणारा कृष्ण, कंसाचा संहार करणारा कृष्ण, राधेचा मुरलीधर कृष्ण, मीरेचा कृष्ण, द्रौपदीची लाज राखणारा कृष्ण, रुक्मिणी-सत्यभामेचा पती, सखा कृष्ण, कुरुक्षेत्रातील सुदर्शनधारी कृष्ण, गोवर्धनधारी कृष्ण, युद्ध नको म्हणून शिष्टाई करणारा कृष्ण, धर्मनीतीच्या रक्षणासाठी पांडवांची साथ देणारा कृष्ण, अर्जुनाचा रथसारथी कृष्ण, योगीराज कृष्ण, युद्धभूमीवर 'गीता' सांगून अर्जुनाचे मन लढण्यासाठी वळवणारा कर्मयोगी कृष्ण, नरकासुराचा वध करून त्याच्या कैदेतील सोळा हजार अनाथ स्त्रियांना आश्रय देणारा कृष्ण, ही आणि अशी कृष्णाची अनेक रूपे जनमानसात रुजलेली आहेत. पण पूजेसाठी बाळकृष्ण हेच कृष्णाचे रूप अभिप्रेत असते. आचार्य ओशो रजनीश म्हणतात की, वयाने मोठा झालेला सुदर्शनधारी कृष्ण भाविकांना पेलण्यास जड जातो, सहन होत

नाही, कारण त्याचे रणभूमीवरील रौद्ररूप होय! त्याचे वेगळेपण म्हणजे सहज उपलब्ध असताना त्याने वैयक्तिक आयुष्यात कुठलीही स्वार्थी महत्त्वाकांक्षा, लोभ, मोह, माया बाळगली नाही. न्यायासाठी झगडणारा विरेचक कृष्ण हा अधिक वेगळा वाटतो.

या आदर्श पुरुषोत्तमाने पारंपरिक आणि प्रस्थापित नीतीचे काही मूलभूत नियम जाणूनबुजून मोडले. उदाहरणार्थ, 'न धरी शस्त्र करी मी' असे म्हणूनसुद्धा महाभारत युद्धकाळात काही मोजक्या आणि नेमक्या वेळी सुदर्शन चक्राचा वापर संहारासाठी त्याने केला. त्याचा आणि भीष्माचार्यांचा वारंवार अपमान करणाऱ्या शिशुपालाचे शंभर अपराध भरल्यावर त्याला ते अपराध मोजून दाखवून त्याचा वध केला. जरासंधाच्या वधाच्या वेळी भीमाला 'जरासंधाच्या देहाचे दोन तुकडे करून, ते दोन विरुद्ध दिशांना फेक', असा (अनाहूत) सल्ला त्याने दिला. दुर्योधनाने आपले शरीर वज्रलेप करून घेण्यासाठी अंध माता गांधारीला (एकदाच) डोळे उघडण्यास लावण्याआधी कृष्णाने त्याला लज्जेपायी लिंग झाकण्याचा सल्ला ऐनवेळी दिला आणि हे गुपित भीमाला गदायुद्धात सांगून, दुर्योधनाच्या दोन मांड्यांच्या मध्ये गदेचा प्रहार करायला लावून, त्याचा अंत घडविला. गुरू द्रोणाचार्यांना अश्वत्थामा मेला, असे सत्यधर्मी धर्मराजाला सांगावयास लावले. खरे तर तो द्रोणाचार्यांचा मुलगा अश्वत्थामा नसून तो अश्वत्थामा नावाचा हत्ती होता. गुरू द्रोणाचार्यांना अर्धसत्य सांगून त्याने त्यांचा पाडाव केला. भिक्षुकाचे रूप घेऊन कधी दानास नाही न म्हणणाऱ्या दानशूर कर्णाची कवचकुंडले काढून घेतली आणि 'अजित' कर्णाला कवचकुंडलहीन बनवून 'जित' केले. असे काही प्रसंग पाहता पुरुषोत्तम कृष्ण असे खोटेपणाचे दुटप्पी वर्तन कसे काय करू शकतो, असा प्रश्न पडतो.

श्रीकृष्णाने त्याच्या नावाला न शोभणारे असे वर्तन केले ते स्वतःसाठी नव्हते, तर न्यायासाठी आणि सज्जनांच्या रक्षणासाठी केले. युद्धानंतर कृष्णाने स्वतःसाठी कोणतेही पद, राज्य, जमीन, धनदौलत इत्यादींची अपेक्षा केली नाही. यादवांचा विनाश किंवा शापामुळे होणाऱ्या मृत्यूपासून स्वतःची सुटका व्हावी म्हणून कोणताही प्रयत्न केला नाही. उलट पारध्याकडून ओढवणारा मृत्यू आणि त्याचे परिणाम भोगण्यासाठी तो सज्ज झाला.

श्रीकृष्णनीतीचे प्रतिबिंब पुढे चाणक्यनीतीमध्येही उमटलेले दिसते. कौटिल्यनीती आणि इटलीतील प्रसिद्ध राजनीतीज्ञांपैकी एक निक्कोलो मॅकिआव्हेलीच्या 'The Prince' या पुस्तकात नीतिशास्त्रावर केलेल्या भाष्यांमध्ये व कृष्णनीतीमध्ये साम्य आहे. मात्र फरक इतकाच आहे, की, मॅकिआव्हेली जसे इतिहासाचे आणि काळाचे भान ठेवतो, तसे भान ना चाणक्यनीतीत दिसते, ना कृष्णनीतीत. मॅकिआव्हेलीने राजकारणाची

निक्कोलो मॅकिआव्हेली लिखित 'द प्रिन्स' या पुस्तकाचे मुखपृष्ठ

चिरफाड केली, कुटिलतेचा पुरस्कार केला म्हणून तो युरोपात तिरस्काराला पात्र झाला. मॅकिआव्हेली नीतिशास्त्र व राज्यशास्त्र यांत फरक करत नाही. माणूस मूलतःच कुटिल आहे. त्याचे व्यवहार स्वार्थमूलक आहेत आणि राजकारणात अप्रामाणिकपणा शीग गाठतो, असे त्याचे प्रामाणिक मत आहे. त्यामुळे ध्येयवाद्यांना त्याच्याविषयी तिरस्कार वाटे. कॅथलिक पंथाने तर त्याच्या लिखाणावर बंदी घातली होती. कौटिल्याबाबतही अपवाद निघाले. पण ते पूर्वकालीनांकडून नव्हते, तर आधुनिक पाश्चात्त्य प्रणालीच्या जाणत्या चाहत्यांकडून होते. पूर्वसूरींनी लंकावतार सूत्रात कौटिल्याला ऋषी म्हटले आहे.

महाभारतामधील कथानकांतून नीतिधर्माचा पुरस्कार केलेला आढळतो. नारदनीती, भीष्मनीती, विदुरनीती, कणिकनीती, दंडनीती व कृष्णनीती म्हणजेच 'गीता'. या नीती सर्वप्रसिद्ध आहेत. या नीतींचे रचनाकार हे त्या काळात सर्वमान्य होते, लोकमान्य होते आणि सर्वप्रसिद्धही होते. त्यामुळे त्यांनी कथन केलेल्या नीतीला लोकमानसात मानाचे स्थान प्राप्त झाले. नीतिकार नारद, भीष्म, विदुर व श्रीकृष्ण हे व्यक्तिगत जीवनात कृतकृत्य तर होतेच; शिवाय ते हर्षामर्षा, तृष्णा व स्वार्थ यांच्या पलीकडे गेलेले आदरणीय नेते होते. या उदात्त चारित्रिक पार्श्वभूमीमुळे यांनी सांगितलेला नीतिधर्म हा केवळ महाभारत काळापुरताच मर्यादित न राहता सार्वकालिक मान्यताप्राप्त ठरला (कपटनीती).

पाश्चात्त्य तत्त्ववेत्त्यांमधील एका अग्रगण्य अशा प्लेटोच्या नीतिशास्त्राकडे (The Republic) पाहिले असता, त्याच्या 'आदर्श राज्य' संकल्पनेत त्याने संपूर्ण समाज तीन वर्गांत विभागला आहे. हे वर्ग म्हणजे संरक्षक, सैनिक आणि उत्पादक. संरक्षक वर्गात प्लेटो न्यायतत्त्वाची, तर सैनिकांच्या वर्गात तेजतत्त्वाची आणि उत्पादकांच्या वर्गात विषयोपभोगी तत्त्वाची स्थापना करतो आणि असे प्रतिपादन करतो, की ज्या

राज्यांत तेजस्वी आणि विषयोपभोगी ही तत्त्वे (विरेचक अशा) न्यायतत्त्वाच्या योग्य नियंत्रणाखाली असतात, अशा राज्याला 'आदर्श राज्य' म्हणता येईल. राज्यातील सैनिक आणि उत्पादक हे वर्ग संरक्षक वर्गाच्या विरेचक-न्यायतत्त्वाच्या नियंत्रणाखाली असले पाहिजेत. प्लेटोची ही धारणा 'युटोपीयन' (कल्पनासदृश) मानली जाते, तर कृष्णनीती किंवा चाणक्यनीती कालानुरूप आजही स्वाभाविक आणि प्रासंगिक आहेत. कृष्णाने त्याच्या नीतिशास्त्रामध्ये प्लेटोच्या समाजरचनेपलीकडे जाऊन, सर्वांना सहज समजेल अशा कर्मयोगाची मांडणी जवळजवळ साडेचार हजार वर्षांपूर्वी केली आहे. तर प्लेटोचे 'रिपब्लिक' (प्रजासत्ताक) (ख्रिस्तपूर्व ३७५ वर्षे) कर्मयोगावर आधारित आहे. प्लेटोचा सम्यक समाज आदर्श मानला गेला आहे. अपेक्षाभंग होऊ नये म्हणून फळाची अपेक्षा धरू नये. त्यामुळे कर्ता हा सम्यक होऊन कर्माला एक तटस्थ असे अधिष्ठान प्राप्त होईल, असे संतुलित तत्त्वज्ञान कृष्णाने अंगीकारले आहे. यामुळे मोह आणि कर्म यातील लक्ष्मणरेषा गडद होते. कर्माला महत्त्व प्राप्त होते.

कृष्णाने अर्जुनाला त्याच्या योद्ध्याच्या भूमिकेपासून ढळून, निःसंग होण्यापासून थोपविण्यासाठी आणि त्याच्यात कर्मयोगाचा आणि क्षत्रिय भावनेचा पुनःसंचार होण्यासाठी सांख्य, कर्म, राजविद्या, विभूतिविस्तार, भक्ती तसेच पुरुषोत्तम असे काही योग श्रीमद्भगवद्गीतेत विषद केले आहेत. अनेक शतकानंतर फ्रेडरिक नित्शे या जर्मन तत्त्वज्ञाने सुद्धा कृष्णाच्या या तत्त्वज्ञानाचा समांतर विचार केलेला दिसतो. अधिकारी व्यक्तिमत्त्वामध्ये सत्तेच्या अभिलाषेचा (Will to power) मापदंड म्हणून विचार केला आहे. धर्माला, चर्चला आव्हान देणाऱ्या नास्तिक नित्शेला असा विश्वास होता, की यश, महत्त्वाकांक्षा आणि जीवनात शक्य तितक्या उच्च स्थानी पोहोचण्यासाठी धडपडणे (कर्म) या मुख्य प्रेरक शक्ती आहेत. या नित्शेच्या तत्त्वात अर्जुनाला नवचेतना देणाऱ्या कर्म-संन्यास योगाचे (कृष्णाचे) तत्त्वज्ञान मात्र दिसत नाही. एकंदरीत नित्शेचे जर्मन तत्त्वज्ञान आणि कृष्णनीतीमध्ये, पारंपरिक प्रस्थापित तत्त्वांना वळसा देऊन नव्या विचारांची

जर्मन तत्त्वज्ञ फ्रेडरिक नित्शे

मांडणी केलेली मात्र स्पष्टपणे दिसते.

नीतिशास्त्राच्या पारंपरिक प्रस्थापित मूल्यांना कधी कधी छेद देणारे कृष्णाचे नीतिशास्त्र महाभारतातील काही निर्णायक प्रसंगांमधून दिसत असले, तरी कृष्णाने हे सर्व काही वैयक्तिक स्वार्थासाठी केले नव्हते हे पुन्हा नमूद करावेसे वाटते. इतर नीतिशास्त्रातून अंगीकारलेल्या मूल्यांमध्ये निर्मोह, निष्काम, कर्मयोग किंवा संन्यास हा विचार आढळत नाही, कृष्णाच्या नीतीशास्त्रात तो आढळतो. हेच कृष्णाचे वेगळेपण आहे आणि कदाचित म्हणूनच कृष्णाचा पुरुषोत्तम किंवा योगीराज म्हणून स्वीकार जनमानसात झालेला आहे. परंपरेने अधिकृत मानलेल्या दोषांचे गुणांत परिवर्तन करणारे कृष्णचरित्रासारखे उत्तम उदाहरण कदाचित इतिहासात दुसरे नसावे. कृष्णाने शेवटपर्यंत आपली विवेचकाची, न्यायाची भूमिका प्रामाणिकपणे कर्मयोगाद्वारे निभावली, हेही कदाचित त्याचे एक कारण असू शकेल.

८

भोगाचा स्वीकार करणारा योगेश्वर कृष्ण

इंद्रियांचे नियमन करून, आसक्ती न ठेवता केवळ कर्मेंद्रियाद्वारे जो कर्मयोगाचे आचरण करतो, तो अधिक योग्य होय, असे कृष्ण गीतेत सांगतो. कशाचाही त्याग न करता, आयुष्याचा संपूर्णपणे स्वीकार करायचा आहे. हे जीवनाचा त्याग करण्याचे नाही, तर 'जीवन जगण्याचे तत्त्वज्ञान' आहे.

कृष्णाचे पूर्णपुरुष म्हणून वर्णन करताना आपल्या 'व्यासपर्व' या पुस्तकात दुर्गा भागवत म्हणतात, 'भारतीय संस्कृती लालित्याने क्वचितच फुलते. पण ती एकदा मात्र घवघवीत फुलली. राधाकृष्णाच्या प्रीतीचा वसंत एकदाच आला आणि गेला, पण काहीतरी सदा फुलते, घमघमते मागे ठेवून गेला. भारतीय पातिव्रत्याच्या कडकडीतपणाला कायमचे आव्हान देत राधेने एकनिष्ठ प्रीतीचे चांदण्याने रंगलेले पूर्ण सौंदर्य उघडे केले. प्रीतीचा लालभडक रंग राधेमुळे सौम्य निळा, रुपेरी झाला. या निळ्या प्रीतीला सामावून घेताना कृष्णाचे व्यक्तिमत्त्व आकाशाएवढे विस्तारले, उंच झाले. रात्रीप्रमाणे ते अतीव मृदू व गूढ झाले. राधाकृष्णाच्या प्रीतीमुळे भारतीय प्रेमकथेला नवा कोवळेपणा आला. संसारी भाराने कधी शिळा न होणारा भाव तिला आला. प्रीतीच्या परिपूर्तीला चिरतारुण्य अपेक्षित असते. ते साधण्यासाठीच या आदर्श प्रेमिकेने जणू राधेच्या विरहाने स्वतःला बांधून घेतले.

मृत्यूतल्या अमरत्वाप्रमाणे प्रिय सहवासाच्या कायमच्या अंतरात प्रेमाचे खरे सार्थक होते हे त्याला दाखवायचे होते का? अशा साफल्याचे चिरविरहातच प्रेमसाफल्याचे अशरीरी रूप उत्कटपणे प्रतीत होते हे स्वानुभवाने त्याला सुचवायचे होते का? राधाकृष्ण एकत्र वास कधी करीतच नाहीत. क्षणाक्षणात त्यांचा सहवास भरलेला आहे. हे क्षण फार बोलके आहेत. त्यांचे सगळे बोलके भाव पुराणांनी, काव्य-कथांनी जतन केले. बासरीचे प्रतीक या संजीवक प्रीतीला मिळाले. पण नंतरचा तो कधी न मिटणारा विरह! तो मूक आहे. गूढ आहे. त्याला नाद-रंग-रूपांची आभरणे कधी चढणार नाहीत. या विरहामागे कलह, उपेक्षा, मृत्यू हेही संकेत नाहीत आणि तरीही हा विरह त्याच्या अनामिकत्वामुळे अति जिवंत झाला आहे. रामाप्रमाणे कृष्णाने पुढे कधी राधेची आठवण काढून उघड शोक केला नाही. अगदी नाजूक असा हा प्रेमाविष्कार त्याने अगदी ओळखूही येणार नाही अशा तऱ्हेने अंतरातल्या अगदी तळाच्या भागात, त्याला व्यवहारी संकेतांचा कुठे धक्काही लागणार नाही अशा तऱ्हेने झाकून ठेवला काय?'

दुर्गा भागवत लिखित 'व्यासपर्व' या पुस्तकाचे मुखपृष्ठ

पृथ्वीवरच्या संपूर्ण पूजनीय व्यक्तिमत्त्वांमध्ये कृष्ण कदाचित असा एकटाच धर्मपुरुष असावा, ज्याने धर्माचा संपूर्ण अर्थ जाणला आहे, आचरणात आणला आहे. मात्र ते करताना त्याने लौकिक जगातील कुठल्याही गोष्टीचा त्याग केलेला नाही. कशालाही नाकारले नाही. तो संपूर्ण आनंदात आहे. त्याचा जीवनधर्माचा शोध कुठल्याही दु:खांपासून, विरक्तीतून सुरू झालेला नाही, किंबहुना त्याने तो शोध घेतलेलाच नाही. तो धर्म जाणतो आणि लौकिक आयुष्यातील जीवनाचे मर्महीं जाणतो. त्यामुळे त्याच्या आयुष्यात 'प्रबुद्ध' होण्याचा क्षण नाही. त्याचे सर्व आयुष्यच प्रबुद्ध आहे.

इतर कुठल्याही महापुरुषांची किंवा धर्मसंस्थापकांची व्यक्तिमत्त्वे, त्यांची जडणघडण पाहिल्यास आपल्या लक्षात येते, की आयुष्यातील दु:खाने विरक्ती येऊन हे सगळे चिरशांततेच्या शोधार्थ निघाले आणि तिथेच त्यांना जीवनाचे मर्म समजले. हे सर्व लौकिक आयुष्य निरर्थक आहे, आभासी आहे, मोहमाया आहे हे जाणून, यातून बाहेर पडत त्यांना अंतिम सत्याचा शोध लागला. हिंदू धर्मतत्त्वज्ञानदेखील असेच सांगणारे आहे. पण याला अपवाद आहे, कृष्ण! त्याने आयुष्यातील सर्व रंगांचा तितक्याच समत्व भावनेने स्वीकार केला आहे, त्याने कशालाही त्याज्य मानले नाही. कशापासूनच पळ काढला नाही. इतकेच काय, या सर्व मोहमायांचा उपभोग घेत आनंदी राहणारा तो 'योगेश्वर' आहे. कदाचित म्हणूनच कृष्ण 'पूर्णपुरुष' आहे!

अध्यात्मामध्ये अद्वैताचा अर्थ आत्मशक्ती आणि परमात्मा यांचा संयोग. मात्र कृष्णासाठी या अद्वैताचा अर्थ, त्याच्याही पलीकडचा आहे. त्याच्यासाठी या मुळातच दोन गोष्टी नाहीत. आत्मानंदासाठी शरीराचा त्याग, परलोकासाठी इहलोकाचा त्याग अशी दोनपैकी एक निवड तो करत नाही. त्याच्यासाठी हे द्वंद्व नाही, तर एकच आहे. कृष्णासाठी दु:ख शाश्वत सत्य आणि सुख मोहमयी असे नाही. म्हणूनच कुठल्या तरी मोठ्या सुखाच्या प्राप्तीसाठी तो आयुष्यातल्या छोट्या-छोट्या सुखांचा त्याग करायला सांगत नाही. उलट, ती सुखे भोगून तो ती कायमची संपवतो. विरक्त मनाने सुखाचा संपूर्ण उपभोग घेण्याचे इतर कोणतेही उदाहरण असूच शकत नाही.

आयुष्यातील विकारांचा त्याग करण्याआधी त्यांचा स्वीकार करा, त्यांचे बळजोरीने दमन करू नका असे सांगणारे कृष्णाचे आयुष्य आहे. म्हणूनच कृष्ण स्त्रीपासून दूर जात नाही. प्रेमापासून तो अलिप्त नाही, उलट प्रेम आयुष्यातील सर्वोच्च आनंदमय अनुभूती आहे, हे त्याचे जीवन आपल्याला दाखवते. तो परम करुणामय आहे, शांततेचा पुरस्कर्ता आहे. युद्ध टाळण्याचा त्याने पूर्ण प्रयत्न कृष्णशिष्टाई करून केला. मात्र, ज्या वेळी न्यायासाठी युद्ध आवश्यक ठरले, त्या वेळी त्याने युद्धाचा स्वीकार केला. एवढेच नाही, तर अर्जुनालाही खऱ्या क्षात्रधर्माची जाणीव परखडपणे करून दिली. जो खऱ्या

कुरुक्षेत्रावर अर्जुनाला खऱ्या क्षात्रधर्माची जाणीव करून देताना श्रीकृष्ण

अर्थाने अहिंसेचा साधक असतो, तो हिंसेला घाबरत नाही. आयुष्यात जे जे समोर आले त्याचे त्याने स्वागत केले, स्वीकार केला. कारण जगाचे हे विराट रूप आणि या विराट पसाऱ्याच्या नाभीशी असणारे सूक्ष्म बिंदुरूप चैतन्य या दोन्ही एकच आहेत, हे कृष्णाला दिसू शकते. आत्मा आणि शरीर या दोन वेगळ्या गोष्टी नाहीत. सुख आणि दुःख एकाच सूत्राची दोन टोके आहेत, त्यांच्यातला धागा समान आहे. तो कृष्णाला दिसतो आणि म्हणूनच तो दोन्हींचा स्वीकार करतो, आयुष्याचा समग्र स्वीकार करतो. आपल्यासारख्या सामान्य माणसांकडे ही समग्र, सम्यक दृष्टी नसते. त्यामुळे आपण आयुष्यात सुख-दुःखापैकी एकाचाच स्वीकार करतो. कृष्ण आणि शुभ्र यांपैकी कुठल्या

तरी एकाच रंगाची निवड करण्याचा मनुष्यस्वभाव असतो. एकाच आत्म्याचा शोध घेताना शरीराचा आपण त्याग करायला बघतो. लौकिक सुखांना नाकारत, त्यांचे दमन करतो आणि आपल्या आत एक प्रचंड थकवणारे असे द्वंद्वयुद्ध सुरू होते.

कर्मेन्द्रियाणि संयम्य य आस्ते मनसा स्मरन्।
इन्द्रियार्थान्विमूढात्मा मिथ्याचारः स उच्यते॥ ६॥

(अध्याय ३ - श्रीमद्भगवद्गीता)

(जो मूर्ख, कर्मेंद्रिये बळजबरीने आवरून मनाने मात्र विषयांचे कायम चिंतन करत राहतो त्याला ढोंगी म्हणतात.)

या संदर्भात, ओशो रजनीश यांनी सांगितलेली एक कथा अतिशय उद्बोधक आहे. ती थोडक्यात अशी, एक संन्यासी होता. दिवसभर तो आपली संन्यस्त कर्मे करत असे. त्याच्या घरासमोरच एक गणिका राहत असे. तीही तिची निहित कर्मे करत असे. योगायोग असा, की हा संन्यासी आणि गणिका यांचा एकाच दिवशी मृत्यू झाला आणि दोघेही आपापल्या पुढे मार्गस्थ झाले. गणिका संन्याशाच्या आधी वर पोहोचली. चित्रगुप्ताने तिच्या पापपुण्याचा हिशेब केला आणि सांगितले की तुला स्वर्गात स्थान मिळेल. तोपर्यंत संन्यासीही तिथे पोहोचला होता. देहविक्री करणाऱ्या गणिकेला स्वर्गप्राप्ती झालेली बघून तो आश्चर्यचकित झाला. त्यानंतर चित्रगुप्ताने संन्याशाचा हिशेब केला आणि आज्ञा दिली, की याला नरकात पाठवावे. हे ऐकून संन्याशाला संताप आला. नीच कर्मे करणारी गणिका स्वर्गात आणि माझ्यासारख्या संन्यस्त, व्रतस्थ आयुष्य जगलेल्याला तुम्ही नरकात पाठवता? हा कुठला न्याय? त्यावर चित्रगुप्ताने उत्तर दिले - 'ती गणिका होती. तिच्या नशिबाने तिला जे निहित कर्म मिळाले, ते तिने प्रामाणिकपणे केले. मात्र, हे करत असताना तिचे मन कायम श्रीकृष्णाच्या ठायी लीन होते. आयुष्यभर अत्यंत निष्ठेने तिने कृष्णभक्ती केली. जी जी कर्मे तिने केली ती सगळी कृष्णार्पण केली. त्यामुळे तिची कर्मे कोणती याला महत्त्व नाही, ती तिने कशा बुद्धीने केली, हे महत्त्वाचे आहे. म्हणून तिला स्वर्गप्राप्ती झाली, असे सांगून चित्रगुप्त पुढे म्हणाला,

''तुझी कर्मे शुचितापूर्ण होती. मात्र ती शुचिता केवळ वरवरची होती. तुझी कर्मे करताना तुझे ध्यान परमेश्वरकेंद्रित नव्हतेच. उलट तुझ्या मनात सतत समोरच्या गणिकेचाच विचार असे. तुझ्या विषयासक्त मनात कायम तिचे ध्यान असे. ती काय करते आहे, याचा सतत ध्यास असे. त्यामुळे तुझी कर्मे कितीही चांगली असली, तरीही त्यांचा काहीही उपयोग नाही. त्यामुळे तुला नरकवास मिळाला आहे.''

आसक्तीचा, मोहाचा त्याग करून, त्याचे दमन करून आपण त्यावर विजय मिळवू शकत नाही. दमन म्हणजे नकारात्मकता. आपल्याला या आसक्तीशी लढायचे

नाही, तर तिचा स्वीकार करून, तिच्याशी मैत्री करून त्यावर मात करायची आहे. इंद्रियांचे नियमन करून, आसक्ती न ठेवता केवळ कर्मेंद्रियाद्वारे जो कर्मयोगाचे आचरण करतो, तो अधिक योग्य होय, असे कृष्ण गीतेत सांगतो. कशाचाही त्याग न करता, आयुष्याचा संपूर्णपणे स्वीकार करायचा आहे. हे जीवनाचा त्याग करण्याचे नाही, तर 'जीवन जगण्याचे तत्त्वज्ञान' आहे.

मात्र असा 'पूर्णपुरुष' जो धर्माच्या मार्गाने अर्थ, काम आणि मोक्षप्राप्तीचा मार्ग सांगतो; जो सुख आणि दुःख, दोन्हींचा सारख्याच आत्मीयतेने स्वीकार करतो, त्याचे हे समग्रपण कदाचित माणसांना पूर्णपणे स्वीकारता आलेले नाही. ज्याला कृष्णाच्या व्यक्तिमत्त्वातला जो पैलू आवडला (किंवा झेपला), त्याने तसे कृष्णाचे चारित्र्य रंगवले आहे. सूरदासाला बालमुकुंद भावला, तर भागवतकर्त्यांना त्याचे गोकुळातले यौवनरूप आकर्षक वाटले. लोकमान्यांना तो तत्त्वज्ञ दिसला, तर गांधी-विनोबांना गीताधर्म सांगणारा मार्गदर्शक वाटला. कृष्ण असा सर्व काही आहे. या सगळ्या रूपांचे ते एकच व्यक्तिमत्त्व आहे, जे कदाचित आपल्याही आवाक्यापलीकडचे आहे. भविष्यात आपण जसजसे अधिक परिपक्व होऊ, तसतशी कृष्णाची ही समग्रता, सम्यकता आपण स्वीकारू शकू.

९

कृष्णाचा कर्मयोग

नदी वाहत जाते. वाहत जाणे हा तिचा धर्म आहे, समुद्राला मिळणे ही तिची अपेक्षा नाही, तर ते तिचे प्राक्तन आहे. ते साध्य होवो न होवो; ती वाहतच राहणार आहे. आपली कर्मेदेखील अशीच असायला हवीत.

मागील विश्लेषणावरून असे वाटू शकते, की कृष्ण भोगवादी होता. आयुष्यातल्या सुखांचा आत्मीयतेने स्वीकार करणारा नव्हे; त्या सुखांचा उपभोग घेणारा, सदैव चेहऱ्यावर हसू आणि ओठांवर बासरी असणारा कृष्ण वैराग्याचा संदेश कसा देऊ शकतो? म्हणूनच कृष्णाचे वर्णन कुठल्याही एका विधानात करता येणार नाही. मोहमायेच्या सागरात राहूनही हसत राहण्याचे कृष्णाचे गमक काय? तर त्याचे उत्तर आहे, त्याने श्रीमद्‌भगवद्‌गीतेत सांगितलेल्या निष्काम कर्मयोगात! हा कर्मयोग आपल्याला संसारात राहूनच सगळ्या गोष्टींचा स्वीकार करायला शिकवतो. गीतेच्या पाचव्या अध्यायात - संन्यासयोगात अर्जुनाने त्याला विचारले, की कर्मयोग आणि कर्मसंन्यास यांपैकी अधिक श्रेयस्कर काय? त्यावर उत्तर देताना कृष्ण सांगतो,

संन्यासः कर्मयोगश्च निःश्रेयसकरावुभौ।
तयोस्तु कर्मसंन्यासात्कर्मयोगो विशिष्यते॥ २ ॥

(अध्याय ५ - श्रीमद्‌भगवद्‌गीता)

(**अर्थ :** कर्मसंन्यास आणि कर्मयोग हे दोन्ही मार्ग मोक्षदायक आहेत. पण त्यांपैकी कर्मसंन्यासापेक्षा कर्मयोगाची योग्यता विशेष आहे.)

येथे कृष्ण म्हणतो, जो मनुष्य कशाचाही द्वेष किंवा कशाचीही इच्छा करीत नाही, तो कर्मयोगी नित्य संन्यासीच समजावा. कारण तो रागद्वेषादी-द्वंद्वातीत झाला आणि जो द्वंद्वातीत झाला, तो कर्मबंधनातून सहज मुक्त होतो. मनुष्य जन्माला आला म्हणजे तो काही तरी कर्म करतच राहणार आहे. कर्म न करता तो राहू शकत नाही. आपल्या वाट्याला आलेली कर्मे करताना त्याविषयी मन आसक्त नसावे. मात्र ही आसक्ती मनाशी संघर्ष करून आलेली नसावी. संघर्षातून मनावर विजय मिळवला, तर मन कोमेजून जाईल, तुटून जाईल. मात्र मनाशी मैत्री करून त्यावर विजय मिळवला, तर चित्त आपल्यात सामावून जाईल. कृष्णासाठी शरीराच्या पलीकडे जाणे म्हणजे असे नाही, की मी शरीरच उरलो नाही. तर असा अर्थ आहे, की मी केवळ शरीरच उरलो

नाही, तर त्यापलीकडच्या आत्म्याची मला जाणीव झाली आहे. म्हणूनच कृष्णाला शरीराचा अव्हेर करावा लागला नाही, भवसागराचा त्याग करावा लागला नाही.

कृष्णाने सर्वसामान्यांना गीतेतून संदेश दिला आहे,

कर्मण्येवाधिकारस्ते मा फलेषु कदाचन।

मा कर्मफलहेतुर्भूर्मा ते सङ्गोऽस्त्वकर्मणि॥४७॥

(अध्याय २ - श्रीमद्भगवद्गीता)

(**अर्थ :** तुझा केवळ कर्मावर अधिकार आहे, त्याच्या फळावर नाही. तू तुझे विहित कर्म कर, कुठल्याही परिस्थितीत फळाची अपेक्षा करू नकोस. जर तू कर्मफळाची अपेक्षा केलीस, तर त्यातून कर्मफळस्वरूप पुनर्जन्म मिळण्याचा हेतू उत्पन्न होतो आणि जीवनचक्र सुरूच राहते. त्यामुळे कर्मात फळाची आसक्ती ठेवू नकोस)

कृष्णासाठी संयमाचा अर्थ आहे, त्याग आणि भोग यांच्यातील मध्यबिंदू! एखाद्या गोष्टीचा त्याग करणे म्हणजे ती गोष्ट मनात ठेवणेच असते आणि त्या गोष्टीचा भोग घेणे म्हणजेही त्याचेच आकर्षण असणे. अतिरेकी त्याग आणि अतिरेकी भोग हे दोन्हीही नकोच. कृष्ण ना कशाचा त्याग करतो, ना भोग घेताना त्यात गुंततो. महाभारतातही कृष्णाने जो भोग घेतला, तो भोग अधिकारशून्य होता. हाच निष्काम कर्मयोग आहे.

पण आसक्ती न ठेवता कर्म केले तर जीवनमृत्यूच्या चक्रातून मुक्ती मिळते, मोक्ष मिळतो, असे जेव्हा कृष्ण सांगतो तेव्हा ते अत्यंत गोंधळात पाडणारे असते. फळाची अपेक्षा ठेवली नाही, तर कोणी कर्मच कशाला करेल? मोक्ष मिळवण्याची अपेक्षा म्हणजे एक प्रकारची आसक्तीच आहे. मग फळाची इच्छा न करता केलेले कर्म म्हणजे काय? असा विचार करताना आपल्याला कर्म समजून घ्यावे लागेल. कर्म दोन प्रकारची असतात. पहिले कर्म म्हणजे, आपण आपल्याला काहीतरी मिळेल, आज केलेल्या कामामुळे उद्याची सोय होईल, याचा विचार करून केलेले कर्म. ज्यात भविष्य आपल्याला ओढून, आपल्याकडून कर्म करवून घेत असते. या 'आजच्या' कर्मात कायम 'उद्याच्या' भविष्यातील फळप्राप्तीची अपेक्षा असते आणि हे भविष्य कायम, अगदी आपल्या मृत्यूपर्यंत आपली पाठ सोडत नाही. मग जेव्हा मृत्यूची वेळ येते, तेव्हा आपल्या या जन्मात झालेली कामे, ज्यांचे बरे-वाईट फळ आपल्याला मिळणार आहे, त्यांचा हिशेब करण्यासाठी पुढचा जन्म घ्यावा लागतो आणि जन्ममृत्यू-कर्मफळाच्या हिशेबाची नोंदवही पुढच्या जन्मातही सुरूच राहते. फक्त आपल्याला त्याची जाणीव नसते, हा एक सिद्धान्त! या प्रकारची कर्मे करताना केवळ आनंद, मोहच नाही, तर तऱ्हेतऱ्हेचे इतर विकार त्याला चिकटून असतात, जे आपल्याला निष्काम कर्म साधूच देत नाहीत.

तर दुसऱ्या प्रकारचे कर्म म्हणजे आपल्या आतल्या चेतनेमुळे आपल्याकडून उत्स्फूर्तपणे केले जाणारे कर्म. याचा कार्यकारण भाव आपल्यालाही कळत नाही आणि इतरांनाही तो सांगता येत नाही. उदाहरणार्थ, रस्त्याने जाताना एखाद्या अनोळखी दृष्टिहीन व्यक्तीला आपण केलेली मदत. आपण ती अंत:प्रेरणेने करतो आणि नंतर दुसऱ्या क्षणी विसरूनही जातो. कधीतरी ती अनोळखी व्यक्ती कृतज्ञता व्यक्त करेलही किंवा करणारही नाही, निघून जाईल. अशा वेळी जर आपल्या मनाने थोडीशी तरी कृतज्ञ भावनेची अपेक्षा केली, तरी ते कर्म आपल्या 'सकाम' कर्माच्या खात्यात जाईल. पण अशी अपेक्षा न करता केवळ चेतनाभावाने केलेले कर्म म्हणजे अकर्म ठरते.

मग आता आपली दैनंदिन कृत्ये अकर्म कशी ठरतील? त्यासाठी आपले प्रत्येक कर्म पूर्ण करणे आणि परमात्म्याला सोपवून त्यातून मोकळे होणे म्हणजे स्वधर्मपालन करणे. नदी वाहत जाते. वाहत जाणे हा तिचा धर्म आहे, समुद्राला मिळणे ही तिची अपेक्षा नाही, तर ते तिचे प्राक्तन आहे. ते साध्य होवो न होवो; ती वाहतच राहणार आहे. आपली कर्मेदेखील अशीच असायला हवीत. या क्षणाची, आजच्या दिवसाची कामे पूर्ण हवीत म्हणजे नवा दिवस नवी कर्मे घेऊन उजाडेल. तसेच आपल्या या जन्मातली विहित कर्मे पूर्ण करावीत आणि कृष्णार्पणमस्तु करावे म्हणजे, नवा जन्म कोरा करकरीत असेल. त्याचे बंधन वाटणार नाही. याचाच अर्थ असा, की आपण ज्या भावनेने कर्म करतो, तसे आपले जीवन असते. जीवनात मुक्ती असेल की बंधन, हे आपण आपल्या कर्मातून ठरवत असतो आणि मोक्ष किंवा मुक्ती ही इथेच असते.

१०

कृष्णाची भूमिका : नैतिक की अनैतिक?

पुराणांमध्ये देवाच्या तीन पैलूंची चर्चा केली आहे. निर्माता (ब्रह्मा), संवर्धक किंवा संरक्षक (विष्णू) आणि विनाशक (रुद्र-शिव). मागे पाहिल्याप्रमाणे देव हा विनाशकही आहे आणि याच दृष्टीने तो काळ किंवा महाकाळ असतो. गीतेमध्ये कृष्ण म्हणतो की, मी 'काळ' आहे आणि काळ असल्यामुळे मी जगाचा विनाश करू शकतो. कृष्ण जेव्हा काळ असतो तेव्हा त्याला कसलीही तळमळ नसते आणि मानवी मूल्यांपासून तो मुक्त असतो.

राम हा मर्यादा पुरुषोत्तम, तर कृष्ण हा प्रत्येक गोष्टीत शीग ओलांडणारा झाला. प्रत्येक गोष्टीला पारंगतता त्याने आणली. अमर्याद सौंदर्य व चैतन्य तिच्यात ओतले. वाऱ्याच्या झोताप्रमाणे सोसाट्याचे जीवन तो जगला. बाळपणी खेळांत त्याचे पटुत्व होते. जीव ओतून तो खेळला. चोरीलाही त्याने रमणीयत्व आणले. विनोदाचे अंग मनमुराद जोपासले. भारतीय तत्त्वज्ञांना विनोदाचे वावडे-किंबहुना, जगातील साऱ्याच तत्त्वज्ञांना. अपवाद फक्त एका कन्फ्युशियसचा! ज्याला विनोदाचे अंग नाही तो संत होत नाही, असे त्याने प्रतिपादन केले. कृष्णाच्या गीतेत विनोद नाही. ती कृती गंभीर आहे. पण कृष्णाच्या पूर्वजीवनात खेळकर विनोद खूप आहे. तो नसता तर गीतेचे गांभीर्य उणावले असते.

कृष्णाचा पिंड कलासक्त. संगीताचा तो उपासकच. पण ही कलासक्तीदेखील त्याच्या प्रीतीप्रमाणे पृथ्वीवरच पाय रोवून प्रथम उभी राहिली. त्याने वीणा घेतली नाही तर बासरी घेतली. तो तुकडा त्याने प्राण भरून मोहरवला. कृष्णाच्या लहरी पाव्याची गोडी अमर आहे. गुराख्याचे साधेसुधे ते वाद्य; पण कृष्णाने त्याला किती जिवंत केले. अगदी प्राकृत, ढोबळ दिसणाऱ्या गोष्टींनाही चिरंतन कलामूल्य आणावे कृष्णानेच, कलावंताचे उतू जाणारे, स्वतःला होमू पाहणारे व्यक्तिमत्त्व हे कृष्णाच्या जीवनाचे प्रमुख अंग आहे,'' असे दुर्गा भागवत यांनी त्यांच्या 'व्यासपर्व' या पुस्तकात म्हटले आहे.

कृष्ण हा एक कोडे आहे. एक विरोधाभास आहे. एक चलाख मुत्सद्दी आहे. आपण सर्वेश्वर, अंतिम सत्य, सगळ्याचा आंतरिक नियंत्रक असल्याचा दावा तो करतो. पण तसे त्याने का करावे?

किंबहुना, महाभारताच्या लेखकाने स्वतः मरणासन्न दुर्योधनाच्या तोंडून कृष्णाने केलेल्या दुष्कृत्यांची एक स्पष्ट यादी पुरवली आहे. जेव्हा भीमाने दुर्योधनावर अनैतिक वार केला (कंबरेखाली प्रहार करणे नियमांविरुद्ध होते, द्वंद्वाच्या नीतिमूल्यांचे उल्लंघन होते) आणि तो मरणासन्न होता, तेव्हा कुरुक्षेत्रावरील युद्धाच्या संशयास्पद कृत्यांसाठी त्याने कृष्णाला जबाबदार धरले. एका प्रकारे दुर्योधनाचे बरोबर होते. दुर्योधनाच्या म्हणण्यानुसार, पांडवांना विजय मिळवून देताना कृष्णाने अनेकदा धर्माच्या मर्यादांचे उल्लंघन केले होते. दुर्योधन कृष्णाला गुलामाचा मुलगा असे म्हणाला होता. कारण कृष्णाचे वडील म्हणजे वसुदेव हा कंस राजाचा गुलाम होता.

दुर्योधन पुढे म्हणतो, की भीष्मावर आक्रमण करताना शिखंडीला पुढे करण्याचा सल्ला अर्जुनाला कृष्णानेच दिला होता. कारण पितामह शिखंडीशी युद्ध करणार नाहीत आणि कोणताही विरोध न करता ते मरणाला सामोरे जातील हे कृष्णाला माहीत होते.

युधिष्ठिरालाही गुरू द्रोणांना असत्य सांगायला सांगणारा कृष्णच होता. त्यामुळेच गुरू द्रोणाचार्य युद्धात मारले गेले. जेव्हा कर्णाच्या रथाचे चाक चिखलात रुतले होते आणि ते काढताना निःशस्त्र असलेल्या कर्णावर बाण चालवून त्याला मारण्यास सांगणारा कृष्णच होता. भुरिश्रवाचा उजवा हात तुटलेला असताना त्याला ठार मारण्याचा आदेश सात्यकीला देणाराही कृष्णच होता. कोणत्याही नैतिक आधारावर या कृत्यांचे समर्थन केले जाऊ शकत नाही.

सत् आणि असत्, योग्य आणि अयोग्य!

दोन्ही बाजूंनी हा धर्म (नियम) पालन करण्याचे मान्य केल्यामुळे या लढाईला 'धर्मयुद्ध' म्हटले गेले असावे. मात्र युद्धाच्या अनेक महत्त्वाच्या क्षणी यांपैकी बहुतेक नियमांचे उल्लंघन करण्यात आले हे स्पष्ट आहे. त्यामुळे तो (कृष्ण) चलाख आणि चतुर होता, ज्याच्या मदतीशिवाय पांडव युद्ध जिंकू शकले नसते.

असे असतानाही एक प्रश्न सहसा विचारला जात नाही. तो हा की, आपल्याला कृष्ण जेवढा आदरणीय आहे तेवढाच तो लेखकांनाही होता. मग लेखकांना असलेला अनिर्बंध अधिकार वापरून त्यांनी कृष्णाला कोणताही दोष वा डाग नसलेला नायक का केले नसावे? जर असे असेल तर या मुद्द्यांना इतके गूढ करण्याचा का प्रयत्न आहे?

युद्धाच्या पंधराव्या दिवशी गुरू द्रोणाचार्य अत्यंत आक्रमक झाले होते आणि त्यांना थांबवणे कुणाला शक्य नव्हते. समोरच्या पांडवांच्या सैन्याला ते एकटे अंगावर घेत होते आणि कौरवांना विजय मिळणारच अशी शक्यता निर्माण झाली होती. कृष्णाला समोर दिसत होते की, द्रोणाचार्यांना थांबवले नाही तर दुसऱ्या दिवशी युद्ध संपेल. जे शक्तीने साध्य करणे शक्य नव्हते ते युक्तीने साध्य करावे लागणार होते. भीमाने अश्वत्थामा नावाच्या एका हत्तीला ठार मारले. द्रोणाचार्यांच्या मुलाचेही हेच नाव होते. कृष्णाला तिथे एक संधी दिसली. द्रोणाचार्यांचे त्यांच्या पुत्रावर असलेले प्रेम कृष्ण जाणून होता. त्यामुळे पुत्राच्या मृत्यूबद्दल द्रोणाचार्यांना कळले तर काही क्षण तरी ते दुर्बल होतील. पण त्यांच्या पुत्राचा मृत्यू झाला नव्हता. द्रोणाने त्या बातमीवर विश्वास ठेवला नाही आणि युद्ध सुरूच ठेवले. पांडवांचे अनेक सैनिक युद्धभूमी सोडून जात असतानादेखील त्यांनी त्या सैनिकांना यमसदनी धाडले. त्या वेळी धर्मवीर युधिष्ठिराकडून अश्वत्थामा मेल्याचे कृष्णाने सांगितले. परिणामी, नैतिक मूल्यांचे पुन्हा एकदा उल्लंघन झाले आणि धर्मयुद्धाचे रूपांतर अधर्मयुद्धात झाले.

कृष्णाचे काय? तो कपटी होता? पाणिनीच्या व्याकरणानुसार तो प्रयोजक कर्ता होता. पांडवांच्या जवळपास सर्वच महत्त्वाच्या निर्णयांची नैतिक जबाबदारी त्याच्यावर होती. एखादी व्यक्ती असेही म्हणेल की, 'यतो धर्मः ततो जयः' यावर भर दिलेला

असला, म्हणजेच जिथे धर्म आहे तिथेच जय असेल, पण प्रत्यक्षात पाहिले तर 'जिथे कृष्ण तिथे जय' असे समीकरण होते.

कृष्णाने द्वैपायनात सांगितलेच आहे की, 'यतः कृष्णस्ततो धर्मः यतो धर्मस्ततो जयः' (जिथे धर्म आहे तिथे कृष्ण असेल आणि जिथे कृष्ण आहे तिथे जय असेल.) येथे कृष्ण सगळी जबाबदारी घेतो.

नैतिक आचरणाच्या उल्लंघनाचे कृष्ण नेहमीच समर्थन करत असतो. तो म्हणाला की, देवांनी मायावी रूपात राक्षसांचा पराभव केला. देवांचा राजा, इंद्राने युद्धाचे नियम धुडकावून असुर राजा विरोचनचा पराभव केला.

भीमाने दुर्योधनाला युद्धाचे नियम धुडकावून ठार केल्याच्या समर्थनार्थ कृष्ण दोन वेगवेगळी स्पष्टीकरणे देतो. आपल्या प्रिय शिष्याच्या मृत्यूने व्यथित झालेल्या बलरामाला शांत करताना कृष्ण म्हणतो, द्रौपदीची काहीही चूक नसताना द्यूताच्या घातक व कपटी खेळामध्ये तिचा सर्वांसमोर अपमान करण्यात आला होता. त्याच वेळी दुर्योधनाची मांडी फोडण्याची शपथ भीमाने घेतली होती. हे द्वंद्व कायद्याच्या चौकटीत झाले असते, तर दुर्योधनाने आपल्या कौशल्याने भीमाचा पराभव केला असता आणि कुरुक्षेत्राचे संपूर्ण युद्धच कौरवांच्या बाजूने झुकले असते.

उत्तंक मुनींनी कृष्णाला विष्णूंचा अवतार म्हटले आहे. महायुद्ध सुरू झाले आहे आणि काही सुदैवी योद्ध्यांव्यतिरिक्त कोणीही जिवंत राहिलेले नाही, याची त्यांना जाणीव नव्हती. त्यांनी कृष्णाला विश्वासाने विचारले की, दोन्ही कुटुंबांमधील वाद संपविणे तुला शक्य झाले का आणि सर्वनाश करणारे युद्ध टाळले गेले का? या संन्याशाला जेव्हा वस्तुस्थिती समजली, तेव्हा तो खूपच निराश झाला आणि या दुष्कृत्यासाठी त्याने कृष्णाला जबाबदार धरले. युद्धातील सर्व वाईट गोष्टींची जबाबदारी कृष्णाने स्वीकारली पाहिजे. कारण हे युद्ध टाळणे कृष्णाला शक्य असतानाही त्याने ते होऊ दिले. कृष्ण उत्तरला की, त्याला वाटले असते तरी तो हे युद्ध थांबवू शकला नसता. ते मध्येच थांबवणे शक्य नव्हते. विध्वंसाची सुरुवात दोन्ही बाजूंकडून त्यांच्यातील शत्रूत्व, स्वार्थ, मत्सर आणि द्वेषामुळे झाली होती. कौरवांना काहीही करून संपूर्ण राज्य बळकावायचे होते हे सत्य होते. दुसरीकडे सभापर्वात पांडव अत्यंत उद्धटपणे वागले आणि दुर्योधनाचा अपमान केला. शत्रुत्वाची मुळे खोलवर रुजली होती, ती समूळ उपटणे शक्य नव्हते. पण जे शक्य होते ते कृष्णाने केले आणि शेवटी न्याय व्हावा, यासाठी प्रयत्नांची पराकाष्ठा केली. देवाला सर्वशक्तिमान झालेच पाहिजे, असे नाही. पण शेवटी न्याय होणे महत्त्वाचे आहे, याची निश्चिती करण्याची उदात्तता त्याच्याकडे हवी. दुर्योधनाचा पराभव झाल्यानंतर कृष्णाने युधिष्ठिरासमोर एक मोठे भाषण दिले.

दैव तुझ्या बाजूने असल्यामुळे तुझा विजय झाला, असे स्पष्टीकरण कृष्णाने दिले आहे. म्हणजे, इतक्या प्रतिकूल परिस्थितीत केवळ दैव त्यांच्या बाजूने असल्याने पांडव जिंकले, कृष्ण सर्वशक्तिमान असल्यामुळे नव्हे!

या महाकाव्यामध्ये कृष्णाला अजून एक महत्त्वाचा गुण दिला आहे, ज्यामुळे त्याला देवत्व प्राप्त झाले आहे. पुराणांमध्ये देवाच्या तीन पैलूंची चर्चा केली आहे. निर्माता (ब्रह्मा), संवर्धक किंवा संरक्षक (विष्णू) आणि विनाशक (रुद्र-शिव). मागे पाहिल्याप्रमाणे देव हा विनाशकही आहे आणि याच दृष्टीने तो काळ किंवा महाकाळ असतो. गीतेमध्ये कृष्ण म्हणतो की, मी काळ आहे आणि काळ असल्यामुळे मी जगाचा विनाश करू शकतो. कृष्ण जेव्हा काळ असतो तेव्हा त्याला कसलीही तळमळ नसते आणि मानवी मूल्यांपासून तो मुक्त असतो. त्याने अर्जुनाला सांगितले की, काळ म्हणून त्याने आधीच कौरव व पांडवांच्या सर्व राजांचा सर्वनाश केला. त्यानंतर तो यदुवंशाचा सर्वनाश करणार आहे. या सर्वांना पापमुक्तीची गरज होती. स्वतंत्र असलेल्या लोकांनी त्यांच्या प्रवृत्तीनुसार कृती केली होती आणि 'दुःख' निर्माण केले होते. तो प्रत्येक जीवाचा अंतर्गत कर्ताधर्ता म्हणून भूमिका निभावत होता आणि त्याला विनाशाचा हेतू साध्य करायचा होता. त्यामुळे त्याने स्वतःला 'काळ' असे संबोधले.

एखादी व्यक्ती असेही म्हणू शकेल की, कृष्ण हा नैतिक बाजू घेणारा होता, ज्याने योग्य पक्षाचा म्हणजेच पांडवांचा विजय निश्चित करण्यासाठी किंवा दुसऱ्या पक्षापेक्षा अधिक न्याय्य असलेल्या पराभवामुळे होणारे विनाशकारी परिणाम टाळण्यासाठी नैतिक वर्तनाच्या तत्त्वाचे पालन केले नाही. तसेच युद्धाच्या शेवटी होणाऱ्या न्यायाचे पतन टाळण्यासाठी कृष्णाने नैतिकतेच्या तत्त्वाचे पालन केले नाही.

११

कृष्णाचा अनासक्ती योग

लोकांनी ज्याच्यावर प्रचंड प्रेम केले, भक्ती केली अशा या योगेश्वर कृष्णाने मृत्यू पत्करला, तोही अत्यंत साधेपणाने. जंगलात, एकाकी स्वरूपात - एका वृक्षाखाली व्याधाचा बाण त्याच्या मृत्यूचे निमित्त ठरला. ज्याच्यावर, ज्याच्या देहावर, रूपावर लोकांनी इतके अलोट प्रेम केले, त्या नश्वर देहाचा त्याग त्याने अत्यंत निर्विकारपणे केला. अनासक्तीचे यापेक्षा मोठे उदाहरण काय असू शकेल?

श्रीमद्भगवद्गीतेत श्रीकृष्णाने अनासक्त होऊन कर्म करण्याचा उपदेश केला आहे. श्रीकृष्णाने केवळ हा उपदेशच केला नाही, तर तो प्रत्यक्षातही तसेच जीवन जगला.

श्रीकृष्ण अत्यंत पराक्रमी योद्धा होता. महाभारत, भागवत पुराण आणि हरिवंश यांत तो लढलेल्या सर्व लढायांचा उल्लेख आहे. सगळ्यात पहिली लढाई त्याने आपला मामा आणि अत्यंत पराक्रमी अशा 'मथुरानरेश कंसा'सोबत केली. त्या वेळी कृष्णाचे वय अतिशय कोवळे होते. कंसाचा वध करून त्याने आपले मातापिता वसुदेव-देवकी आणि आजोबा उग्रसेन यांची कारावासातून सुटका केली. महाराज उग्रसेन यांनी कृष्णाला मथुरेचे राजपद स्वीकारण्याची विनंती केली. परंतु कृष्णाने ते राज्य न स्वीकारता महाराज उग्रसेन यांना राज्यपदी बसवले. त्यानंतर कृष्णाचे पिता वसुदेव मथुरेचे आणि नंतर द्वारकेचे राजा झाले, तर बलराम या राज्यांचा युवराज होता. श्रीकृष्णाने राजपद कधीही उपभोगले नाही.

कंसाचा वध केल्यानंतर कंसाच्या दोन्ही पत्नी, अस्ति आणि प्राप्ति, ज्या मगध सम्राट जरासंधाच्या मुली होत्या, त्या आपल्या पित्याकडे परतल्या आणि कृष्णाचा प्रतिशोध घेण्याची मागणी त्यांनी पित्याकडे केली. कृष्णाने मगधसारख्या महाबलाढ्य राज्याच्या सम्राटाला - जरासंधाला एक प्रकारे युद्धाचे आमंत्रणच दिले होते. मथुरेसारखे छोटे राज्य घेण्यासाठी जरासंधाने मथुरेवर तब्बल सतरा वेळा आक्रमणे केली. या सतरा वाऱ्या मथुरेने परतवून लावल्या.

पुढे पांडवांनी इंद्रप्रस्थ नगरी वसवल्यानंतर युधिष्ठिर चक्रवर्ती सम्राट व्हावा, यासाठी त्याने राजसूय यज्ञ करावा, असे नारदांनी सुचवले. परंतु या यज्ञात आणि युधिष्ठिराच्या सम्राटपदात मुख्य अडथळा होता तो मगधनरेश जरासंधाचा. अत्यंत क्रूर असलेल्या जरासंधाने पृथ्वीपती होण्यासाठी अनेक छोट्या राज्यांचा पराभव करून सुमारे ८६ राजांना कैद करून ठेवले होते, अशी समजूत आहे. अशा १०१ राजांचा बळी देण्याची त्याची योजना होती. त्यामुळे जरासंधाचा निःपात करण्यासाठी कृष्ण भीमाला आणि अर्जुनाला घेऊन ब्राह्मणवेशात मगध राज्यात गेले. तिथे जरासंधाला मल्लयुद्धाचे आव्हान देत भीमाने कृष्णाच्या मार्गदर्शनाखाली या युद्धात जरासंधाचे दोन तुकडे करून ते विरुद्ध दिशेला फेकून त्याला ठार मारले. जरासंधाचा वध केल्यानंतर श्रीकृष्णाने त्याचे साम्राज्य हस्तगत केले नाही. उलट त्याच्या कैदेत असलेल्या सर्व राजांची सुटका करून त्यांना सन्मानपूर्वक राजपदी बसवले. तर जरासंधाचा पुत्र सहदेवाचा मगधच्या सम्राटपदी राज्याभिषेक केला.

प्रागज्योतिषपूर (म्हणजे आजचे गुवाहाटी-आसाम) येथे नरकासुर नावाच्या

दैत्य राजाचे राज्य होते. हा राजा अत्यंत दुष्ट असून त्याने त्याच्या शक्तीने देव आणि ऋषीमुनींचा अनन्वित छळ केला, विविध ठिकाणच्या सोळा हजार राजकन्यांना त्याने बंदी बनवले होते. या नरकासुराच्या तावडीतून सर्वांची सुटका करण्यासाठी श्रीकृष्णाने त्याच्याशी युद्ध केले. नरकासुराचा वध स्त्रीच्या हातून होऊ शकेल, असे त्याला वरदान होते. त्यामुळे श्रीकृष्णाने आपली पत्नी सत्यभामेच्या मदतीने नरकासुराला संपविले. त्याच्या तावडीत असलेल्या सगळ्या स्त्रियांची सुटका केली, त्यांच्याशी विवाह करून त्यांना मानसन्मान दिला. त्यानंतर नरकासुराचा पुत्र भगदत्त प्रागज्योतिषपूरचा राजा झाला. इथेही कृष्णाने सत्ता गाजवली नाही.

महाभारतातील धर्मयुद्धातही तो पांडवांच्या बाजूने उभा राहिला, ते निःशस्त्रच! एकदा युद्ध होणार हे निश्चित झाल्यानंतर या युद्धात पांडवांचा विजय होण्यासाठी जे जे करता येईल, ते सगळे त्याने केले. पांडवांना राज्यपद मिळवून देऊन त्याने पांडवांचा निरोप घेऊन त्वरित द्वारकेला प्रयाण केले.

अशा अनेक युद्धांचा दाखला देता येईल, ज्या वेळी राज्यपद, ऐश्वर्य, मानसन्मान श्रीकृष्णाच्या पायाशी लोळण घेत होते. पण या कशाचीही त्याने आसक्ती धरली नाही. कुठलाही मोह त्याला अडकवू शकला नाही.

गीतेत योगाची व्याख्या करताना श्रीकृष्णाने म्हटले आहे,

''योगः कर्मसु कौशलम्।''

याचा अर्थ, मनात कुठलीही फलासक्ती न ठेवता केलेले कर्म कुशलकर्म आहे, हाच योग आहे. श्रीकृष्णाने हाच निष्काम कर्मवाद, अनासक्त योग प्रत्यक्ष कृत्यातून दाखवला आहे.

केवळ ऐश्वर्य, राज्यपद यांसारख्या भौतिक सुखांच्या बाबतीतच कृष्णाची ही अनासक्त वृत्ती दिसते असे नाही, तर भावभावनांच्या बाबतीतही सगळी कर्तव्ये संपूर्ण मनापासून करूनदेखील तो त्यापासून अलिप्त राहिला.

बालवयाचा आणि तारुण्याच्या उंबरठ्यावरचा काळ श्रीकृष्णाने गोकुळ-वृंदावनात घालवला. या वास्तव्यात तो गोपालकांच्या मुलांसोबत समरसून आयुष्य जगला. अत्यंत रसिक, कलासक्त मनाने त्याने आयुष्याचा आनंद घेतला आणि तिथल्या भोळ्याभाबड्या, गरीब गोपालकांना स्वर्गसुखाचा आनंद दिला. त्याच्यावर जीव ओवाळून टाकणारे कित्येक होते. त्याचेही सर्वांवर तेवढेच प्रेम होते. तरीही जेव्हा गोकुळ सोडून मथुरेला जाण्याची वेळ आली, त्या वेळी त्याने प्रेमाने, शांत चित्ताने सर्वांची भेट घेतली. नंतर मात्र तो गोकुळाच्या प्रेमपाशात अडकला नाही. असे म्हणतात, की गोकुळ

सोडल्यावर त्याने नंतरच्या आयुष्यात कधीही बासरी ओठांना लावली नाही.

शारीरिकदृष्ट्या वृद्ध झालेल्या राधेला श्रीकृष्णाची शेवटची भेट घेण्याची इच्छा झाली. ज्या बासरीने दोघांना अजूनही जोडून ठेवले होते, ती बासरी प्रत्यक्ष श्रीकृष्णाकडून ऐकणे ही राधेची शेवटची इच्छा होती. राधा आपल्या भेटीला येत असल्याची जाणीव श्रीकृष्णाला त्याच्या अंतर्मनाद्वारे झाली. दोघांची भेट झाली आणि राधेने एक दासी म्हणून श्रीकृष्णाच्या पदरी राहून त्याची सेवा करण्याची इच्छा व्यक्त केली. अखेरची इच्छा म्हणून राधेने श्रीकृष्णाला त्यांच्या प्रेमाचे प्रतीक असणारी बासरी वाजवायला सांगितली. श्रीकृष्णाने राधेची ही इच्छा पूर्ण केली. बासरीचे ते मधुर सूर ऐकून राधेचे भान हरपले. श्रीकृष्णाचे अजूनही आपल्यावर पूर्वीइतकेच प्रेम आहे, हे पाहून राधा कृतार्थ झाली. राधेच्या इच्छेप्रमाणे श्रीकृष्ण तिच्यासाठी दिवसरात्र बासरी वाजवू लागला. राधा आपला देह त्यागून श्रीकृष्णात विलीन होईपर्यंत त्याने आपले बासरीवादन सुरू ठेवले. परंतु राधेचा शेवट झाल्यानंतर दुसऱ्या क्षणी श्रीकृष्णाने प्राणप्रिय बासरीचा राधेच्या विरहात त्याग केला. त्यानंतर श्रीकृष्णाने आपले अवतारकार्य पूर्ण होईपर्यंत बासरी वाजवली नाही, असा एक मतप्रवाह आढळतो, लोक-परीकथा वाटावी असे हे कथन आहे.

पांडवांवर त्याने खूप प्रेम केले. अर्जुन तर त्याचा प्राणप्रिय सखा. त्याच्या विजयासाठी त्याने काय काय नाही केले? प्रत्येक संकटात पांडवांच्या आणि द्रौपदीच्या बाजूने तो उभा राहिला. इतकेच काय, तर ज्याने ज्याने याचना केली, त्या सगळ्यांना त्याने आधार दिला. पण या कोणामध्येही तो गुंतला नाही. प्रत्येक वेळी आपले कर्तव्य पूर्ण झाल्यानंतर तो तिथून निघून गेला. जेव्हा तो त्यांच्यासोबत होता, तेव्हा संपूर्णपणे होता. तिथे त्याने ना आपल्या कर्तव्यात कसूर केली, ना प्रेमात कृपणता दाखवली. दोन्ही त्याने भरभरून केले. तिथून निघून जाताना तो अत्यंत निर्लेपपणे बाहेर पडला. याचा सिद्धान्त स्वतः श्रीकृष्णानेच गीतेत मांडला आहे. ''ज्याला कर्मात अकर्म दिसते आणि

अकर्मात कर्म दिसते तो माणसामधला बुद्धिमान होय. तोच योगी आणि सर्व कर्तव्ये पार पाडणारा होय. म्हणजे, ज्याला ब्रह्मसाक्षात्कार झाला आहे त्याच्या दृष्टीने कर्म हे केवळ भास. म्हणून ते अकर्म होय आणि ज्याला ब्रह्मसाक्षात्कार झाला नाही अशा मनुष्याच्या ठिकाणी कर्म दिसतेच, कारण कर्माची अहंकारादी बीजे त्या मनुष्याच्या ठिकाणी असतातच.'' कृष्ण स्वत:च ब्रह्मतत्त्व असल्यानेच त्याने समरसून केलेले कर्मही अकर्म ठरले आणि म्हणूनच तो त्यात गुंतून न राहता सहज बाहेर पडू शकला.

इतकेच काय, कुरुवंशाचा नाश होण्यासाठी त्याला जबाबदार ठरवत गांधारीने जेव्हा त्याला शाप दिला, की तुझ्या यदुवंशाचादेखील असाच विनाश होईल त्या वेळी हा शापही त्याने शांतपणे स्वीकारला. उन्मत झालेल्या यादवकुळाचा नाश त्याने स्वत:च्या हयातीत पाहिला. स्वत:च्या मुलांचा मृत्यू डोळ्यांदेखत होत असतानाही तो रडला नाही. अंताच्या क्षणापर्यंत तो शांत राहिला. शक्य तेवढी निरवानिरव केली. वैभवसंपन्न, प्रेममय आयुष्य जगलेला श्रीकृष्ण आपल्या हयातीतच लोकप्रियतेच्या परमोच्च शिखरावर पोहोचला. लोकांनी ज्याच्यावर प्रचंड प्रेम केले, भक्ती केली अशा या योगेश्वर कृष्णाने मृत्यू पत्करला, तोही अत्यंत साधेपणाने. जंगलात, एकाकी स्वरूपात - एका वृक्षाखाली व्याधाचा बाण त्याच्या मृत्यूचे निमित्त ठरला. ज्याच्यावर, ज्याच्या देहावर, रूपावर लोकांनी इतके अलोट प्रेम केले, त्या नश्वर देहाचा त्याग त्याने अत्यंत निर्विकारपणे केला. अनासक्तीचे यापेक्षा मोठे उदाहरण काय असू शकेल?

दुर्गा भागवत आपल्या 'व्यासपर्व' या महाभारतावरील पुस्तकात म्हणतात, ''कृष्ण आजच्या जगाच्या विशाल अनुभूतीत सामावेल असे म्हणता येणार नाही. कृष्ण फिरून आजच्या जगात फिरताना पाहावा, तो आला तर जगात सुख मिळेल, असे मला वाटत नाही. किंबहुना, तो त्या जुन्या वाङ्मयाच्या अवगुंठनात आहे तोवरच त्याचे चिरंतनत्व कायम राहील. कारण यंत्रयुग आले आणि काळही सावध झाला. जास्त शहाणा झाला. कुणाचीही एकाकी पावले पडली तर त्यांचा मागोवा घेऊन आपले चक्र फिरवण्याचा भाबडेपणा त्याच्यात आता राहिलेला नाही. व्यासाच्या काळी, लोककथातल्या कधी नव्हे त्या कोण्या एका कल्पित काळी, कृष्णाचे जीवन विश्वव्यापक झाले; पण आता व्यक्तिजीवनाच्या समग्र कक्षा वाढल्यामुळे कोणताही एक सर्वांगीण आदर्श पुरुष आताच्या सुसंस्कृत जीवनाला व्यापून दशांगुळे उरण्याइतका मोठा वाटणार नाही. पूर्वीच्या धर्मप्रवर्तकांएवढ्या मोठ्या व्यक्ती केवळ तात्कालिक चळवळ्या जीवनाच्या अग्रभागी चमकतील एवढेच. समग्र मानवी जीवनाचे तत्त्वज्ञान सांगण्याचे धाडसही आता कुणी करणार नाही. कृष्णाचे प्रेम त्याच्या काळी सुंदर होते.

त्याचे राजकारणपटुत्व आजच्या गणराज्याला पुरेसे नाही. या महामानवाचे जे जे म्हणून होते, ते ते आजच्या संस्कृतीच्या प्रगल्भपणाला पुरेसे नव्हते. कृष्ण हा पूर्णपुरुष म्हणूनच प्राकृतही होता. कृषिसंस्कृतीचेच प्रतीक तो होता यात संशय नाही. हल्लीच्या यांत्रिक, नागर संस्कृतीत तो राहील तर केवळ साठवणीचा अलंकार म्हणूनच; पौरुष, प्रीती, संगीत व तत्त्वज्ञान यांचे प्रतीक म्हणूनच. कृष्णकथा शतकोशतके कोट्यवधी मुखांत गाजवून अखेर शहाण्या झालेल्या कालाने, कृष्णाचे स्वरूप प्रतीक म्हणूनच स्थिर केले. महामानवाची स्वप्ने अजूनही भलेभले पाहतात; पण यंत्रयुगात महामानवाचे विसर्जन होते, उज्जीवन होत नाही. कारण मानवी मनाच्या मूलभूत दुबळेपणाची जाणीवही आता आम्हांला झाली आहे. महामानवाचे अंतर्मन का आणखी निराळ्या वाणाचे व गुणाचे होणार आहे? आणि आता असा महामानव प्रत्यक्ष आमच्यात येण्याची शक्यता नाही, ही जाणीव आहे म्हणूनच आम्ही या पूर्वकालीन थोरपणाच्या आदर्शांना गौरवतो, प्रतीके म्हणून जोपासतो आणि त्यांच्या-आमच्यातले अंतर कमी होणार नाही अशी दक्षता घेतो.''

१२

स्थितप्रज्ञ श्रीकृष्ण

बुद्धीवर मनोविकार, मानसिक कल्पना, भावभावना यांचे रंग चढलेले असतात. पण जिच्यावर असे कुठलेही रंग चढलेले नाहीत, जी पूर्ण शुद्ध रूपाने केवळ ज्ञानाचे कार्य करते आहे, ती प्रज्ञा! प्रज्ञा अलिप्त असते, तटस्थ असते.

श्रीकृष्णाने गीतेत स्थितप्रज्ञाची लक्षणे सांगितली आहेत. स्थिरबुद्धी, स्थिरमती असलेलीच व्यक्ती स्थितप्रज्ञ होऊ शकते. कृष्णाने गीतेत स्थितप्रज्ञाचे जे वर्णन केले आहे, तसे आयुष्य तो स्वतःही जगला. गीतेत त्याने सांख्य बुद्धी म्हणजे आत्मज्ञान किंवा ब्रह्मविद्येचे 'शास्त्र' असल्याचे म्हटले, तर योगबुद्धी म्हणजे आत्मज्ञानाला अनुसरून जीवन जगण्याची कला. शास्त्र आणि कला मिळून ब्रह्मविद्या परिपूर्ण होते म्हणजे माणसाचे तत्त्वज्ञान त्याच्या बुद्धीत गुप्त राहील, तर त्याचे आचरण प्रकट होईल. ब्रह्मविद्या (सांख्य) ही नेहमी अप्रकटच असते, योग बुद्धी तिला प्रकट करणारी असते. विनोबा भावे यांनी त्यांच्या स्थितप्रज्ञ दर्शन व्याख्यानात म्हटले आहे, की ''सांख्य बुद्धी ही योग बुद्धीचा पाया आहे. पायाशिवाय घर बनत नाही आणि पाया जसा असेल, तसेच घर उभे राहते. असा त्यांचा परस्परसंबंध आहे.''

योगबुद्धीचा अंतिम परिपाक स्थिर समाधीत, स्थितप्रज्ञेत होतो. ही समाधी अवस्था म्हणजे काय हे अर्जुनाला सांगताना भगवंत म्हणतात की, ''ही काही काळ असणारी मनोवस्था नाही. ही ध्यानाने लागणारी ध्यानसमाधी नाही, तर ती ज्ञानातून मिळणारी ज्ञानसमाधी आहे! ही काही काळापुरती असणारी वृत्ती नाही, तर ती निवृत्ती आहे. निवृत्ती कशापासून? निवृत्ती म्हणजे स्वस्थ बसणे काय? तर तसे नाही. निवृत्ती म्हणजे कोणत्याही वृत्तीपासून मुक्त स्थिरबुद्धी ज्याची आहे, तो कोणतीही कर्मे करताना निवृत्त मनाने करू शकतो,'' असे कृष्णाने अलिप्तपणे सांगितले आहे.

ही स्थिर बुद्धी कशी असते? तर ती सगळ्या प्रकारच्या भावभावनांपासून, विकारांपासून मुक्त असते. विनोबा म्हणतात, ''स्थितप्रज्ञेच्या कल्पनेत बुद्धिवादाची पराकाष्ठा झालेली आहे. बुद्धी, निखळ बुद्धी हे बोधाचे साधन मानण्यात आले आहे. राग-द्वेषादी विकारांपासून अलिप्त बुद्धी हेच ज्ञानाचे खरे साधन होऊ शकते. आपण म्हणतो, अमुक गोष्ट माझ्या बुद्धीला पटत नाही. 'श्रीमद्‌भगवद्‌गीता' म्हणते 'माझ्या बुद्धीला' म्हणू नकोस; 'माझी' हे विशेषण वगळून नुसती निखळ बुद्धी काय म्हणते ते पाहा. 'माझे'पणात अहंकार आहे, विकार आहे, संस्कारांची गुलामगिरी आहे, परिस्थितीचे बंधन आहे. तू 'मद्-बुद्धिवादी' आहेस की 'बुद्धिवादी' आहेस? बुद्धी विकाररहित झाली, सर्व उपाधींपासून अलग झाली म्हणजे ती स्थित होते. स्थित होते म्हणजे ताठ उभी राहते. डळमळत नाही. तिच्यात कंप राहत नाही. ''*सोऽविकम्पेन योगेन युज्यते*'' - त्याला निष्कंप योग लाभतो, असे पुढे दहाव्या अध्यायात म्हटले आहे, त्याचा अर्थ हाच. बुद्धीला जरासाही कंप किंवा डळमळीतपणा, घाबरटपणा, अनिश्चितता नसते. तसेच ही बुद्धी अगदी सरळ हवी.''

बुद्धी आणि प्रज्ञा यांतील भेद समजावताना ते म्हणतात, की बुद्धीवर मनोविकार, मानसिक कल्पना, भावभावना यांचे रंग चढलेले असतात. पण जिच्यावर असे कुठलेही रंग चढलेले नाहीत, जी पूर्ण शुद्ध रूपाने केवळ ज्ञानाचे कार्य करते आहे, ती प्रज्ञा! प्रज्ञा अलिप्त असते, तटस्थ असते. नेमके वस्तुस्वरूप लक्षात घेऊन ती निर्णय देत असते आणि अशा शुद्ध प्रज्ञेने जो निर्णय घेतो, तोच स्थितप्रज्ञ असतो! श्रीकृष्णाने त्याच्या आयुष्यातही हेच केले. ज्या ठिकाणी जे बरोबर असेल तेवढेच त्याने केले. त्यात त्याने कधीही कुठल्याच भावभावना, विकार आणले नाहीत.

इरावती कर्वे लिखित 'युगान्त' या पुस्तकाचे मुखपृष्ठ

प्रसिद्ध समाजशास्त्रज्ञ, लेखिका इरावती कर्वे यांनी त्यांच्या 'युगान्त' या महाभारतावरील समीक्षाग्रंथात म्हटल्याप्रमाणे, ''महाभारतातील कृष्ण हातीच लागत नाही. अंतःकरणाला भिडत नाही. त्याने प्रेम केले, सूड उगवला, तो आनंदाने नाचला, पांडवांनी राज्य घालवले तेव्हा दुःखाने हळहळला; पण हे सर्व करूनही तो गुंतला नाही. त्याने सर्वांवर प्रेम केले, तरी त्यातही तो कुठे गुंतून पडला नाही. सर्व मानवी कष्ट, मानवी सुखे, मानवी विकार त्याच्या चरित्रात होते, तरीही या विलक्षण अलिप्ततेमुळे त्याला साकार करता येत नाही. त्याने 'गीता' नुसती सांगितली नाही, तर तो गीता जगला!''

भाग ३

काली आणि काला (कृष्ण) साम्यस्थळे

योगेश्वर श्रीकृष्ण आणि महायोगिनी कालीच्या चरित्राचा आणि भारतभरावरील त्याच्या प्रभावाचा विस्तृत परामर्श घेतल्यानंतर आता या दोन देवतांमधील साम्यस्थळे आणि वैशिष्ट्ये यांचा आढावा आपण घेणार आहोत. इथे हे स्पष्ट करायला हवे, की साम्य किंवा दोघांमधील संबंध स्पष्ट करताना त्यांचा ऐतिहासिक, पौराणिक शोध घेण्याचा हा प्रयत्न नाही. कारण देव किंवा अवतार मानल्या जाणाऱ्या अलौकिक स्त्री-पुरुषांविषयी धार्मिक ग्रंथ, पुराणकथा, नंतरच्या काळात लिहिली गेलेली स्तुतिकवने यांतूनच आपण त्यांचे व्यक्तिमत्त्व समजून घेऊ शकतो. मात्र त्याचे ऐतिहासिक दस्तऐवज, सत्यासत्यता, कालसंदर्भ याविषयी आपण छातीठोकपणे दावा करू शकत नाही. मुळात इथे तसा उद्देशही नाही.

१

परिघाबाहेरच्या सावळ्या देवता

कालो व काला या दोन्ही देवता शहरी जीवनापासून अलिप्त आहेत. निसर्गात, बहुजन समाजात त्या रममाण होतात. देवत्व सोडून त्या माणसात आलेल्या आहेत. साधारणपणे देवतांचे जसे वर्णन केले जाते, तशा उजळ, पवित्र, आभा असलेल्या या दोन्ही देवता नाहीत. त्या तसे स्वरूप घेऊ शकतात, मात्र त्यांनी ते केलेले नाही. याचा अर्थ, सृष्टीमध्ये जे जे आदिम राहिलेले आहे, त्याचे स्वरूप दाखवणारे हे प्रतिनिधी आहेत.

काली आणि काला (कृष्ण) यांच्या केवळ वर्णात आणि नावातच साधर्म्य नाही, तर भारतातील या लोकप्रिय देवता आहेत. हजारो वर्षे होऊनही त्यांच्याविषयीचे गूढ वलय, आकर्षण कायम आहे. त्यामुळे या देवता आणि त्यांच्या भक्तसंप्रदायाच्या परंपरांच्या पाऊलवाटेवरून चालताना ज्या विस्मयकारक, अद्भुत गोष्टी आढळल्या, त्या शोधण्याचा इथे प्रयत्न केला आहे. त्यामागची मानसिकता जाणून घेण्याचा हा प्रयत्न आहे. या दोन्ही देवतांचे वर्तन वैदिक तत्त्वज्ञानात, समाजाच्या मुख्य प्रवाहात किंवा आदर्शवादात न बसणारे, चाकोरीबाहेरचे असे आहे. तरीही, त्या समाजात पूजनीय ठरल्या आहेत. वरवर विसंगत वाटणाऱ्या अनेक वृत्ती एकाच व्यक्तिमत्त्वामध्ये असणे, हे साधर्म्यदेखील आपण कृष्ण आणि कालीच्या चरित्रात याआधी पाहिले आहे. हे असे का, याचा शोध घेताना पहिल्या दोन टप्प्यांत आपण या दोन्ही देवांचे उगम, वैशिष्ट्ये, त्यांचे चरित्र सविस्तर समजून घेतले. या दोन्ही देवतांमधील साम्यस्थळे शोधताना, बंगालमधील प्रसिद्ध कालीभक्त कवी रामप्रसाद सेन यांचे एक गीत इथे द्यावेसे वाटते.

Mother with dishevelled hair has world-charming
beauty; so I love Her black complexion.
The virtue of black complexion is well-known to
Suka, Siva, Gods and sages.
Siva, Lord of Gods, meditates on Her black
complexion in His heart.
Black complexion is the life of Vrindavana, and
makes the milkmaids indifferent to the world.
Krishna wearing a garland of wild flowers with a
Flute in hand becomes Kali with a sword.
Prasada says, ''When the knowledge of non-difference
dawns, black forms blend with one another."

(**अनुवाद :** विस्कटलेल्या केशसंभाराच्या या मातेचे सौंदर्य जगाला मोहिनी घालणारे आहे; म्हणूनच तिच्या कृष्णवर्णावर माझं प्रेम आहे. कृष्णवर्णाचा महिमा सगळ्यांनाच ठाऊक आहे; शुक, शिव, देव आणि ऋषींनाही. महादेवाने तर या कृष्णवर्णीला आपल्या हृदयात भक्तिभावाने स्थान दिले आहे. हा कृष्णवर्ण वृंदावनाचे जीवन आहे, तिथल्या गोपालकांवर त्याच्या मोहिनीची इतकी गडद छाया आहे, की त्या जादूत ते जगापासूनही दूर जातात. हा काळा रंग एकच आहे. वैजयंतीमाला घातलेला सावळा मुरलीधर खड्ग हातात घेतल्यावर काली होतो. जेव्हा अद्वैताची खूण पटते, तेव्हा 'काळा' काळ्यात सामावून जातो!)

बंगालमध्ये वैष्णव भक्तिमार्ग रुजवणारे कृष्णभक्त चैतन्य महाप्रभू.

कृष्णभक्त चैतन्य महाप्रभू यांचा विचार इथे करावयास हवा. ज्ञानदेवांनी जसा वैष्णव पंथ महाराष्ट्रात रुजवला, तसाच वैष्णव भक्तिमार्ग चैतन्य महाप्रभू यांनी बंगालमध्ये रुजवला. पुढे स्वामी गोपालदास यांच्या 'हरे कृष्ण' पंथाने तो जगभर पसरवला आणि कालीपूजकांचा प्रवाह असाच एकमेकांमध्ये मिसळून गेला. पण खरोखर या देवता एकच म्हणाव्या असे काही साम्य आहे का त्यांच्यात? वरकरणी बघता, ही दोन्ही व्यक्तिमत्त्वे परस्परविरोधी भासतात. कृष्णाचे रूप इतके आकर्षक, की कोणीही त्याच्या मोहिनीपासून अस्पर्श राहू शकत नाही; तर काली मात्र इतकी रौद्र, भीषण की कोणाला स्वप्नातही पेलणार नाही. कृष्णाने जगाला चिदानंदाची, स्वर्गीय सुखाची अनुभूती दिली. तर काली साक्षात मृत्यूचा चेहरा दाखवते. वैदिक, हिंदू धर्मातील तत्त्वज्ञानाची ही दोन टोकाची रूपे या दोन्ही देवतांनी दाखवली. विशेष म्हणजे, टोकाची रूपे असल्यानेच अनेकदा त्यांचे स्वरूप मवाळ करत त्यांना विशिष्ट चाकोरीत बसवण्याचा प्रयत्नही झाला.

काली ही स्मशान देवता मानली जाते. तांत्रिक, अघोरी (ज्याला घोर-भय नाही तो अघोर) विद्या जाणणारे, आदिवासी, मूलवासी, वनवासी, बहुजन वर्गाचे लोक तिचे उपासक. लोकसंस्कृतीने तिला कित्येक वर्षे जपले आहे. तिचा हा काळा रंगदेखील तिच्या आदिवासी, वनवासी वर्गाचेच प्रतिनिधित्व करणारा आहे. जंगलाशी, वन्य प्राण्यांशी जवळीक असलेली काली रम्य, उग्र निसर्गाचेच रूप आहे. ती 'आदिम' (वैदिक काळापूर्वीपासूनची) आहे. तिची पाळेमुळे खूप खोलवर रुजलेली आहेत. त्यामुळे ही देवता आणि तिचे तत्त्वज्ञान अस्सल भारतीय आहे. असे असले तरीही कालीच्या अनेक गोष्टी अभिजन परंपरेत बसणाऱ्या नाहीत. या वर्गाला तिच्याविषयी कायम कुतूहल राहिले आहे. जेव्हा तिची लोकप्रियता वाढली, तेव्हा तिला या प्रस्थापित संस्कृतीत सामावून घेण्याचाही प्रयत्नही झाला. ती आदिम, वन्य जग आणि अभिजनांची

संस्कृती यांच्या काठावर असलेली देवता आहे.

श्रीकृष्णाचेही तसेच आहे. राजघराण्यात, क्षत्रिय कुळात जन्माला आला असला, तरीही तो वाढला गवळ्यांमध्ये, गोकुळात! रांगडा, मस्तीखोर आणि वनात वाढलेला श्रीकृष्ण लहानपणापासून तत्कालीन सभ्य समाजात केल्या न जाणाऱ्या अनेक गोष्टी करतो. त्याचे सगळे बालपण निसर्गाशी तादात्म्य पावलेले आहे. तर त्याचे सगळे तारुण्य संपूर्ण गोकुळाला, वृंदावनाला मंत्रमुग्ध करणारे आहे. त्याच वेळी त्याचे तत्त्वज्ञान नागर समाजाने वंदनीय मानले आहे.

काली व काला या दोन्ही देवता शहरी जीवनापासून अलिप्त आहेत. निसर्गात, बहुजन समाजात त्या रममाण होतात. देवत्व सोडून त्या माणसात आलेल्या आहेत. साधारणपणे देवतांचे जसे वर्णन केले जाते, तशा उजळ, पवित्र, आभा असलेल्या या दोन्ही देवता नाहीत. त्या तसे स्वरूप घेऊ शकतात, मात्र त्यांनी ते केलेले नाही. याचा अर्थ, सृष्टीमध्ये जे जे आदिम राहिलेले आहे, त्याचे स्वरूप दाखवणारे हे प्रतिनिधी आहेत. त्यांना स्वीकारणारा समाज आयुष्याला समग्रपणे स्वीकारतो आहे.

२

अपवादात्मक परिस्थितीत हिंसेला मान्यता

समाज आदर्श असावा, इथे कोणीही कोणावर वर्चस्व गाजवू नये, समाजात समता राखावी, अशा प्रकारचे शुभ्रधवल जगणे सगळ्यांनाच आवडते, ते केवळ एक आदर्श तत्त्व म्हणून! पण प्रत्यक्षात तसे कधीच होत नाही. उलट विकसित संस्कृतीत, निसर्गाचे 'बळी तो कान पिळी' हे तत्त्व अधिक सुसंघटितपणे राबवले जाते. जो शक्तिमान असतो, तो अशा हिंसेचे उघड समर्थनही करतो. मग अशा वेळी दुर्बलांना न्याय मिळवून देण्यासाठी सबलांना शस्त्रे हाती घ्यावीच लागतात. त्यांना युद्धात उतरावेच लागते. तेच धर्मसंमत असते आणि न्यायसंगतही.

अहिंसेची शिकवण देणाऱ्या अध्यात्मातून मानवाला नम्रतेचे धडे दिले जातात. मग एखादी दुर्जन किंवा दुष्ट व्यक्ती समोर आली, तर तिचा प्रतिकार करायचा की नाही असा प्रश्न साहजिक उभा राहतो. परंतु, अध्यात्माचा नीट अभ्यास केला, तर या भौतिक आणि व्यावहारिक जगात आपले वर्तन कसे असावे, आपण कसे जगले पाहिजे याचे नेमके व अचूक मार्गदर्शन अध्यात्मातून केलेले पाहायला मिळते. याचे उदाहरण द्यायचे झाले, तर संत तुकाराम महाराजांचे वचन आठवायला हवे. तुकाराम महाराज म्हणतात, ''मऊ मेणाहूनि आम्ही विष्णुदास, कठिण वज्रास भेंदू ऐसे.. भले तरि देऊं कासेची लंगोटी, नाठाळाचे माथी हाणू काठी॥''

इतर वेळी मेणाहून मऊ असणारे आम्ही प्रसंगी समोरच्या व्यक्तीला चांगलाच इंगा दाखवू शकतो. तुकाराम महाराजांचे हेच म्हणणे समर्थ रामदास यांच्या वचनाशी साधर्म्य दाखवणारे आहे. रामदास स्वामी दासबोधात म्हणतात,

''हुंब्यासी हुंबा लाऊनी द्यावा। टोणप्यास टोणपा आणावा।
लौंदास पुढें उभा करावा। दुसरा लौंद॥
धटासी आणावा धट। उद्धटासी पाहिजे उद्धट।
खटनटासी खटनट। अगत्य करी॥''

अन्यायाचा प्रतिकार करायलाच हवा ही समर्थांची शिकवण आहे.

या दोन्ही देवता प्रचंड पराक्रमी योद्धा आहेत. त्यामुळे हिंसा हा त्यांचा अपरिहार्य पैलू आहे. राक्षसयुद्धाच्या वेळी देव असाहाय्य झाले, की ते दुर्गेला युद्धासाठी विनंती करतात. त्या वेळी तीच राक्षसांचा निःपात करते, तर कधी शस्त्र न वापरता शिव आपला तिसरा डोळा उघडून तांडव करतो. खड्ग, त्रिशूळाविना काली, धनुष्याविना राम, सुदर्शनाविना कृष्ण, भवानी तलवारीविना शिवाजी महाराज अशी आपण कल्पनाही करू शकत नाही, इतके या अस्त्र-शस्त्रांना त्यांच्या आयुष्यात, व्यक्तिमत्त्वात आणि जीवनध्येयात महत्त्वाचे स्थान आहे. अहिंसा हे तत्त्व म्हणून योग्य असले, तरीही व्यावहारिक जीवनात अपवादात्मक प्रसंगी हिंसेला पर्याय नाही, हेच आपल्याला पुराणकाळ, इतिहास आणि वर्तमानाने दाखवून दिलेले आहे.

मात्र हिंसा हे तत्त्वज्ञान म्हणून आवश्यक आहे का, नसेल तर धर्मामध्ये, देवतांच्या व्यक्तिमत्त्वामध्ये हिंसेला स्थान का, हा विचार आपल्या मनात येणे स्वाभाविक आहे.

भारताने जगाला अहिंसेचे तत्त्वज्ञान दिले आहे. वैदिक काळापासून भारताच्या तत्त्वज्ञानात अहिंसेला महत्त्व आहे. त्यामुळे भारतवर्षात कधीही कोणावरही विनाकारण सशस्त्र आक्रमण करून, जाणूनबुजून हिंसा केलेली नाही. भारतीय धर्म-संस्कृती तत्त्वज्ञानातून पसरली.

अहिंसा परमो धर्मः धर्म हिंसा तथैव चः॥

असा श्लोक श्रीमद्भगवद्गीतेत आहे. ज्यात 'अहिंसा परमो धर्मः' म्हणजे अहिंसा सर्वोच्च धर्म असल्याचे विवेचन केले आहे. अहिंसा आत्मसंयम आहे, सर्वांत मोठे दान आहे, सर्वात मोठा अभ्यास आहे आणि सर्वोच्च त्यागही आहे. अहिंसा ही सर्वात मोठी ताकद आहे. अहिंसा सर्वात उत्तम मित्र आहे, अहिंसा सर्वात मोठा आनंद आहे. अहिंसा सर्वोच्च सत्य आहे आणि अहिंसा सर्वात मोठी शिकवण आहे, असा या श्लोकाचा भावार्थ आहे. भारतात हे तत्त्वज्ञान वेदकाळापासून आहे. पण हिंसा ही अहिंसेच्या नाण्याची दुसरी बाजू आहे. हा विरोधाभास वाटला तरी ते एक ऐतिहासिक सत्य आहे. शांतिस्थापनेसाठी, न्यायासाठी, नवनिर्माणासाठी हिंसा आवश्यकच ठरते.

पुराणांमध्ये अहिंसेचा गौरव करण्यात आला आहे. रामायण-महाभारतातदेखील अहिंसा तत्त्वाचा पुरस्कार आहे. इतकेच काय, ज्या गीतेत श्रीकृष्णाने अर्जुनाला कर्मयोग सांगून लढण्यासाठी सज्ज केले, त्या गीतेतही अहिंसा तत्त्व सांगण्यात आले आहे. मात्र, श्रीकृष्णाने अहिंसेची व्याख्या करताना म्हटले आहे की, अहिंसा हे असे तत्त्व आहे, जे व्यक्तीला निर्भय बनवते. गीतेमध्ये सर्व प्राणिमात्रांवर निरपेक्ष आणि कुठलाही पक्षपात न करता दयाभाव दाखवण्याची शिकवण आहे. त्याच श्रीमद्भगवद्गीतेत युद्धापासून पळ काढणाऱ्या अर्जुनाला कृष्णाने क्षात्रधर्म शिकवत युद्धाला प्रवृत्त केले आहे. इतकेच नाही, तर विराट रूपात त्याने काळ म्हणून अत्यंत निर्ममपणे सगळ्या योद्ध्यांना गिळंकृत करत असल्याचे दाखवले आहे. हा वरवर विरोधाभास वाटला तरी तो तसा नाही. कारण यात अहिंसा तत्त्वाला जोड दिली आहे, ती निर्भयतेची. अहिंसा केवळ निर्भयांना शोभणारा दागिना आहे. ज्याच्या मनात भय असेल त्याची अहिंसा खरी नाही, असे भारतीय तत्त्वज्ञान सांगते. त्याशिवाय आत्मरक्षणासाठी, धर्मरक्षणासाठी शस्त्र हाती धरणे न्यायोचित आहे; किंबहुना हाच खरा धर्म आहे, असेही वैदिक तत्त्वज्ञान सांगते. याच न्यायाने धर्मरक्षणासाठी केलेले महायुद्ध 'धर्मयुद्ध'च ठरते. कृष्णाने हे युद्ध म्हणजे त्यातील नरसंहार टाळण्यासाठी खूप प्रयत्न केला. पण धर्म, नीती आणि सत्याशी तडजोड करून युद्ध टाळणे त्याला मंजूर नव्हते. कारण त्यामुळे अखिल समाजावर अन्याय झाला असता. त्यामुळे ही हिंसा त्याने केवळ योग्यच नाही, तर न्याय्यही मानली आहे. महात्मा गांधी किंवा विनोबा भावे यांच्या अहिंसेच्या तत्त्वज्ञानात ही कृष्णनीती आणि हिंसेचा पुरस्कार दिसत नाही. त्यामुळे त्यांनी आपल्या तत्त्वज्ञानाच्या चष्म्यातून कृष्ण आणि गीतेचे तत्त्वज्ञान मांडण्याचा प्रयत्न केला असला, तरीही तो पटण्यासारखा नाही. त्यांना अभिप्रेत असलेले अहिंसेचे तत्त्वज्ञान कृष्णावर थोपवता येणार नाही.

अहिंसा हे तत्त्वज्ञान जगात एक 'आदर्श मूल्य' म्हणून अस्तित्वात आहे, हे खरेच! पण ती मानवाची एक आदर्श सांस्कृतिक पातळी आहे, जी अद्याप आपण गाठलेली नाही. ती गाठण्यासाठी आपण आपले उन्नयन करत राहायला हवे, हे नक्की! पण किमान तोपर्यंत तरी वास्तवाचे भान आपण ठेवले पाहिजे. प्रत्यक्षात जेव्हा आपण एकूण मानवजातीचा किंवा नंतर विकसित झालेल्या देशांचा इतिहास पाहिला, तर त्यात आपल्याला काय दिसते? मानवाच्या उत्क्रांतीपासून समाजात कायम हिंसा झाली आहे. खरे तर, हिंसेतून मानवाची उत्क्रांती होत गेली, असे म्हणणेदेखील अतिशयोक्ती ठरणार नाही. मानवी संस्कृती जसजशी विकसित होत गेली, तसतसा हा हिंसाचार कमी होण्याऐवजी अधिकच वाढला. कधी आत्मसंरक्षणासाठी, तर कधी अस्तित्व टिकवण्यासाठी आणि नंतर साम्राज्यविस्तारासाठी हिंसापात झाला. मानवाच्या विकासाच्या अध्यायाचे आपण बारकाईने निरीक्षण केले, तर आपल्याला असेही दिसेल, की जेव्हा जेव्हा मानवी टोळ्यांमध्ये, समाजात आणि नंतर देशभरात युद्धे झाली, तेव्हा तेव्हा मानवाचा विकास झालेला दिसतो. मानवाने नवनवीन संशोधने केली, शोध लावले ते युद्धामुळे निर्माण झालेल्या गरजेतून. अस्तित्वाच्या लढाईत माणूस अधिकाधिक प्रगत होत गेला. समाजात औद्योगिक क्रांती आली, तीदेखील युद्धानंतर. अगदी प्राचीन काळीसुद्धा बांधले गेलेले गडकिल्ले, तटबंदी, रस्ते, नौका अशा सगळ्या गोष्टी युद्धकाळात मानवाला भासलेल्या गरजेमुळे निर्माण झाल्या. मानवाने स्वसंरक्षणासाठी त्या निर्माण केल्या. युद्धकाळ संपल्यानंतर या सगळ्या गोष्टींनी मानवाच्या प्रगतीला हातभार लावला. इथे हिंसेचे समर्थन नाही, मात्र त्याची अपरिहार्यता आणि वास्तविकता सांगण्याचा प्रयत्न आहे.

कृष्ण आणि काली या दोन्ही व्यक्तिरेखा शस्त्रसज्ज आहेत. सुदर्शनधारी कृष्ण आणि चारही भुजांमधे शस्त्रे घेतलेली काली तर हिंसेचे मूर्तिमंत रूप आहे. मग या देवतांनी हिंसेचा पुरस्कार का केला आहे? तर त्याचे उत्तर आहे खलांपासून आत्मरक्षणार्थ. जसे ज्ञानेश्वर माउलींनी पसायदानात सांगितले आहे,

जे खळांची व्यंकटी सांडो। तयां सत्कर्मी रती वाढो।
भूतां परस्परें जडो। मैत्र जीवांचें॥ २ ॥

(**अर्थ :** दुष्टांचे दुष्टपण नाहीसे होवो, त्यांना सत्कर्मे करण्यामध्ये स्वारस्य वाढो. सर्व प्राणिमात्रांमध्ये मित्रत्वाची भावना निर्माण होवो.)

मानवाचा प्रवास पशुत्वाकडून मानव्याकडे झाला, त्या वेळी आधी पोट भरण्याबरोबरच आत्मसंरक्षणासाठी आणि नंतर दुसऱ्यावर वर्चस्व मिळवण्यासाठी हिंसा केली जात असे. जसजशी संस्कृती विकसित होत गेली, तसतशी वर्चस्वाची

जागा सत्ताकांक्षेने आणि साम्राज्यवादी प्रवृत्तीने घेतली. यातूनच युद्धे झाली, हिंसा झाली. कालीने लढलेली युद्धेदेखील राक्षसांपासून देवांचे संरक्षण करण्यासाठी, या क्रूर राक्षसांचा निःपात करण्यासाठी लढली होती. कृष्णानेदेखील जी युद्धे केली, ती दुष्ट राजा, दैत्य यांच्यापासून गोरगरीब जनतेचे, दुर्बलांचे संरक्षण करण्यासाठी केली. समाज आदर्श असावा, इथे कोणीही कोणावर वर्चस्व गाजवू नये, समाजात समता राखावी, अशा प्रकारचे शुभ्रधवल जगणे सगळ्यांनाच आवडते, ते केवळ एक आदर्श तत्त्व म्हणून! पण प्रत्यक्षात तसे कधीच होत नाही. उलट विकसित संस्कृतीत, निसर्गाचे 'बळी तो कान पिळी' हे तत्त्व अधिक सुसंघटितपणे राबवले जाते. जो शक्तिमान असतो, तो अशा हिंसेचे उघड समर्थनही करतो. मग अशा वेळी दुर्बलांना न्याय मिळवून देण्यासाठी सबलांना शस्त्रे हाती घ्यावीच लागतात. त्यांना युद्धात उतरावेच लागते. तेच धर्मसंमत असते आणि न्यायसंगतही. जर ही हिंसा केली नाही, तर मानवतेचे रक्षण होणार नाही आणि म्हणूनच काली काय किंवा कृष्ण काय; दोघांनीही हिंसेला मान्यता दिली आहे, हिंसा अंगीकारलेली आहे. भ्याड माणसांना अहिंसेची भाषा शोभत नाही. शौर्याचेच दुसरे नाव आहे हिंसा. ही हिंसा कोणाही गरिबावर, दुर्बलावर अन्याय करण्यासाठी नाही, तर असा अन्याय होऊ नये यासाठी असते. शांतीची अपेक्षा तेव्हाच करता येते, जेव्हा आपण सबल आणि शस्त्रसज्ज असतो. शांतीची, संरक्षणाची खात्री तेव्हाच देता येते, जेव्हा सज्जनशक्ती प्रभावी असते.

आत्मसंरक्षणार्थ किंवा दुर्बलांच्या हितासाठी हिंसेची गरज आहे, हे व्यवहारवादी तत्त्वज्ञान आपण मान्य केले, तरी कृष्ण आणि काली यांच्या बाबतीत या पैलूविषयी बोलताना आणखी एक प्रश्न पडतो. तो म्हणजे या दोघांच्याही हिंसेतील क्रौर्य आणि निर्ममता. कालीने ज्या पद्धतीने रक्तबीजाचा नाश केला किंवा जशा स्वरूपातील काली आपण मूर्ती किंवा चित्रात बघतो, त्यात तिचे भयंकर, पाशवी, रानटी, क्रूर रूप आहे. कृष्णाने आपल्या विश्वरूप दर्शनातदेखील असेच महाभीषण रूप अर्जुनाला दाखवले आहे. वीरयोद्धा असलेला अर्जुनही त्या रूपाने हादरून गेला होता. कालीचे असे हिंसक रूप अनेकांनी झाकण्याचा प्रयत्न केला आहे. मग तिचे असे विक्राळ रूप दाखवण्यामागील विचार काय असावा, याचे उत्तर शोधताना एक विचार मनात येतो, तो असा...

माणसाला सर्वाधिक भय असते ते मृत्यूचे! स्वतःच्या जवळच्या लोकांच्या मृत्यूचे भय त्याला कायम त्रास देत असते. हे भय भल्याभल्या वीर योद्ध्यांना कमकुवत बनवू शकते. त्यामुळे मृत्यूचे इतके भयानक क्रूर रूप दाखवण्यामागे कदाचित योद्ध्यांची भीती घालवणे, या क्रूरतेशी त्यांचा सामना करून देणे हा हेतू असू शकेल. कारण शत्रू

कोणत्या रूपात येईल, हे सांगता येत नाही. मानवाच्या इतिहासात कल्पनातीत क्रौर्याची अनेक उदाहरणे जवळपास प्रत्येक युगात आहेत. जर क्रौर्याने परिसीमा गाठली, तर शौर्यालाही त्याचा सामना करताना तेवढेच क्रौर्य आणावे लागेल. तिथे मनाने निबर असणे आवश्यक आहे. हीच तयारी कदाचित कृष्णाने अर्जुनाकडून करून घेतली असेल. तंत्रविद्या शिकणाऱ्या आपल्या साधकांची हीच परीक्षा काली घेत असेल. जगातील एक सर्वात क्रूर दहशतवादी संघटना म्हणजे, उत्तर युगांडातील 'लॉर्ड्स रेझिस्टंट आर्मी' असे म्हणतात. आचोली जमातीच्या लोकांनी त्यांच्यावर झालेल्या अन्यायाचा बदला घेण्यासाठी ही संघटना स्थापन केली. मात्र पुढे त्यांची महत्त्वाकांक्षा आणि क्रौर्य वाढत गेले. ते जगातील सर्वात क्रूर अतिरेकी, कट्टरपंथी मानले जातात. या संघटनेत भरती होण्यासाठी कोवळ्या युवकांना शस्त्रास्त्र प्रशिक्षण दिले जाते, त्यानंतर त्यांची कठोर परीक्षा घेतली जाते. या परीक्षेत त्याला त्याच्या सर्वात प्रिय व्यक्तीची हत्या करायला सांगितले जाते. हे जर तो करू शकला, तरच त्याला त्या संघटनेत प्रवेश दिला जातो. अशा क्रूर मनाच्या अतिरेक्यांशी लढणाऱ्या सैनिकांचे आत्मबलदेखील तेवढेच भक्कम असायला हवे. दोन वर्षांपूर्वी हिमालायतील गलवान खोऱ्यात भारतीय आणि चिनी सैन्यामध्ये मोठा संघर्ष झाला. चीनच्या आगळीकीला उत्तर देताना बिहार रेजिमेंटच्या वीस सैनिकांनी अतुलनीय पराक्रम गाजवत अनेक चिनी सैनिकांना यमसदनी पाठवले. ही लढाई नेमकी कशी झाली, याचा तपशील अधिकृतपणे बाहेर आलेला नाही. पण या सैनिकांनी अत्यंत क्रूर पद्धतीने चिनी सैन्यावर हल्ला केला असे म्हटले जाते. चीनला दहशत बसवण्यासाठी असे क्रौर्य दाखवणे अत्यंत आवश्यक होते. त्यासाठी सैनिकांना जेव्हा प्रशिक्षित केले जाते, तेव्हा त्यांचे मनही तसेच निष्ठुर, भयमुक्त बनवले जाते. कृष्ण आणि काली सांगत असलेले तत्त्वज्ञान हेच आहे आणि आज साडेचार हजार वर्षांनंतरही ते सत्य, वास्तव ठरले आहे.

श्रीकृष्णाने गीतेत मांडलेले तत्त्वज्ञान त्याही पलीकडचे आहे. अर्जुनाने जेव्हा आपल्या आप्तांशी लढणार नाही, असे कृष्णाला सांगितले, त्या वेळी कृष्णाने त्याला कर्मसिद्धान्त सांगितला आणि विराटरूपाचे दर्शनही दिले. ''पार्था, ज्यांना तू 'मी मारणार नाही' असे म्हणतो आहेस, त्यांना मी अगोदरच मारले आहे. तू केवळ निमित्तमात्र आहेस,'' असे प्रत्यक्ष दाखवून दिले. जेव्हा अहिंसा करणारा म्हणत असतो, की 'मी मारणार नाही' आणि हिंसा करणारा 'मी मारेन' असे म्हणतो, तेव्हा ते दोघेही असे समजत असतात, की मारता येणे शक्य आहे. मुळात असे समजणे हेच अज्ञान असल्याचे गीता सांगते. हे समजणे म्हणजे आत्मा आणि शरीर या दोन वेगवेगळ्या गोष्टी आहेत, असे समजणे होय. ज्याला अद्वैत समजले, ज्याला आत्मा अविनाशी असल्याची जाणीव

झाली, त्याला शरीराच्या मृत्यूचे ना भय उरते, ना दुःख! तिथे हिंसा आणि अहिंसा ही दोन्ही तत्त्वे केवळ भौतिकवादीच ठरतात. पण, ज्याचा या ब्रह्मज्ञानावर, आत्मतत्त्वावर विश्वास नाही, जो केवळ भौतिक जग मानतो, त्याला असा प्रश्न पडू शकेल, की जर मारणे - न मारणे अशी कोणतीही कृत्ये मनुष्याच्या हातात नसतीलच आणि तो कळसूत्री बाहुलीप्रमाणे हिंसा करत असेल, तर या युक्तिवादाने कोणतीही 'हिंसा' योग्यच ठरेल. तिला त्याज्य कसे ठरविता येईल? या प्रश्नाचे उत्तर असे आहे, की ज्या हिंसेमुळे कोणावर अन्याय होत असेल, जिला नीतिधर्माचे अधिष्ठान नसेल, ती हिंसा मानवी संस्कृतीनुसार 'न्याय्य' ठरणार नाही. मात्र अशी हिंसा होणारच नाही, हे समजणेदेखील खुळेपणाचे ठरेल. कारण वास्तव तसे नाही. आधीही नव्हते आणि पुढेही कधी नसेल. मानवाला केवळ चांगले, मंगल हवे आणि कुरूप, अमंगल नको अशा निवडीचे स्वातंत्र्य कधीच नसते. केवळ या दोन्हींचा स्वीकार करत त्यातून आपले आयुष्य अधिकाधिक उन्नत कसे करता येईल एवढेच आपल्या हातात असते आणि तेच योग्य आहे. कारण ब्रह्मांडाची उत्पत्ती आणि तोलच मुळी, दोन विरुद्ध तत्त्वांवर (मग त्याला पुरुष आणि प्रकृती म्हणा किंवा वैज्ञानिक भाषेत 'न्यूट्रॉन-प्रोटॉन' म्हणा; या भिन्न-नकारात्मक आणि सकारात्मकतेवर) टिकलेला आहे. यांपैकी कशालाही नकार म्हणजे सृष्टिचक्राच्या अर्ध्या बाजूला नकार देणे असे होईल. नकार देऊन आपण हे वास्तव बदलणार नाही, केवळ आपल्याला त्याकडे पाठ फिरवता येईल. शहामृग जसे वादळ आल्यावर जमिनीत तोंड खुपसून वादळ आल्याचेच नाकारतो, तशा शहामृगासारखी आपली गत होईल. हे होऊ नये म्हणून वास्तव जितक्या लवकर आणि धैर्याने स्वीकारू, तितकेच त्याचा सामना करण्यासाठी आपण सक्षम होऊ शकू, हाच संदेश काली आणि कृष्ण या दोघांनीही दिला आहे.

३

शृंगार आणि सर्जन

पाच हजार वर्षांपूर्वीच्या आपल्या देवता, आजच्या आपल्या तंत्रज्ञानाने युक्त अशा जगापेक्षा अधिक प्रागतिक होत्या. कृष्ण काय किंवा काली काय; दोघेही वर्तमान आणि भविष्यातील आहेत. हे आपले दुबळेपण आणि दांभिकता आहे, की आपल्याला या दोन्ही देवता झेपत नाहीत, स्वीकारता येत नाहीत. त्यासाठी आपण अधिक प्रगल्भ होण्याची गरज आहे.

काली आणि कृष्ण या दोघांच्याही व्यक्तिरेखेतील आणखी एक ठळक बाजू म्हणजे समागम, कामशांती! काली निर्वस्त्र आहे. जेव्हा जेव्हा तिने युद्ध केले, तेव्हा तेव्हा त्या युद्धानंतर तिने महादेवासोबत शरीरसुख घेतल्याचा उल्लेख आहे. त्यासाठी तिने स्वत: त्याला उद्युक्त केल्याचेही दाखले आहेत. हा समागम अत्यंत उग्र, आक्रमक असा आहे. कालीला प्रसन्न करण्यासाठी तंत्रविद्येत सांगितल्या गेलेल्या पूजाविधींमध्ये आणि कर्मकांडांमध्येही शरीरसंबंध, समागम, परंपरेने अनैतिक समजले जाणारे रतिसुख यांचा समावेश आहे.

तर कृष्णाच्या आयुष्यातही शृंगार, रासक्रीडा आणि शरीरसंबंध यांना महत्त्वाचे स्थान आहे. कृष्ण हे प्रेमाचे सर्वांत उत्कट रूप आहे आणि प्रेमाची सर्वांत उत्कट अभिव्यक्ती म्हणजे प्रणय, शृंगार! श्रीकृष्णाने रासक्रीडेत हा शृंगार फुलविला आहे. शरीरसुखाच्या उत्कट अनुभूतीतून मिळणारा सर्वोच्च आनंद यातून वर्णन केला आहे. कृष्णाच्या या रूपाविषयी अनेक कवींनी आपल्या कल्पनाशक्तीला अधिकाधिक फुलवत शृंगाराचे रसभरित वर्णन केले आहे.

काली आणि कृष्ण या दोघांच्या शरीरसंबंधांबाबतीत करण्यात आलेल्या वर्णनांना अनेकांनी आक्षेप घेतला आहे. संस्कृती, सभ्यता, समाजमान्य नीतिमत्तेच्या चौकटीत बसत नसल्याने, कालीचे आणि श्रीकृष्णाचे हे वर्णन अनेक प्रस्थापित समजांना जबर धक्का देते. त्यामुळे ही रूपे दडपून टाकण्याचा, त्यांना खोटे ठरवण्याचाच प्रयत्न अधिक झाला. आपल्या श्रद्धास्थानांनी काय करावे, कसे वागावे याच्या चौकटी आपण आपल्या नीतिमत्तेच्या, मूल्यांच्या कल्पनेनुसार ठरवत असतो आणि या चौकटीत देवांनाही कोंबण्याचा प्रयत्न करत असतो. समजा, त्यांच्या प्राचीन कथा-वर्णनांमध्ये आज समाजमान्य नसलेल्या काही गोष्टी आढळल्या, तर त्या कशा चुकीच्या आहेत, हे सिद्ध करण्याचा प्रयत्न आपण करतो. तसे नाही केले, तर त्यांचे 'देवत्व' मलीन होईल, ते धोक्यात येईल आणि समाजसंतुलन बिघडेल, अशी भीती आपल्याला असते. कारण श्रद्धास्थाने जशी असतील तसा समाज बनतो.

पण प्रश्न हा आहे, की नीतिमूल्ये कोणी ठरवायची? ही नीतिमूल्ये प्रत्येक काळात तशीच असतील का? चूक-बरोबर याचे निकाल कोणी लावायचे? तर ते त्या त्या काळात, स्थानिक समाजरचनेत ज्याचे प्राबल्य असेल, त्या समाजाने ठरवलेली मूल्ये आणि नीतिनियम असतात. विशेष म्हणजे, या प्रवासात प्रस्थापित समाजाने बहुधा आपली 'सोय' आणि 'व्यवहार' बघितल्याचे लक्षात येईल.

समागम, शृंगार या सर्वांत आदिम, शुद्ध आणि नैसर्गिक सुख-गरजेवर प्रत्येक संस्कृतीने, समाजाने आपल्या 'सभ्यतेच्या' कल्पनांच्या शेंदुराची पुटेच पुटे चढविलेली दिसतात. या बाबतीत आपला समाज काहीसा दांभिक आहे. माणसाच्या मूळ, आदिम

गरजांपैकी एक असलेल्या शरीरसंबंधाच्या गरजेला आपण कायम नाकारत आलो किंवा तिचे दमन करत आलो आहोत. मानवाला विरुद्धलिंगी आकर्षण नैसर्गिकपणे वाटत असते. मुळात, सर्व प्राणिमात्रांच्या जीवनकार्याचे आदिम उद्दिष्टच प्रजनन आणि वंशपालन, संवर्धन हे आहे. इतर पशू त्यांच्या गरजेनुसार अत्यंत सहजपणे आणि नैसर्गिकपणे या गरजा भागवत असतात. त्यामुळे त्यांच्या जीवसृष्टीत कधीही जबरी शरीरसंबंध, बलात्कार असे विकृत प्रकार होत नाहीत.

कामसूत्रातून प्रणयाचे शास्त्रशुद्ध शिकवण देणारे तत्त्वज्ञान या भारतीय भूमीतीलच आहे. वात्स्यायनाने सुमारे २४०० वर्षांपूर्वी 'कामसूत्र' या ग्रंथाची रचना केली, असे म्हणतात. या मूळ संस्कृत ग्रंथाचा आज जगभरातील बहुतांश सर्व भाषांमध्ये अनुवाद झाला असून, जगाच्या अंतापर्यंत उपयुक्त ठरेल असे ज्ञान या ग्रंथाने आपल्याला दिले आहे. अर्थशास्त्रात जे काम कौटिल्याने केले, तेच काम वात्स्यायनाने कामशास्त्रात केले आहे, असे म्हटले जाते. या ग्रंथाच्या निर्मितीमागे शिव-पार्वतीशी संबंधित एक दंतकथा सांगितली जाते. शंकराचे वाहन नंदीनेच पृथ्वीवर वात्स्यायन म्हणून जन्म घेऊन ही ग्रंथरचना केली असे म्हणतात. ही दंतकथा बाजूला ठेवली, तरीही वात्स्यायनाचे

मध्य प्रदेशातील खजुराहो मंदिरातील शिल्पकला

आयुष्य आणि त्या काळातील समाजजीवन याचा परिचय आपल्याला या ग्रंथातून होतो. यातून असे जाणवते की, लैंगिक सुख, कामवासना या सगळ्यांविषयी समाजाचे विचार अत्यंत प्रगल्भ होते. तसेच त्यावर स्त्री-पुरुषांच्या मनमोकळ्या चर्चादेखील होत असत. 'काम' म्हणजे केवळ प्रणयक्रिया समजणे इतकेच नाही, तर मनुष्याच्या पंचेंद्रियापासून मिळणारा अद्वितीय असा अनुभव आहे. हे ज्ञान कुटुंबजीवनाचा पाया मजबूत करणारे आहे. वैदिक तत्त्वज्ञानात चार आश्रम सांगितले आहेत आणि त्यांची चार पुरुषार्थांशी सांगड घातली आहे. ब्रह्मचर्य या पहिल्या आश्रमात विद्यार्जनाला महत्त्व असून, शरीर मजबूत करण्याचा हा काळ आहे. गृहस्थाश्रम आणि अर्थप्राप्तीची ही पूर्वतयारी आहे. गृहस्थाश्रमातील कामजीवन अधिक सुखकर, निरामय होण्यासाठी 'कामशास्त्रा'चे शास्त्रशुद्ध शिक्षण मिळणे अत्यंत आवश्यक आहे. ''तारुण्यात प्रवेश करण्याच्या वेळी प्रत्येक मुलालाच नव्हे, तर मुलीलाही कामक्रीडेचे शास्त्रीय रीतसर शिक्षण मिळाले पाहिजे, तरच निकोप समाज घडू शकतो. अन्यथा एक मोठी विकृती समाजात तयार होऊन, ती समाजातील शांतता, सभ्यता बिघडवण्यास कारणीभूत ठरू शकते,'' असे वात्स्यायनाने म्हटले आहे. 'कामसूत्र' या ग्रंथाचा हेतू कामवासना उत्तेजित करणे हा नसून, मनुष्यजीवनातला महत्त्वाचा आणि आवश्यक भाग 'काम' कसा आहे, हे सांगणे आणि त्याच्याकडे शास्त्रशुद्ध दृष्टीने बघणे हा होता.

पुरी येथल्या मूर्ती किंवा मध्य प्रदेशातील खजुराहो येथील मूर्तिकलासुद्धा प्रणयक्रियांमधील सौंदर्य, त्यातील कलात्मकता सांगणारी आहे. शृंगार, लैंगिक आकर्षण ही एक नैसर्गिक गरज असून मनःस्वास्थ्य, आनंद आणि निकोप प्रजोत्पादन यासाठी ते आवश्यक आहे, याची समज प्राचीन काळी होती.

मानवाला शरीरासोबत, बुद्धी, कल्पनाशक्ती, मन आणि वाणी यांचेही वरदान मिळाले आहे. त्यामुळे मानव आदिम पशूंच्या खूप पुढे गेला, उन्नत व विकसित झाला आहे. मात्र 'संस्कृती' नावाच्या मानवनिर्मित, नियमबद्ध जगात त्याने केवळ शरीरावरच नाही, तर इतर अनेक गोष्टींवर आवरणे चढवली. सभ्यता आणि संस्कृती मानवाच्या उत्क्रांतीसाठी आवश्यक आहेत, तसेच समाजनियमन चालण्यासाठीही ते महत्त्वाचे आहे, यात शंका नाही. मात्र हे नीतिनियम निकोप बुद्धीने तयार केले पाहिजेत. नैसर्गिक इच्छांचे, वासनांचे विकृत पद्धतीने दमन केले, तर त्या नष्ट होत नाहीत. उलट, अधिक विकृतपणे बाहेर उफाळून येतात. समाजात स्त्रियांवर होणाऱ्या अत्याचारांमागे, पुरुषप्रधानतेची, शोषक आक्रमक, स्वामित्व भावना जशी कारणीभूत असते, तशीच अनेक विकृतींमागे अनैसर्गिक दमन हेदेखील कारण असते, असे मानसशास्त्र सांगते. जे नैसर्गिक आकर्षण आहे, त्याचे सौंदर्य समजून न घेता कायम पाप-पुण्याच्या, श्लील-अश्लीलतेच्या कल्पना त्याच्याशी जोडून त्याचे सौंदर्य आपण नाकारत आलो आहोत.

खरे तर निरामय निकोप कामजीवनाची समाजाला गरज असते, ती सामाजिक समतोल सभ्यता सांभाळण्यासाठी, जपण्यासाठी!

विस्तारभयाचा दोष घेऊनही, याविषयी काही मूलभूत गोष्टींची सविस्तर मांडणी करणे अवघड आणि आवश्यक आहे. त्यानंतरच आपण कृष्ण आणि काली यांच्या प्रणय कल्पनेमागचे गुंतागुंतीचे तत्त्वज्ञान समजून घेऊ शकू.

भिन्नलिंगी शरीर आकर्षण आणि समागम हे अतिशय नैसर्गिक आणि मानवाला सर्वाधिक आनंद देणाऱ्या सुखांपैकी एक आहे. निर्वाणाप्रत पोहोचण्यासाठी शरीर-मन-अद्वैताची परमोच्च अनुभूती मदत करते, असे तत्त्वज्ञान वात्सायनाकडून मांडण्यात आले आहे. नैसर्गिक आणि म्हणूनच तन-मनाला मुक्तीचा अनुभव देणारे हे सुख आहे. निसर्गतः स्वतंत्र असलेल्या मनुष्यप्राण्याने स्वतःचे संपूर्ण आयुष्य चाकोरीबद्ध केले आहे. कायम नियमबद्ध, कृत्रिम जगणे म्हणजे निसर्गाच्या विपरीत जाऊन केलेली कसरत. या बाह्य, बंधयुक्त जगण्यात मनुष्य थकून जातो. त्यामुळे स्वातंत्र्याचा, मुक्तीचा, एकरूपतेचा अनुभव देणारा समागम त्याला सुखवणारा असतो. हे सुख त्याचा शारीरिक, मानसिक थकवा दूर करणारे असते. तन-मन निकोप, निरोगी ठेवणाऱ्या या अनुभूतीला आपण सामाजिक दडपणांमुळे सतत दाबून ठेवतो. दुसरीकडे आतल्या आत या सर्वांचे आकर्षण वाटत राहते. एकीकडे नकार, दुसरीकडे आकर्षण यामुळे समागमाच्या विचारांपासून दूर जाण्याऐवजी आपण त्या विचारांमध्ये अधिकाधिक अडकले जातो. पुनःपुन्हा त्याचे दमन करतो. अनेक लोक ब्रह्मचर्याचा पुरस्कार करताना, या मोहापासून दूर जाण्याचा, त्यांना नाकारण्याचा उपाय सांगतात. पण हा वास्तव उपाय नव्हे. म्हणूनच कृष्णाचे तत्त्वज्ञान इथे अधिक महत्त्वाचे आहे. रासक्रीडेतून कृष्णाने निरामय शरीरसंबंधाचा आणि आत्मिक अद्वैताचा संदेश दिला आहे. त्याने कधीही स्त्रीसुख नाकारले नाही. त्यापासून दूर जाण्याची गरज त्याला वाटली नाही. त्या समाधानातच त्याचे वैराग्य आहे. भोगातच योग आहे. जर आपण त्याला नाकारले, झाकले किंवा लपवले, तर आपले आयुष्य मानसिक पातळीवर त्यातच अडकून पडते आणि वैराग्याच्या ऐवजी आपण विकृतीचे बळी ठरतो. उलट, इतर सर्व गरजांसारखे आपण हेही सुख स्वीकारले, त्याचा सभ्यतेने उपभोग घेतला, तर त्यातून मुक्त राहू शकतो. याचा अर्थ लैंगिक आकर्षण, शरीरसुख हेच आयुष्य आहे का? तर तसे अजिबात नाही. आपल्या इतर गरजांप्रमाणे हीसुद्धा एक नैसर्गिक गरज आहे इतकेच! त्यामुळे तिचा स्वीकार करून आपण त्यातून मोकळे होऊ शकतो. दमन केले, तर कदाचित उलट आपण त्याच्यात कायमचे अडकून पडू शकतो.

काली याच्या एक पाऊल पुढे आहे. तिच्या मुक्त, स्वतंत्र व्यक्तिमत्त्वाला साजेसे तिचे वर्तन आहे. तिचे निर्वस्त्र असणेही याच नैसर्गिक भावनेचे प्रगटीकरण आहे.

परंतु, संस्कृतीचे आणि नियमनाचे दांभिक स्वरूप या नैसर्गिक भावनेच्या अगदी विरुद्ध वागण्यास आपल्याला प्रवृत्त करते. त्यामुळे सगळाच गोंधळ होतो. भारतीय तत्त्वज्ञानातही धर्म, अर्थ, काम आणि मोक्ष हे चार पुरुषार्थ सांगितले आहेत. धर्माचे अधिष्ठान असलेल्या कृत्यातून अर्थ आणि कामप्राप्ती साध्य करणे, अशी ही शिकवण आहे. त्यातूनच मुक्तीचा, मोक्षप्राप्तीचा मार्ग मोकळा होतो. काली आणि कृष्ण या दोन देवता प्रणयाचे हेच उन्मुक्त, नैसर्गिक रूप दाखवत आहेत. कामसूत्रातून तन-मनाच्या मिलनाचे शास्त्रशुद्ध शिकवण देणारे तत्त्वज्ञान या भारतीय भूमीतीलच आहे.

नंतरच्या काळात, कदाचित परकीय आक्रमणांमुळे असेल, पण भारतीय तत्त्वज्ञान आणि आचारांमध्ये असलेली शरीरसुखाबद्दलची मुक्त, वैज्ञानिक, सभ्य विचारसरणी मागे पडली आणि स्त्रियांच्या संरक्षणासाठी रूढी-प्रथा यांच्या आधाराने बंधने घातली गेली. कालांतराने ही बंधने इतकी घट्ट झाली, की प्रणय, लैंगिक आकर्षण, शरीरसुख हे शब्द उच्चारणेसुद्धा पाप, दुराचार समजले जाऊ लागले. अनाचार होऊ नये म्हणून दमन झाले आणि त्यातून विकृती, दुराचार माजला. आज आपण या विषयाकडे इतक्या पूर्वग्रहदूषित मनोवृत्तीने बघतो, की या विषयावर मनोवैज्ञानिक तथ्ये मांडणारे जे. कृष्णमूर्ती, ओशो रजनीश यांचे विचारदेखील आपण दाबून टाकतो, स्वीकारू शकत नाही. इतकेच काय, शालेय वयात मुलामुलींना लैंगिक शिक्षण देणे, त्यांचे सहशिक्षण या कल्पनाही अमलात आणायला आपण धजावत नाही. कठीण असले तरी ते आवश्यक आहे.

पाच हजार वर्षांपूर्वीच्या आपल्या देवता, आजच्या आपल्या तंत्रज्ञानाने युक्त अशा जगापेक्षा अधिक प्रागतिक होत्या. कृष्ण काय किंवा काली काय; दोघेही वर्तमान आणि भविष्यातील आहेत. हे आपले दुबळेपण आणि दांभिकता आहे, की आपल्याला या दोन्ही देवता झेपत नाहीत, स्वीकारता येत नाहीत. त्यासाठी आपण अधिक प्रगल्भ होण्याची गरज आहे.

कृष्ण आणि काली, शरीर-मन ऐक्याचा आनंद म्हणून स्वीकार करतात, तसेच प्रणय सर्जनाचेही ते माध्यम आहे. कृष्ण आणि काली समजून घेताना आपण त्यांचे 'काळ' हे कालातीत विध्वंसक रूप जसे पाहिले, तसेच या दोन्ही देवता उत्पत्ती करणाऱ्याही आहेत. सृष्टिचक्र अव्याहत सुरू ठेवण्यासाठी सर्जन करणारी मातृशक्ती हेही कालीचेच रूप आहे. ज्या क्रियेमुळे सर्जन होते, ज्या क्रियेतून मातृत्व लाभते आणि सृष्टिचक्र चालवले जाते त्या क्रियेला पाप, अश्लील म्हणणे योग्य कसे, असा थेट प्रश्न ही निर्वस्त्र काली विचारते आहे. तिची निर्वस्त्रता ही तिचे आक्रमक प्रणय रागातील उन्मीलन, तिच्यातील मातृत्वाचा फलदायी गर्भ सूचित करणारी आहे, असा गर्भ जो हे ब्रह्मांड जिवंत ठेवतो. कृष्णाचा 'रास गरबा' हेसुद्धा त्याचेच एक प्रतीक आहे.

४

लागले पिसे गं...

पाच हजार वर्षांपूर्वीच्या आपल्या देवता, आजच्या आपल्या तंत्रज्ञानाने युक्त अशा जगापेक्षा अधिक प्रागतिक होत्या. कृष्ण काय किंवा काली काय; दोघेही वर्तमान आणि भविष्यातील आहेत. हे आपले दुबळेपण आणि दांभिकता आहे, की आपल्याला या दोन्ही देवता झेपत नाहीत, स्वीकारता येत नाहीत. त्यासाठी आपण अधिक प्रगल्भ होण्याची गरज आहे.

श्रीकृष्ण आणि काली या दोघांमध्ये आणखी एका बाबतीत विलक्षण साम्य आहे. या दोन्ही देवतांचे भक्त त्यांच्यावर आत्यंतिक प्रेम करतात. केवळ प्रेमच नाही, तर हे एक प्रकारचे वेडच असते. मनाची उन्मनी अवस्था करण्याचे सामर्थ्य किंवा जादू या भक्तीमध्ये आहे.

अद्वैतवादी मधुराभक्ती संप्रदायाचा सखा कृष्ण त्याच्या भक्तांना आपल्या आयुष्यातलाच कोणीतरी वाटतो. त्याचे भक्त त्याला सखा, बंधू, माउली, प्रियकर, नवरा अशा सगळ्या रूपांत बघतात, अनुभवतात. त्यांच्या दैनंदिन जगण्याचा तो एक भाग असतो. वारकऱ्यांच्या सुखदु:खातील वाटेकरी तो असतो. कृष्णाच्या जीवनकाळात आणि त्यानंतर हजारो वर्षे उलटून गेल्यानंतरही अनेक स्त्रियांना त्याच्याविषयी आकर्षण वाटते. तो 'देव' नाही, तर त्यांना त्यांचा 'सखा' वाटतो.

यापलीकडेसुद्धा कृष्णाचे असे काही भक्त आहेत, ज्यांनी त्याच्यावर आपले अवघे आयुष्य ओवाळून टाकले आहे. मीरा ही कृष्णाची अशीच एक भक्त. बालवयातच तिला कृष्णाचे वेड लागले आणि ते एखाद्या असिधारा व्रतासारखे तिने आयुष्यभर सांभाळले. मीरा केवळ एकच तत्त्वज्ञान सांगते- प्रेम ही मनुष्याच्या आयुष्यातील प्राणांपेक्षाही मोठी ताकद आहे. ही हिंमत तिला विषाचा प्याला हसत हसत ओठांना लावण्याची ताकद देते. पण मरण तर एका क्षणाचे असते. ही ताकद तिला आयुष्य नि:संगपणे जगण्याचे साहस देते. तिच्या आयुष्यात तिने जे जे केले, ते सहज, सोपे अजिबात नव्हते. विशेषत: राजस्थानमधली राजघराण्यातील स्त्री असूनही ती नि:संगपणे जगली. रस्त्यावर आली, साधुसंतांच्या मेळ्यात रममाण झाली, आनंदाने गायली-नाचली. हे सगळे त्या गिरीधर गोपालाचेच वेड होते.

दक्षिणेतील मीरा म्हणून प्रसिद्ध असलेली तामिळनाडूची आंदाळ

तामिळनाडूची आंदाळ म्हणजे जणू दक्षिणेतील मीराच. लहान वयातच श्रीकृष्णाच्या प्रेमात पडलेली आंदाळ त्याच्यासाठी वेडी होती. त्याच्यावर तिचे अपरंपार प्रेम होते. लहान वयात तिने श्रीकृष्णाची भक्ती केली, तारुण्यात तिने श्रीरंगाशी सालंकृत विवाह केला आणि त्याच्या देवळातल्या गाभाऱ्यात प्रवेश करताच ती नाहीशी झाली. नंतर

ती कधीच कुणाला दिसली नाही, असे म्हणतात. पण या लहानग्या वयात तिने कृष्णावर केलेली कवने, गीते आजही तामिळनाडूमध्ये गायली जातात.

कृष्णाच्या जीवनकाळात गोकुळ-वृंदावनात त्याने रासलीलेने सर्वांना अक्षरशः वेडे केले होते. भान हरपणे, देहाची जाणीव नसणे अशा उन्मनी अवस्थेत पोहोचलेल्या मनाचे सर्व विकार, मोहपाश गळून पडतात. कृष्णाशिवाय काहीही दुसरे दिसत नसल्याची अवस्था आणि कृष्णाचे आकर्षण एखाद्या जादूसारखे होते.

कालीमातेचे निस्सीम भक्त रामकृष्ण परमहंस

कालीचे भक्तही असेच तिच्या प्रभावाखाली असतात. तीदेखील भक्तांना वेड लावते. तिच्या मातृरूपाची भक्ती करणारे रामकृष्ण परमहंस कालीच्या मंदिरात अक्षरशः तल्लीन होऊन नाचत असत. कालीची आळवणी करताना त्यांच्या डोळ्यांतून अचानक अश्रू वाहत असत. त्यांची व्याकूळता कित्येकदा इतकी शिगेला पोहोचत असे, की आजूबाजूच्या लोकांना त्यांना 'वेड' लागले की काय असे वाटत असे. अशा अवस्थेत रामकृष्ण परमहंस यांचा सतत कालीमातेशी संवाद सुरू असे. ते या लौकिक जगातच नसत.

बंगाली संत कवी रामप्रसाद सेन हेसुद्धा कालीमातेसाठी अत्यंत व्याकूळ होत. सांसारिक सुख, लौकिक जग यांपासून अलिप्त होत केवळ कालीच्या विचारात, तिच्या भक्तीत लीन होत. अघोरी विद्या, तंत्रविद्या शिकणारे लोक कालीभक्तीत कितीतरी अशा गोष्टी करत, ज्या सामान्यपणे कोणी करणार नाहीत. स्मशानातील पूजाविधी, बळी, शरीरसंबंध, आत्मक्लेश अशा अनेक गोष्टी हे भक्त झपाटून गेल्यासारखे करीत. आताच्या नागरी जीवनात अशा गोष्टींना कायद्याचे, समाजाचे बंधन आहे.

कृष्ण आणि कालीच्या प्रभावाखाली असलेले भक्त त्यांची पराकोटीची भक्ती करणारे (सकारात्मक आणि नकारात्मक दोन्ही बाबतींत;) असतात, असे जाणवते. इतर कुठल्याही देवांच्या बाबतीत अशी भक्ती करणारे भक्त त्यामानाने कमी आढळतात. कृष्ण आणि काली या दोन्ही देवता स्वतः उन्मनी अवस्थेत पोहोचलेल्या आहेत आणि त्यांनी त्यांच्या भक्तांनाही त्या अवस्थेला पोहोचवले आहे.

५

इहलोकीच्या प्रेरणा

तुझा स्वधर्म हा आहे, त्याला परमार्थाचीही जोड आहे. काय करायचे हे तुझे तू ठरव आणि जे काही तू करशील, त्या कर्माची फळे तू स्वतः भोग. स्वतःचा उद्धार तुझा तुलाच करायचा आहे, एवढेच गीतातत्त्व आपल्याला सांगते. कृष्णाचे जीवनही आपल्याला तेच सांगते. म्हणूनच कृष्णाचे आयुष्य, कायम वर्तमानकाळ आहे. त्यात भविष्याचा वेध घेत चालण्याची शक्ती आहे.

काली आणि कृष्ण यांच्या तत्त्वज्ञानातील आणखी एक साम्य म्हणजे, या दोघांनीही आयुष्य जगण्याचा मार्ग सांगितला आहे. या ऐहिक जगानंतरच्या आयुष्याबद्दल ते बोलत नाहीत. तर इथेच या पृथ्वीवर आपली काय कर्तव्ये आहेत, जगण्याचे प्रयोजन काय आहे, हे ते सांगतात आणि म्हणूनही ते दोघे कायम प्रासंगिक म्हणजेच कालातीत ठरतात. केवळ एवढेच नाही, तर त्यांचे विचार भविष्यातदेखील उपयुक्त ठरणारे आहेत.

कृष्ण मोक्षप्राप्तीचा मार्ग सांगतो, मात्र त्यासाठी या जीवनाचा, ऐहिक सुखांचा त्याग करायला तो सांगत नाही, ना त्याच्या आचरणातून तो तसे दाखवतो. गीतेचे तत्त्वज्ञान हे भोगवादी तत्त्वज्ञानच आहे. पण हा भोगवाद पाश्चात्त्य संस्कृतीत अभिप्रेत आहे, तसा भौतिक सुखवाद नाही. तर धर्म, अर्थ आणि काम या पुरुषार्थानुसार नीती आणि न्यायसंमत आचरण करत, इहलोकातील आयुष्य जगणे आणि मोक्षप्राप्तीस सिद्ध होणे. मग न्यायसंमत आणि नीतिसंमत आचरण कुठले? कृष्णकाळात असलेले नीतिनियम, धर्म, रूढी, प्रथा आज न्यायसंमत असतील का? आज समाजहिताचे ठरतील का? कारण रूढी-प्रथा तर कालपरत्वे बदलत असतात. मग कृष्णाचे तत्त्वज्ञान कालातीत कसे? तर त्याचे उत्तर आहे, कृष्णाने केलेली धर्माची व्याख्या! कृष्णाने त्याच्या आयुष्यात अनेक नीतिनियम बिनदिक्कत मोडले. महाभारतातील धर्मयुद्धात त्याने 'युद्धधर्म' पाळला. गीतेतही त्याने 'अमुक करा', 'तमुक करू नका' अशी आचरणादी कर्मकांडे सांगितली नाहीत. नियम घालून दिले नाहीत. काय खायचे, काय प्यायचे, कसे वागायचे हे सगळे वरवरचे आहे. बदलत जाणारे आहे. कालसापेक्ष-व्यक्तिसापेक्ष आहे. त्याने सर्वांना एकच सांगितले, स्वधर्म पाळा! धर्म म्हणजे आजचा अर्थ नव्हे, त्या उपासनापद्धती झाल्या. त्याची धर्माची व्याख्या होती ज्यातून मानवाची धारणा होते, त्याचा अभ्युदय होतो, ज्यातून संपूर्ण मानवजातीचे कल्याण साधले जाते, कुणाचेही अहित होत नाही, असा विश्वात्मभाव सांगणारा धर्म. हा कायम प्रवाही राहायला हवा. या प्रवाहात येणारे सगळे काही मिसळून जायला हवे आणि तरीही तो वाहत राहायला हवा. प्रा. शरद कुलकर्णी यांनी आपल्या कृष्णाविषयीच्या लेखात म्हटले आहे तसे... ''जीवनाच्या या प्रवासात कृष्ण आपल्याला एक गोपाळाची काठी देतो. त्या काठीने आपले सारे व्यवहार मोजायचे. उंच अडचणी ओलांडायच्या. नीतीचे वा आश्रमधर्माचे मोजमाप करायचे. ही काठी म्हणजे एक श्रद्धा आहे. श्रद्धा या विश्वाच्या एकात्मतेची. हा जीव त्या शिवाचाच अंश आहे यावरची ती श्रद्धा. ही श्रद्धा एकदा आपली म्हटली, की माणूस निर्भय बनतो. कर्माचे फळ काही का असेना, बरे-वाईट सारे 'कृष्णार्पणमस्तु' म्हणून त्यालाच अर्पण केले, मग माणसाला पराभवाची, पराजयाची भीतीच कुठे उरली? मग छत्रपती शिवाजी महाराज वयाच्या अवघ्या सोळाव्या वर्षी 'हे तो श्रींची

इच्छा' म्हणत मोगल साम्राज्याच्या प्रचंड सैन्यावर तुटून पडू शकतात.''

विशेष म्हणजे, कृष्ण कुणालाही 'आज्ञा' देत नाही, तो केवळ सांगतो. हा विश्वाचा पसारा असा आहे. त्यात तुझा स्वधर्म हा आहे, त्याला परमार्थाचीही जोड आहे. काय करायचे हे तुझे तू ठरव आणि जे काही तू करशील, त्या कर्माची फळे तू स्वतः भोग. स्वतःचा उद्धार तुझा तुलाच करायचा आहे, एवढेच गीतातत्त्व आपल्याला सांगते. कृष्णाचे जीवनही आपल्याला तेच सांगते. म्हणूनच कृष्णाचे आयुष्य, कायम वर्तमानकाळ आहे. त्यात भविष्याचा वेध घेत चालण्याची शक्ती आहे.

सुप्रसिद्ध इंग्रजी कवी टी. एस. इलियटच्या 'Four Quartets' या चार कवितांमधील 'The Dry Salvages' या तिसऱ्या कवितेत, त्याने कृष्णाचा उल्लेख केला आहे. सागरावरचा प्रवास हे रूपक वापरून 'काळाचा प्रवाह आणि मानवतेचा प्रवास' त्याने वर्णन केला आहे. तंत्रज्ञान आणि भौतिकवादाच्या पसाऱ्यात मानवता कुठेतरी हरवून गेली आहे. अशा वेळी 'स्व'चा आणि 'ब्रह्मतत्त्वा'चा शोध आपल्याला पुढे घेऊन जाईल, हा कृष्णाचा संदेश त्याने दिला आहे. तो म्हणतो,

O voyagers, O seamen,
You who came to port and you whose bodies
Will suffer the trial and judgement of the sea,
Or whatever event, this is your real destination.
So Krishna, as when he admonished Arjuna
On the field of battle.
Not fare well,
But fare forward, voyagers.
...

'Not fare well, but fare forward' यातून अंत नसलेला, पुढे जाणारा, प्रवाही काळच त्याला सूचित करायचा आहे.

जिथे जिथे आयुष्यात आपण ठेचकाळतो, संभ्रमात पडतो, तिथे तिथे कृष्णाचे गीतातत्त्व आजही आपल्याला आधार देते, वाट दाखवते आणि म्हणूनच कृष्ण कालातीत ठरतो, भविष्यकालीन ठरतो! जीवनाचा हा प्रवाह अखंड अविरत सुरूच असतो. आपल्यासाठी जीवनाचा अर्थ अत्यंत व्यक्तिगत आणि छोटा आहे. श्रीकृष्ण असामान्य असा पूर्णपुरुष आहे. त्यामुळे त्याला संपूर्ण मानवजातीचा, चराचर सृष्टीचा अखंड वाहता 'प्रवाह' दिसतो. त्याच्यासाठी भूत-भविष्य असे काहीही नाही. जे आहे ते अखंड वर्तमान आहे. कृष्णाचा विचार आज आहे आणि भविष्यातही राहील.

काली तर सर्जनाचे प्रतीक आहे. जोपर्यंत सर्जन आहे, तोपर्यंत सृष्टी आहे. पुरुष

आणि प्रकृती तत्त्व, मग ते आध्यात्मिक ब्रह्मतत्त्व असो किंवा शारीरिक तत्त्व असो; त्यात अद्वैत आणि सर्जन असणारच आहे. शिव तत्त्व आणि शक्ती यात शक्तीला 'अजरा योनी' असे म्हटले जाते. जिला 'जरा' (वार्धक्य) नाही, अशी योनी. पुरुष - प्रकृतितत्त्व जागे करणाऱ्या कामक्रीडेला तंत्रविद्येत 'कुंडलिनी जागरण' असेही म्हणतात. त्यासाठी आवश्यक असलेल्या आंतरिक कामशक्तीला 'महाशक्ती-महाकाली' असेही म्हणतात. योनीमध्ये मूलाधार चक्र असते, असे शिवसंहिता सांगते. कुंडलिनी रूपी योनी आणि सहस्त्रार रूपी लिंग यांचा संयोग मनुष्याच्या आंतरिक अपूर्णतेला पूर्ण करणारा असतो. तंत्रसाधनेत याच उद्देशाची पूर्तता केली जाते. यालाच 'शिव-शक्ती'चा संयोग किंवा आध्यात्मिक दृष्ट्या आत्मा आणि परमात्मा मीलन म्हणतात. त्रिपुरोपनिषतात त्याचे वर्णन करताना,

भग: शक्तिर्भगवान्काम ईश उभा दाताराविह सौभगानाम्।
समप्रधानौ समसत्वौ समोजौ तयो: शक्तिरजरा विश्वयोनि:॥

(त्रिपुरोपनिषत्)

(**अर्थ :** भग शक्ती आहे, तर शिव कामरूप ईश्वर आहे. दोघेही सौभाग्य देणारे आहेत. दोघेही प्रधान आहेत, दोघेही समान आहेत. दोघांचीही सत्ता समान आहे. दोघेही समान ओजस्वी आहेत. या संयोगातून निर्माण झालेली अजरा शक्ती विश्वाचे निमित्त आहे.)

काली सर्जन करते आणि विध्वंसही. त्यामुळे सृष्टिचक्र सुरू राहते. वेगळ्या शब्दांत सांगायचे, तर सर्जन आणि विध्वंसाच्या चक्राकार सृष्टीचे प्रतीकच आदिमाया आहे. त्यामुळे तिची शाश्वतता वेगळी मांडायला नकोच. तिचे संपूर्ण तत्त्व ऐहिक सुखप्राप्तीचे तत्त्व आहे. तिच्या साधकांमध्येही; मग ते अनार्य असोत, तांत्रिक असोत, सांख्य असोत, ब्रिटिश राजवटीतील सशस्त्र क्रांतिकारक असोत किंवा अलीकडच्या काळातील स्त्री-मुक्तीचा विचार मांडणारे; या सगळ्यांना तिच्या मुक्त, स्वयंभू आणि स्वतंत्र वृत्तीनेच भुरळ घातली आहे. हजारो वर्षांपासून असलेल्या या स्त्रीशक्तीचे स्वरूप आजही आपल्याला पूर्णपणे समजलेले नाही. अद्याप अनेक गूढ-गुह्य तत्त्वे उलगडायची आहेत. हजारो वर्षांपूर्वी मांडलेला सृष्टिचक्राचा हा अनावृत स्पष्ट विचार स्वीकारण्याची, पचवण्याची आपली तयारी झालेली नाही त्यासाठी आणखी काही काळ जाऊ द्यावा लागणार आहे. यातच या आदिमायेच्या भविष्यकालीन अस्तित्वाची खात्री सामावलेली आहे.

६

अनंत काळस्वरूप

काळ म्हणजे आदि-अंत नसलेला एक अखंड प्रवाह. हा प्रवाह उत्पत्ती, स्थिती आणि लय अशा चक्रात फिरत राहतो. त्यात लय करण्याची भूमिका कालीची. काली ही भूमिका पार पाडत असताना त्यात काहीही भावभावना, दयामाया नसते. मृत्यूचे हे अनावृत रूप ती दाखवते.

काली आणि काला (म्हणजेच कृष्ण) यांची केवळ नावेच नाहीत, तर ते स्वतःही काळस्वरूप आहेत. काळ म्हणजे केवळ वेळ, कालावधी या अर्थाने नाही किंवा 'काळ' म्हणजे मृत्यू अशा अर्थानेही नाही. काळ म्हणजे निश्चित गोष्ट, जिचा सामना आपल्याला आयुष्यात करावाच लागतो. बुद्धाने हे सगळे जग दुःखमय आहे, असे सांगितले, तेव्हा त्याला मानवाला आयुष्यात येणारी दुःखे किंवा अडचणी अपेक्षित नव्हत्या. वार्धक्य, आजार, मृत्यू या प्रत्येकाच्या आयुष्यात निश्चित घडणाऱ्या गोष्टी त्याला 'दुःखमय' वाटल्या होत्या. या सगळ्या दुःखांपासून सुटका म्हणजे आत्मबोध, हेच हिंदू धर्मात 'सोऽहम्' म्हणून सांगितले आहे. पण स्मशानात वावरणारी काली आपल्याला इथेच, या सगळ्या निर्वस्त्र सत्याचा सामना करायला शिकवते. ती जगाचा त्याग करायला शिकवत नाही. जे टाळता येणारच नाही, अशा जगात ती आपल्याला घेऊन जाते. त्याचे कल्पनेपलीकडचे भयाण, बीभत्स रूप दाखवते. काली विध्वसंक अशा निसर्गाचे प्रतीक आहे. त्याच वेळी ती 'माया'ही आहे. ब्रह्म या पुरुष तत्त्वापासून तिनेच ही चराचर सृष्टी निर्माण केली, असे वैदिक विचार मानतो. ही सगळी सृष्टी - आपल्याला डोळ्यांना दिसणारी सृष्टी म्हणजे माया. पुनर्जन्म ही संकल्पना मान्य केली, तर या जन्मात आपल्याला दिसते, जाणवते, आकळते ते ज्ञान म्हणजे माया. इंग्रजीत ज्याला आपण limited existence म्हणजे मर्यादित अस्तित्व असे म्हणू शकू. तर ब्रह्म म्हणजे त्याहीपलीकडचे, इतर सर्व जन्म आणि त्यापलीकडची मुक्तीची अनुभूती. म्हणजेच, unified, infinite existence. अखंड, अविरत, अव्याहत चालणारे सृष्टिचक्र. म्हणजे ब्रह्म आणि माया या वेगवेगळ्या गोष्टी नाहीत. तर ब्रह्म हे स्थिर, अचल तत्त्व, तर सृष्टिकर्ता प्रकृती त्याच पुरुष तत्त्वाचे चल रूप. हे चल, दृग्गोचर रूपच आपल्याला त्यापलीकडच्या ब्रह्मतत्त्वाच्या शोधापर्यंत पोहोचवते. जसे आपण म्हणतो, की 'काठीला साप मानणे हा भ्रम आहे'. मात्र, काठी म्हणजे 'भ्रम' हे कळण्यासाठी काठी तर असावीच लागते. तसेच ही माया म्हणजेच ऐहिक सृष्टी आपल्याला ब्रह्मतत्त्वाची जाणीव करून देत असते.

काळ म्हणजे आदि-अंत नसलेला एक अखंड प्रवाह. हा प्रवाह उत्पत्ती, स्थिती आणि लय अशा चक्रात फिरत राहतो. त्यात लय करण्याची भूमिका कालीची. काली ही भूमिका पार पाडत असताना त्यात काहीही भावभावना, दयामाया नसते. मृत्यूचे हे अनावृत रूप ती दाखवते. ती या 'काळा'ची मूर्त प्रतिमा आहे, जी सर्व गोष्टींच्या लयास कारणीभूत होते. मोहापासून आपण जितके दूर जाऊ, तितका हा 'लय' स्वीकारणे आपल्याला सोपे जाईल. कालीचे संहारक रूप हेच कार्य करते. भगिनी निवेदिता यांनी 'Kali The Mother' या पुस्तकात म्हटल्याप्रमाणे, "Her mass of black hair

भगिनी निवेदिता लिखित 'काली द मदर' हे पुस्तक

flows behind her like the wind or like time, the drift and passage of things."

(अनुवाद : कालीचे मोकळे काळे केस तिच्या पाठीवर वाऱ्यासारखे उडत आहेत किंवा काळासारखे प्रवाही वाहत आहेत आणि सर्व गोष्टींना शाश्वत सत्याकडे घेऊन जात आहेत.)

तिची बाहेर आलेली जिव्हा हेच सांगते आहे, की ती समोर येणाऱ्या सगळ्या गोष्टी भक्ष्य करते. त्यात ती कुठलाही भेदभाव करत नाही. सगळ्या गोष्टी या कालीच्या जिव्हेच्या भक्ष्यस्थानी पडून काळाच्या उदरात गडप होतात. म्हणूनच काली स्मशानात राहते.

कृष्ण जगायला शिकवतो आणि विश्वरूपदर्शन देऊन तो आपल्याला जगाचे संहारक रूप दाखवतो. हे संहारक रूपच 'काळ' आहे. त्यानंतर तो स्वत: हातात शस्त्र न घेता एक प्रचंड संहारक युद्ध घडवतो. आज जी संहारक शस्त्रे जगात आहेत, तशी शस्त्रे त्या काळात नसतानाही केवळ अठरा दिवसांत या युद्धात अभूतपूर्व संहार झाला, तो कृष्णाच्या साक्षीने. केवळ साक्षीने! त्याने हा संहार होताना पाहिला, कारण त्यातून नव्या धर्माधिष्ठित समाजाची निर्मिती होणार होती. त्यासाठी हा संहार त्याला मान्य होता. काळाच्या पलीकडे जाणे म्हणजेच मुक्ती आणि बंधने पार केल्यावरच ही मुक्ती मिळते. त्यासाठी ऐहिक आयुष्यात जेव्हा निर्णायक प्रसंग येतात, तेव्हा बंधने आणि मर्यादा दोन्ही पार करून तिकडे जाण्याचा मार्ग या दोन्ही देवता सांगतात.

७

काली आणि कृष्ण विचारांचे प्रयोजन

त्रिमितीय जग माणसाने पादाक्रांत केले आहे. पण त्यासोबत या पलीकडे जी चौथी मिती आहे, याची जाणीव त्याला आत कुठेतरी झाली आहे. ज्याला आइनस्टाईनने 'काळ' असे नाव दिले होते, तिचा शोध घेण्याची आस मानवाला आता लागली आहे.

काली ही एक पौराणिक देवता आहे. कृष्णाबद्दल अनेक ऐतिहासिक पुरावे असले, तरीही या दोघांचेही देवत्व हा संपूर्णपणे ज्याच्या त्याच्या श्रद्धेचा आणि अनुभूतीचा प्रश्न आहे. मात्र, हजारो वर्षांपूर्वी ज्यांची उत्पत्ती झाली, त्यांच्या विचारांचे, तत्त्वज्ञानाचे आज काय प्रयोजन, असा प्रश्न पडणे स्वाभाविक आहे. विशेषत: जेव्हा हे पुस्तक धार्मिक अंगाने लिहिले जात नसताना, आधुनिकतेची कास धरलेल्या नव्या आणि आगामी पिढ्यांना हे तत्त्वज्ञान प्रासंगिक वाटेल का, असा विचार मांडला जाऊ शकतो.

याच पुस्तकात एके ठिकाणी म्हटल्याप्रमाणे, जो विचार कुठल्या ना कुठल्या स्वरूपात हजारो वर्षे टिकून राहतो, त्या विचारात काहीतरी तथ्य असतेच. हा एक प्राथमिक मुद्दा झाला; पण त्याहीपलीकडे काली आणि कृष्ण यांनी मांडलेल्या तत्त्वज्ञानाची प्रासंगिकता सिद्ध करण्यासाठी अनेक व्यापक मुद्देही आहेत.

भारतीय उपखंडात जन्माला आलेल्या अनार्य आणि वैदिक धर्म आणि वैदिक धर्मातूनच बंडखोरी करून निघालेले बौद्ध, जैन आणि शीख तत्त्वज्ञान या सगळ्यात भारतीय विचारांचे मूळ सापडते. पण धर्मांमध्ये अनिष्ट गोष्टी शिरल्या आणि त्यांचा त्रास सुरू झाला. नेमक्या याच काळात भारतावर एकापाठोपाठ एक अशी अनेक परकीय आक्रमणे झाली आणि पुढे कित्येक वर्षे सुरूच राहिली. हा काळ भारतभूमीसाठी अत्यंत खडतर होता. या संपूर्ण काळात कालीच्या, श्रीकृष्णाच्या स्वसंरक्षणासाठी, धर्मरक्षणासाठी लढण्याच्या तत्त्वज्ञानाचा भारताला विसर पडला. धर्माऐवजी कर्मकांडे, पौरुषत्वाऐवजी अहिंसा, बुद्धी, तर्क आणि विज्ञानाऐवजी रीतीरिवाज आणि परंपरांचे अंधपालन आणि एकत्व भावनेऐवजी दुफळी अशा वाळव्यांनी भारतीय समाज पोखरून टाकला आणि आपण पारतंत्र्यात खितपत पडलो. आधुनिक भारत जुनाट झाला. भारताचा आत्मविश्वास संपला, तो याच काळात. स्वातंत्र्यलढा जिंकूनही हा आत्मविश्वास, एकात्मभावना, वैज्ञानिक दृष्टिकोन परत आला नाही. उलट, भारतात लोकशाही मूल्ये, समता, बंधुभाव, विज्ञान हे सगळे पाश्चात्त्यांनी आणले असा समज करून दिला गेला. मेकॉलेच्या कारकुनी शिक्षणात आपण आर्थिक असाहाय्यतेमुळे धन्यता मानली. आधुनिक स्वतंत्र भारताचा पाया हा असा तयार झाला.

या पायावर उभ्या असलेल्या आजच्या आधुनिक भारतातील नव्या पिढीला, भारतीय तत्त्वज्ञान, देवीदेवता या सगळ्या संकल्पना जुनाट वाटू लागल्या. त्याला मिळालेल्या पुराणकथांची जोड या देवतांना अधिकच अविश्वसनीय करणारी होती. त्यात ब्रिटिश काळातल्या तथाकथित आधुनिकतेत कालीच्या विचाराला मलीन करण्याचा प्रयत्न, गांधींच्या अहिंसा तत्त्वज्ञानाच्या चौकटीत श्रीकृष्णाचे तत्त्वज्ञान बसवण्याची धडपड आणि साम्यवादी विचारवंतांनी मार्क्सच्या तत्त्वज्ञानाची चुकीच्या

मार्गाने जातीयतेचे वर्चस्व असलेल्या भारतात लावलेली फुटपट्टी यांमुळे अधिकच गोंधळाचे वातावरण तयार झाले. या तिन्हींचा एक सामायिक परिणाम असा झाला, की खरे भारतीय तत्त्वज्ञान जुने, कालबाह्य आहे असा एक समज निर्माण झाला.

भारतावर सुरुवातीला जी आक्रमणे झाली, ती रानटी, जुनाट, क्रूर अशा टोळीवाल्यांची. पाश्चात्त्य विचारांनी जी काही आधुनिकता आणि समता भारतात आणली, त्यामुळेच भारतात स्त्रियांना समान स्थान आणि स्वातंत्र्य मिळाले, असाही एक गैरसमज भारतात आधुनिक पिढ्यांमध्ये पोसला गेला. वास्तविक, पाश्चिमात्यांच्या कितीतरी आधी, भारतात स्त्रीला मानाचे, बरोबरीचे स्थान होते. तिच्या शक्तीचा आणि सर्जन-मातृत्वाचा गौरव केला जात होता, हे कालीच्या संपूर्ण चरित्रातून स्पष्ट झाले आहे. काली ही मूठभर अभिजनांची नाही, तर बहुजनांची, तंत्र-सांख्य-लोकायतांची उपास्य देवता आहे, हेही आपण पाहिले. त्यामुळे स्त्रीशक्तीची उपासना बहुजन वर्गातच अधिक झाली, हेही उघड आहे.

कालीची निर्वस्त्रता, योनिरूप देवी, श्रीकृष्णाचा रास या गोष्टींना मात्र, नंतरच्या काळात भारतीय तत्त्वज्ञानात वैचारिक ग्लानीमुळे प्रतिष्ठा मिळाली नाही, हे मान्य करायला हवे. किमान अभिजन वर्गात तरी त्याला मान्यता मिळाली नाही किंवा त्यामागचा अर्थ समजून घेण्याचा प्रयत्न झाला नाही. आजची पिढी वस्त्रे आणि शरीरसंबंध या दोन्हींच्या बाबतीत इतकी पुढारलेली आहे, की कदाचित त्यांना हजारो वर्षांपूर्वीच्या या आधुनिक विचारांचे कौतुक वाटणार नाही. वरवर पाहिले तर ते खरेही वाटेल, परंतु वास्तव तसे नाही.

पाश्चिमात्यांकडून वस्त्रे आणि स्त्री-पुरुष संबंधांबद्दल, एकात्मतेबाबत आपण जी आधुनिकता स्वीकारली आहे, त्यात संपूर्णपणे भौतिकवाद आणि भोगवाद आहे, ज्याला इंग्रजीत materialism म्हणतात. केवळ तात्पुरती ऐहिक सुखे मिळवण्याचा हा काहीसा तात्कालिक आणि शारीरिक विचार आहे. पशूंच्या लैंगिक सुखाच्या कल्पनेपेक्षा यात फारसे वेगळे काही नाही. मात्र, भारतीय तत्त्वज्ञानात विशेष करून वात्सायनाच्या भोगवादाचा अर्थ हा नाही. इथे लैंगिकता केवळ स्त्री-पुरुष शारीरिक सुखांइतकी मर्यादित नाही, तर त्याचा व्यापक अर्थ प्रकृती आणि पुरुष यांच्या तत्त्वज्ञानातून शोधण्याचा प्रयत्न केला गेला आहे. द्वैत आणि अद्वैत संकल्पनेची ही मूर्त मांडणी आहे. केवळ दोन शरीरांचा इथे विचार नाही, तर दोन जिवांच्या मीलनाचा विचार आहे, म्हणूनच त्यात अधिक सौंदर्य आहे. ही भावना मानसिक पातळीवर मंगलमय आनंद देणारी आहे. तिचे माध्यम शरीर आहे, असे भारतीय तत्त्वज्ञान मांडते. शिवलिंग किंवा योनिरूप देवी यांना दैवत म्हणून पूजले जाते. इथे शरीराचा विचार करताना त्या दैवतरूपी मूर्तींचे सौंदर्य

ज्या निकोप पद्धतीने मांडले आहे, त्यामुळे ती निर्वस्त्रता अश्लील ठरत नाही. उलट चालीरीती आणि प्रथा-परंपरांमध्ये तिला स्थान आहे. स्त्री-पुरुष मीलनाभोवती अनेक प्रथा-पद्धती गोवण्यात आल्या आहेत. शिवशंकर आणि पार्वती हे अशा मीलनाचे आद्य युगुल मानले जाते. त्यांचे नाते पूर्णपणे बरोबरीचे आहे, परस्पर सन्मानाचे आहे, हेही अनेक कथा-आख्यायिकांमध्ये अधोरेखित करण्याचा प्रयत्न करण्यात आला आहे. यातून स्त्री-पुरुष संबंध, त्यांच्यातील कौटुंबिक बंध केवळ शरीरपातळीवर राहत नाहीत, तर त्यापेक्षा अधिक मजबूत होतात. म्हणूनच भारतात विवाह हा एक संस्कार आहे, सामाजिक करार नाही! अर्थातच, व्यक्तिपरत्वे त्याला अपवाद असतातच. पण स्त्री-पुरुष संबंधांचा जसा विचार भारतात मांडला गेला, तसा इतर संस्कृतीत नसावा, हेही तितकेच खरे आहे.

स्त्री दुर्बल नाही, तर प्रचंड शक्ती असलेली व्यक्ती आहे, किंबहुना तिची शक्ती पुरुषापेक्षा कांकणभर अधिकच आहे, हेही कालीच्या व्यक्तिमत्त्वातून दाखवले गेले आहे.

भारतात नीतिनियमांची जाचक बंधने आहेत, विशेषतः स्त्रियांना स्वातंत्र्य नाही अशा विचारातून पाश्चिमात्य विचारसरणी अंगीकारणाऱ्या अनेक स्त्रिया आजच्या फक्त अर्थकारणावर आधारित जगतात. ही आधुनिकता केवळ शरीर आणि वस्त्रे इतकी वरवरची राहिली आहे. स्त्री-पुरुष संबंधही अत्यंत बटबटीत आणि केवळ प्रदर्शनीय झाले आहेत. त्यामुळे नातेसंबंधांविषयी मनात अस्थिरता आहे, अविश्वास आहे. बुद्धी-मन स्थिर नसेल, तर काहीही साध्य होत नाही. जसे भारतात प्रकृती-पुरुष म्हणून उमाशंकराकडे पाहिले जाते, तसेच आदर्श प्रेमीयुगुल म्हणून राधा-कृष्णाची जोडी आहे. निरपेक्ष, उदात्त आणि शाश्वत प्रेमाचा आदर्श या जोडीने जगापुढे ठेवला आहे. हे प्रेम कुठलीही बंधने घालणारे नाही, अपेक्षा ठेवणारे नाही. मुळात ते प्रेम 'करायला' शिकवत नाहीत. प्रेम ही कुठली कृती नाही, तर प्रेम हे केवळ 'असणे' आहे. Love is not an act but love is just being. राधा आणि कृष्ण प्रेमात असण्याचे, प्रेमाचे प्रतीक आहेत, प्रेम करण्याचे नाही. म्हणूनच प्रेमाचे ते सर्वोच्च स्वरूप आहे!

गेल्या शंभर वर्षांत, मानवाने विज्ञान-तंत्रज्ञानात प्रगती केली आहे. जग जवळ आणले. विज्ञान-तंत्रज्ञान आणि पैसा या भरवशावर जवळपास सगळी भौतिक सुखे मिळवली आहेत. पण मग माणूस खरोखरच सुखी झाला का? आज काय मिळवायचे राहिले आहे? सगळी भौतिक सुखे दाराशी असतानाही, अस्वस्थता आणि अस्थिरता का आहे? उपयुक्ततावाद हेच ध्येय असेल, साध्य असेल, तर त्यानंतर सुख मिळायला हवे. काही वर्षांपूर्वी जेव्हा मानवाने मूलभूत विज्ञानाचे नवनवे शोध लावले, तेव्हा त्याच्या

समोर जगण्याच्या लढाईतील मोठमोठी आव्हाने होती. त्यातील एकेका प्रश्नावर मात करत, त्याने जगणे आरामदायी केले, सुखकर केले. आयुष्य वाढवले. अलीकडच्या काळात मात्र सगळ्या जगाने विज्ञानापेक्षा तंत्रज्ञानावर अधिक भर दिलेला आहे. तंत्रज्ञानही तेवढेच आवश्यक आहे, यात शंका नाही. मात्र आता रोजच्या जगण्यातली अस्तित्वाची आव्हाने जवळपास सर करून झाली आहेत. आता जे आहे, ते जगणे अधिकाधिक सुखकर करणे. तिथे पाश्चिमात्यांचा भर आहे, तो उपयुक्ततावादावर. परंतु, त्यातूनही मनाला शांतता नाही, स्थैर्य नाही, चिरंतन सुख नाही. परस्परांवर विश्वास नाही. इथे गरज आहे ती विज्ञानापलीकडे असलेल्या वैश्विक जगाचा शोध घेण्याची, त्या जगापर्यंत पोहोचण्याची. भारतीय संस्कृतीत म्हटले आहे ते ब्रह्मतत्त्व हेच तर नाही ना, याचे मूलभूत संशोधन करण्याची. त्रिमितीय जग माणसाने पादाक्रांत केले आहे. पण त्यासोबत या पलीकडे जी चौथी मिती आहे, याची जाणीव त्याला आत कुठेतरी झाली आहे. ज्याला आइनस्टाईनने 'काळ' असे नाव दिले होते, तिचा शोध घेण्याची आस मानवाला आता लागली आहे. म्हणूनच सगळे साध्य केल्यानंतरच्या भौतिक उपयुक्ततावादी जगण्याचा आणि कर्मकांडातून फलप्राप्ती करण्याचा त्याला आता कंटाळा आला आहे का? या दोन्हींतला फोलपणा त्याला आता समजला आहे का?

कदाचित हीच शिकवण कृष्णाने दिली आहे. त्याने कधीही कुठले नियम, मर्यादा घालून दिल्या नाहीत. स्वतः त्या पाळल्या नाहीत. त्याने कोणालाही 'एखादी ठरावीक गोष्ट एखाद्या विशिष्ट प्रकारेच कर' अशी आज्ञा दिली नाही, की मार्गदर्शन केले नाही. त्याने केवळ इतकेच सांगितले की, तू कोण आहेस याचा तुला विसर पडलेला आहे. ते विस्मरणाचे पटल भेदून स्वतःचा शोध घे. हे जग कुठेही बाहेर नाही, तुझ्या आत आहे. आपण जगभर शोधूनही ते सापडणार नाही. कशाचाच त्याग करून ते सापडणार नाही. कुठल्याही सिद्धीने हे साधणार नाही. जसे सहज आयुष्य कृष्ण जगला, जी कर्मे त्याने केली ती करताना तो त्यात कधीही नव्हता. त्यामुळे कुठल्याही कर्माने किंवा कर्मफळाने तो कधीही अस्वस्थ झाला नाही किंवा कसलीही अभिलाषा त्याने ठेवली नाही. त्याला अमर्यादांची जाणीव होती का? म्हणूनच त्याने 'कालोऽस्मि' असे सांगितले का? याचा शोध घेण्यासाठी आजचे जग उत्सुक आहे, असे दिसते. विज्ञान-तंत्रज्ञानाच्या प्रगतीने जग जवळ आले असले, तरी मानवाला मानवाविषयी आत्मीयता वाटण्याऐवजी ते एकमेकांचे भक्षक का होत आहेत? हे कोडे अद्याप कोणालाही पुरेसे उलगडलेले नाही. त्यामुळे मनुष्य आणि विश्व यांच्यात सचेतन घटनात्मक संबंध आहे, असे आज शास्त्रज्ञांनाही वाटते आहे. 'पिंडी ते ब्रह्मांडी' ही एक सचेतन संघटना आहे. या सगळ्यामध्ये एक चैतन्य वा जीवनतत्त्व वास करते आहे का, याचा शोध

घेण्याची गरज तत्त्वज्ञांना वाटू लागली आहे. ही एकात्मवादाची अनुभूती मानवाला होईल, तेव्हाच मानवामानवांत सहभावना, प्रेम निर्माण होईल अशी आशा जगभरातल्या विचारवंतांना वाटते आहे. श्रीकृष्णाने हे तत्त्वज्ञान हजारो वर्षांपूर्वी सांगितले आहे. आज त्या तत्त्वज्ञानाचा शोध सगळे जग घेत आहे आणि म्हणूनच ते तत्त्वज्ञान आजही प्रासंगिक आहे.

आजच्या पिढीला केवळ धर्माशी संबंधित कालबाह्य झालेली कर्मकांडे शिकवायला खरे तर नकोत; किंबहुना कर्मकांडे शिकवायलाच नकोत, कारण ती केली जाणार नाहीत. मग जुनाट, कालबाह्य म्हणून धर्मच (पंथ, उपासनापद्धती या अर्थाने) बाजूला टाकला जाईल. त्यामुळे कर्मकांडे बाजूला ठेवा, ते केवळ आवरण आहे. त्याच्या आतला खरा गाभा हे भारतीय तत्त्वज्ञान आहे. जे कृष्णाने आणि कालीने सांगितले आहे. हे तत्त्वज्ञान नव्या पिढीला आज आणि उद्याही मार्गदर्शक ठरणारे आहे. आज आधुनिक विचार स्वीकारणारी पिढी असताना, त्यांना भारतीय तत्त्वज्ञानातला हजारो वर्षांपूर्वीचा आधुनिक आणि व्यापक विचार सांगण्याचे प्रयोजन इतकेच.

काली आणि कृष्ण यांचे तंत्रकारण सारखेच आहे, काली तंत्रमार्गातून ते उलगडते तर कृष्ण सांख्यदर्शनातून ते सोपे करतो.

॥ कृष्णार्पणमस्तु॥

संदर्भ ग्रंथ सूची

१. *लज्जागौरी* : डॉ. रा. चिं. ढेरे
२. *व्यासपर्व* : डॉ. दुर्गा भागवत
३. *लोकायत* : प्रा. स. रा. गाडगीळ
४. *Dialogues of the Buddha* : T. W. Rhys Davids
५. *History Of Sakta Religion* : Narendra Nath Bhattacharyya
६. *History on Indian Philosophy* : S. K. Belvalkar & R. D. Ranade
७. *Vaisnavism, Saivism and Minor Religious Systems* : R. G. Bhandarkar
८. *The Book of Kali* : Seema Mohanty
९. *The Life of Swami Vivekananda - His Eastern and Western Disciples* : Advaita Ashrama
१०. *The Sword and the Flute* : David Kinsley
११. *The Complete Works of Sister Nivedita* : Sister Nivedita
१२. *Shakti and Shakta* : Arthur Avalon
१३. *ललिता सहस्रनाम - रहस्य* : डॉ. मेधा देशपांडे
१४. *व्यासांचे शिल्प* : नरहर कुरुंदकर
१५. *Krshna : In defence of a Devious Divinity* : Prof. Bimal Krishna Matilal
१६. *श्रीमद्‌भगवद्‌गीता*
१७. *प्रवासी पूर्णत्वाचा* : प्रा. डॉ. राम बिवलकर
१८. *या सम हा* : डॉ. सदानंद मोरे
१९. *स्थितप्रज्ञ दर्शन* : विनोबा भावे
२०. *युगान्त* : डॉ. इरावती कर्वे

www.ingramcontent.com/pod-product-compliance
Lightning Source LLC
LaVergne TN
LVHW060424051026
849518LV00007B/2705
9788119311101